रक्तचंदन

**जी. ए. कुलकर्णी यांचे कथासंग्रह**

निळासांवळा (१९५९)
पारवा (१९६०)
हिरवे रावे (१९६२)
रक्तचंदन (१९६६)
काजळमाया (१९७२)
सांजशकुन (१९७५)
रमलखुणा (१९७५)
पिंगळावेळ (१९७७)
पैलपाखरे (१९८६)
डोहकाळिमा (निवडक कथा) (१९८७)
कुसुमगुंजा (१९८९)
आकाशफुले (१९९०)
सोनपावले (१९९१)
रक्तमुद्रा (२०२३)

# रक्तचंदन

जी. ए. कुलकर्णी

पॉप्युलर प्रकाशन, मुंबई

रक्तचंदन
(म-२०६)
पॉप्युलर प्रकाशन
ISBN 978-81-7185-925-2

RAKTACHANDAN
(Marathi : Short Stories)
G.A. Kulkarni

पहिली आवृत्ती : १९६६ / १८८८
चौथी आवृत्ती : १९९५ / १९१७
पाचवी आवृत्ती : २००९ / १९३१
चौथे पुनर्मुद्रण : २०१९ / १९४०
पाचवे पुनर्मुद्रण : २०२२ / १९४४
सहावे पुनर्मुद्रण : २०२३ / १९४५
सातवे पुनर्मुद्रण : २०२४ / १९४६

प्रकाशक
अस्मिता मोहिते
पॉप्युलर प्रकाशन प्रा. लि.
३०१, महालक्ष्मी चेंबर्स
२२, भुलाभाई देसाई रोड
मुंबई ४०० ०२६

अक्षरजुळणी
अन्वय
वडाळा, मुंबई ४०० ०३१

मुद्रक
मणिपाल टेक्नोलॉजीज़ लिमिटेड, मणिपाल

# अ र्प ण प त्रि का

"स्पर्धेच्या धुंदीत आपल्या हातांनी आभाळात सोडलेली, पण जिचा मृत्यू असाहाय्यपणे खालून पाहावा लागला, ती गुलाब-पाकळ्यांच्या चोचीची चंद्रावळ; मघापर्यंत उत्साहाने पाऊल स्थिर न ठेवणारा, पण आकस्मिक वेदनेने तडफडत ओंजळीत निपचित झालेला, माणके बसवलेल्या कवडशाप्रमाणे दिसणारा लाल डोळ्यांचा पिवळा पक्षी; अजाण संतापाने पाठीवर सपासप वेत मारल्यावरही ते वळ अंगावर घेऊन, आपुलकीने अंगाला अंग घासू लागणारी क्षमाशील कृष्णी गाय; आपल्या वासाने पहाट ओली करणारा, पण घरबांधणीच्या वेळी तो काढून टाकायचे ठरताच, त्या आधीच दोन-चार दिवस आपण होऊन मूकपणे आडवा झालेला पारिजातक; जत्रेतील फिरते चक्र मला पाहायला मिळावे म्हणून मला खांद्यावरून सात मैल घेऊन जाणारा लंगडा, हाडकातडी म्हातारा बसलिंग; 'कसा पोट जाळतो बघा!' असे आईने म्हणताच ताडकन पानावरून उठून तीन मजली, बारा खणी घरातून नेसत्या वस्त्रानिशी बाहेर पडून शेवटपर्यंत एकवस्त्री राहणारा, लाकडे फोडून पोट भरत असता अर्ध्या गावाला जातिवंत मोत्यांची पारख सांगणारा आणि शेवटी एका धर्मशाळेत शेजारी कुऱ्हाड ठेवून संपून जाण्यापूर्वी मला साबणाचे फुगे कसे करायचे हे शिकवून जाणारा दत्तू इनामदार; आतड्यांच्या चोवीस माणसांचे मृत्यू डोळ्यांनी पाहिलेल्या, आता उरलेल्या दोनचार जिव्हाळ्याच्या माणसांना तरी आपल्या प्रेमापासून मुक्त ठेवण्यासाठी, त्यांच्याचप्रमाणे मलाही हिडीसफिडीस करण्याची केविलवाणी धडपड करणारी काकाची आई; अरेबियन नाइट्स मला प्रथम वाचायला देणारा, फुटबॉल खेळण्यासाठी जीव टाकणारा, पण एका अपघातात नेमके दोन्ही पाय गमावून घेतलेला भगीरथ देशपांडे; माझ्या आयुष्यातील पहिली पूर्ण लांबीची शिसपेन मला देणारा रुद्राप्पा बेलीफ; स्वतः निरक्षर असूनदेखील मी खूप शिकावे असे दत्ताजवळ सतत मागणे करणारी, मी पहिलीची परीक्षा पास होताच पै पै जमा केलेले पुष्कळसे पैसे खर्च करून पेढे वाटणारी, ठिकठिकाणी वार लावून जेवणारी आणि एक दिवस अचानक नाहीशी झालेली, कापऱ्या अंगाची, तोतरी, अनाथ, वेडसर रखमाकाकू –

तुम्ही सगळेचजण पुढे निघून गेलात. मी तुमच्याकडे येईन, पण आता तुम्ही मात्र माझ्याकडे कधी येणार नाही. आपण पुढे पुन्हा कधीतरी भेटू."

Happy families are all alike;
every unhappy family is unhappy on his own way.

Tolstoy

# अनुक्रम

# प रा भ व

माधव कामत बसमधून मोटार-स्टँडवर उतरला, त्या वेळी तो अगदी आंबल्यासारखा झाला होता. मुंबईपासून आगगाडी आणि शेवटी चाळीस मैल ही असली बस त्यामुळे त्याला आता केव्हा एकदा घरी जाऊन पडेन असे वाटू लागले होते. तरी पण खाली उतरताच दर सुट्टीला घरी येताच वाटणारी उत्सुकता त्याला जाणवल्याखेरीज राहिली नाही. गाव एका कुशीवर घेऊन पसरलेली वाळू आणि तिच्यावर वाळत घातलेल्या निळसर चुणीदार वस्त्राप्रमाणे दिसणारा समुद्र पाहिला, की उत्साहाने तो क्षणभर लहान होत असे. खरे म्हणजे तो माडांच्या सावलीत वाढला होता, समुद्राचा दमट खारटपणा त्याच्या आयुष्याला कायम चिकटला होता आणि लहानपणी त्याने हातातून मुळे, दोडकी आणावीत त्याप्रमाणे नुगली बांगडे आणले होते; पण बसमधून उतरताच, हे सारे प्रथमच आयुष्यात पाहत असल्याप्रमाणे तो हरखून जात असे. त्याने सामान एका हमालाच्या डोक्यावर चढवले व तो त्याच्याबरोबर चालू लागला.

पण नंतर मात्र त्याचे मन विरजल्यासारखे झाले. त्याला गेल्या सुट्टीची आठवण झाली. आता पुन्हा एक महिना मन पिचून टाकणारे अनुभव आपल्यापुढे आहेत याची जाणीव होताच त्याला उतावीळपणे वाटले, आपण येण्यात फार मोठी चूक केली. हे सामान पुन्हा लगेच जाणाऱ्या बसवर चढवावे व ताबडतोब मुंबईला परत जावे. तेथली एकच खिडकी असलेली तिसऱ्या मजल्यावरील कोंदट जागा, जिन्यावर सतत चालू असलेली पावलांची वर्दळ आणि वेळीअवेळी सिनेमातील गाणी ओरडणारी (चाळीत राहणाऱ्यांनाच भरमसाट इतकी कशी पोरे होतात?) हजारो पोरे, हे सारे परवडले. त्या हजार डोळ्यांच्या शहरातही अंग चोरून अनामिक राहता येते, यंत्राच्या पट्ट्यावर बसून तेच ते निर्जीव फेरे घेत राहता येते; पण आता हे येथले घर नको.

नको? ती तुझी सख्खी बहीण रुक्मिणी तुला नको? तुझी अशक्त वातीसारखी आई नको? मग त्या जातील कुठे?

१

त्या बोचणाऱ्या प्रश्नांना त्याला आताही काही उत्तर सुचले नाही. त्या ताणामुळे उलट त्याला जास्तच दमल्यासारखे वाटू लागले आणि अगदी दुबळेपणाने तो पावले ओढू लागला.

वाटेत त्याला त्याची जुनी शाळा लागली. आता ती खूपच मोठी झाली होती; पण तो शाळेत जात असता ती दोन खणांची होती व आत सारखा कुमट वास असे. भिंतीवरच्या फळ्यांवर खिडकीतून ओतल्याप्रमाणे संध्याकाळचे ऊन पडले, की माधवचे सारे लक्ष दारातून दिसणाऱ्या रस्त्याच्या टोकाकडे असे आणि त्याला घेऊन यायला रुक्मिणी येत असलेली दिसली, की एकदम टाळ्या वाजवाव्यात असे त्याला वाटू लागे. इतरांना घेऊन यायला कुणी येत नसत, म्हणून प्रथम दोनचार पोरांनी त्याची थट्टा केली. तेव्हा शाळेकडे येत जाऊ नको असे रुक्मिणीला सांगावे असे त्याला फार वाटू लागले; पण रुक्मिणी येऊन हसत रस्त्यावर उभी राहिली, की त्याला वाटे, आज काही सांगू नये, उद्या बघू. असेच चारपाच दिवस गेले; पण नंतर इतर दोन मुले दप्तर सांभाळत रुक्मिणीबरोबरच परतू लागली व माधवला शरमेऐवजी अभिमान वाटू लागला. त्याच्या पुस्तकांना जशी कव्हरे असत, त्यावर त्याचे नाव सुबकपणे लिहिलेले असे, तसे इतर कुणाच्याच बाबतीत नसे. गावच्या दुसऱ्या कडेला असलेल्या आपल्या शाळेतून घरी येऊन काही न खाताच धडपडत ती माधवसाठी येत असे. त्यामुळे अजूनही संध्याकाळचा उन्हाचा तुकडा पाहिला, की माधवला एकदम आठवण होत असे ती शाळेची, रुक्मिणीची. एकदा आभाळ काळेकुट्ट होऊन फाटल्याप्रमाणे पाऊस ओतू लागला. झाडे जमिनीपर्यंत वाकली. दांडगट वाऱ्यामुळे शाळेवरची निम्मी कौले उडाली व दोराएवढ्या धारा आत येऊ लागल्या. सारी पोरे घाबरून पडवीत अंग आखडून गोलगोल होऊन बसली. रस्त्यावर गुडघाभर पाणी जमले व त्यातून निरनिराळे पाट फेसाळून बाजूला लांब जिभांप्रमाणे पसरले. माधवचा चेहरा रडका झाला. तो रस्त्याला अगदी डोळे चिकटवून बसला होता. झाडांच्या फांद्या आता वाढत्या अंधारात रस्त्यावरून काहीतरी उचलून नेण्यासाठी वाकल्याप्रमाणे अगदी खालीपर्यंत येत व लगेच अंग सळसळत पुन्हा उठून उभ्या राहात.

आणि मग एकदम रस्त्याच्या टोकाला रुक्मिणी दिसली. परकर खोचून दोन्ही हातांनी पुरुषी मोठी छत्री सावरत ती येत होती. तेव्हा माधवनेच नव्हे, तर इतर पोरांनीसुद्धा एकदम टाळ्या वाजवल्या. ती हळूहळू येत असता माधवचे हृदय धडधडू लागले व त्याला वाटू लागले, ती तेथे येण्याच्या आतच एखाद्या झाडाचा पंजा रस्त्यापर्यंत येणार व तिला अलगद वरच्यावर उचलून घेऊन जाणार; पण एकेक काळसर हात चुकवत ती पुढे आली आणि रस्त्यावर उभी राहून ओलसर मणी ठिबकत असलेल्या चेहऱ्याने ती हसली. दप्तर डोक्यावर धरत माधव धावला आणि पाण्यात पचक्‌पचक् पाय आपटत जाऊन तिला एकदम बिलगला. त्याला एकदम मोकळे वाटले. त्याला म्हणावेसे वाटले, येऊ दे

आता वाटेल तेवढा पाऊस, आता रुक्मिणी आहे. तो आणखी दोनतीन पोरे तशीच धावली. लहानशा तंबूएवढी ती छत्री; पण तिच्यात एवढी गर्दी झाली, की सगळीजण भिजतच पण खिदळत तिला घट्ट धरून चालू लागली.

रस्ता तोच आहे. झाडे देखील तीच आहेत. मध्येच भुताप्रमाणे दिसणारे एक वठलेले झाड मात्र नाहीसे झाले आहे. आपण मात्र बदलून गेलो. रुक्मिणीला इथेच टाकून आपण दूर पळालो. आणि रुक्मिणी? रुक्मिणी तीच आहे, तीच नाही. काळसर विशाल पंजे अंग कुरतडत असता त्यांच्यापासून निसटत आपल्या एकाकी रस्त्यावर ती माझाच शोध करत हिंडत आहे...

आता त्याला दुरून आपले माडीचे घर दिसू लागले व आता एक महिन्याचा तुरुंग प्रत्यक्ष समोर दिसल्याप्रमाणे माधव अगदी चुरगळल्यासारखा झाला. वास्तविक त्या गावात माडीची दहाबारा घरे असतील नसतील. शिवाय या घराला रुंद अंगण होते आणि घराशेजारी तीन उंच सरळसोट नारळाची झाडे होती. लहानपणी रात्री कुठेतरी टपदिशी आवाज झाला, की तो एखाद्या रबरी बाहुलीप्रमाणे उठून बसे व पुन्हा आवाज होतो की काय हे ऐकत जागा राहत असे. मग रुक्मिणीने उठून त्याला झोपवावे लागे. अगदी गळ्यापर्यंत पांघरूण घालून ती गेली, की नारळाच्या आवाजाने फुटलेली झोप झावळ्यांच्याच आवाजाने हलकीच सांधली जात असे. पण त्याला आपल्या घराकडे पाहिले म्हणजे एखाद्या अजस्र जबड्याकडे पाहिल्यासारखे वाटे व माडीवर दिवा लागला, की वरच्या दोन खिडक्या कुत्सित, कपटी डोळ्यांप्रमाणे दिसत.

माधवने सामान आत सोप्यावर एका बाजूला असलेल्या कट्ट्यावर ठेवले व सोप्याला तसाच उभा राहिला. पायऱ्या चढून माडीवर जावे, की समोरच्या बंद दरवाजाची कडी वाजवावी हे त्याला समजेना. रुक्मिणी किंवा आई कोणीही जर समोर असते तर हा प्रश्न तात्पुरता सुटला असता; पण माडीवरून काहीच हालचाल ऐकू येत नव्हती आणि समोरचा दरवाजा मृत, मिटलेल्या डोळ्याप्रमाणे उभा होता.

माधव एखादा मिनिट घोटाळला असेल नसेल तोच दरवाजा उघडला व झाडणीवर मूठभर केर ठेवून आई बाहेर आली. त्याला पाहताच ती थबकली आणि तिने झाडणी तशीच कोपऱ्यात ठेवली. चेहरा गेल्या खेपेपेक्षा जास्तच ओढलेला, डोळे अधिकच आत सरकलेले. कपाळावरचे कुंकू आणि गळ्यातील मंगळसूत्र दोन्हीही अर्थहीन, औपचारिक. आईचे सारे आयुष्यच असे नावापुरते झाले होते. परंतु माधवला पाहताच मळक्या भांड्यावर कवडसा पडावा तसा तिचा चेहरा उजळला.

"आलास होय माधव, बरं झालं; पण तू एक वाजता येणार होतास ना?" ती म्हणाली.

"हो; पण या खेपेला आधीची बस मिळाली," माधवने सांगितले. नंतर उंबऱ्याजवळ घोटाळत आई गप्प राहिली. तिने माडीकडे पाहिले व म्हटले, "ती नाही

घरी. तोपर्यंत चहा घेतोस कपभर?'' पण बोलताना ती का चाचरली हे माधवने ओळखले.

"रुक्मिणी नाही घरी?''

"तू येणार म्हणून तिची सकाळपासून धावपळ चालली आहे. काल तिनं कुठलंतरी टेबल आणलं तुझ्यासाठी,'' आई कोरड्या आवाजात म्हणाली, "तू तिचा भाऊ आहेस, माझा मात्र कुणी नव्हेस. मला नवरा नाही, मुलगा नाही, मुलगी नाही. एखाद्या मुसळासारखं माझं आयुष्य आहे. माझंच नशीब म्हणायचं!'' आईचा आवाज एकदम कडवट झाला. माधव शरमला. तो मुकाट्याने तिच्या मागोमाग आला व एक पाट जमिनीवर टाकून तो त्यावर बसला.

"थोरल्या काकांचं पत्र वगैरे मिळालं तुला?'' चुलीवर आधण ठेवताठेवता आईने विचारले. तिच्याकडे न पाहता माधवने मान हलवली. "सारं आता नीट लक्षात ठेवून एकदा सांभाळून ने. पोटच्या पोराच्या लग्नात चोरासारखं वागायचं माझ्या नशिबी आलंय बघ.''

थोडा वेळ कुणी बोलले नाही. आईचा सारा संसार त्या खोलीत होता. एका फडताळात आठदहा भांडी होती. दुसऱ्या भिंतीला गुंडाळून ठेवलेली लहान वळकटी व चटई होती. वर दांडीवर वाळत घातलेले तिचे पातळ, कोपऱ्यात एक पितळी गुंडी ठेवलेले शिंके, भिंतीचा विटून गेलेला मळका रंग — सगळी खोलीच तिच्यासारखी हताश, सहनशील वाटे. आईने मूठभर पोह्यांना तेलतिखट लावले व वाटी माधवसमोर ठेवली.

"तू इथं कशाला येशील कधी, म्हणून मी काही खायला केलं नाही. बघ चालतात काय हे पोहे तुला?'' ती म्हणाली. तोपर्यंत चहा झाला होता. तो तिने एका फडक्याने एका जुन्या कपात सोधला. माधवने कप उचलला, तेव्हा ती त्याच्यासमोरच चटईवर अशक्त, विरलेले गुडघे उंच करून बसली. गुडघे हातांनी दाबून धरल्याखेरीज तिला उठता-बसता येत नसे.

हे कोरडे पोहे त्याला खाववेनात; पण तिला तसे निरुपयोगी, टाकून दिलेल्या वस्त्राप्रमाणे पाहताच त्याला अगदी भरून आले व त्याने उचललेला कप तसाच खाली ठेवला. तो इकडे आला, की प्रत्येक वेळी त्याला वाटे, ही आता फार दिवस टिकणार नाही. तिच्यातील जगण्याची ईर्ष्याच नाहीशी झाली आहे. तिचे निदान शेवटचे दिवस तरी सुखात जावेत, तिला आपल्याबरोबर घेऊन जावे; पण मग रुक्मिणीचे काय? आणि हा प्रश्न मनात येताच तो गोंधळून असहाय होऊन बसे.

"माधव, तू आजारी होतास की काय?'' त्याच्याकडे टक लावून पाहत आईने विचारले आणि स्वतःच्या उद्विग्नतेतही माधवला हसू आले. कारण दर खेपेला आईचा तो प्रश्न असेच. आता तिचे सगळे प्रेम असल्या प्रश्नातच साकळून गेले होते.

"अग, मला काय झालंय? मी दररोज फुगत चाललोय आणि तू विचारतेस, मी आजारी होतो की काय? छान!'' कप उचलत खोट्या मनमोकळेपणाने माधव म्हणाला.

तोच बाहेर कुणाचीतरी पावले वाजली व आई बसल्याजागी अपराध्याप्रमाणे आकसली. रुक्मिणी बाहेरून आली होती. तिने येताना घडीची एक खुर्ची हातात आडवी धरून आणली होती. हुश्श करत ती तिने कट्ट्याला लावून ठेवली. पण तेथले सामान पाहताच ती चमकली. आत बसलेल्या माधवकडे दृष्टी जाताच तिचे डोळे मोठे झाले व गळ्याच्या शिरा आवळल्यासारख्या झाल्या. ती तशीच आत आली व तिने माधवच्या हातातील कप हिसकावून घेऊन बाजूला ठेवला.

माधवचे डोके एकदम भणभणू लागले व तो खाली पाहत गप्प राहिला. आता तापदायक काय घडणार हे त्याने ओळखले व कानावर होणाऱ्या आघातांची तो वाट पाहू लागला.

"माधव, तुला हज्जारदा सांगितलं ना, की इथं आलास, की या सोप्यावर पाण्याचा थेंब घ्यायचा नाही. चल, ऊठ,'' रुक्मिणी ओरडून म्हणाली.

"अग, पण रुक्मिणी, मी त्याची आईच आहे. कपभर चहा केला आहे, घेऊ दे त्याला तेवढा. राहायला-जेवायला तो तुझ्याकडेच येईल,'' आई काकुळतीने म्हणाली.

"होय, आई आहेस हे साऱ्या जगाला माहीत आहे,'' एकदम मन फाटल्याप्रमाणे रुक्मिणी म्हणाली, "माधव, तू माझ्याकडे राहावास म्हणून मी तुला तसं सांगत नाही. ते सारं तुझ्या हितासाठीच आहे. तुझ्यासाठीच फक्त मी तडफडते. इथलं सारं विषारी आहे. मी बाजूला नसताना तू जर इथं एकटा सापडलास, तर तुझं आयुष्य देखील जळून जाईल बघ.''

"तो तुझा तेवढा भाऊ नाही, माझा पण मुलगा आहे,'' आई चिडून म्हणाली; पण तिच्या शब्दांत धार नव्हती. आताच तिचे ओठ थरथरू लागले होते आणि डोळ्यांत पाणी आले होते.

"होय, म्हणूनच भीती आहे. दादा गेले, मुलीचं वाटोळं झालं. आता हा एकटा उरला. त्याचंही तसंच कर म्हणजे तू जिंकलंस. पण मी जिवंत आहे तोपर्यंत त्याचं तरी माझ्यासारखं होऊ देणार नाही.'' आईला हे सारे असह्य झाले आणि ती भिंतीवर डोके आपटून रडू लागली.

"असलं काही आक्रस्ताळी करू नको. तो महिनाभर आला आहे, तेवढं तरी त्याला सुखानं राहू दे. माधव, चल येथून,'' रुक्मिणी कर्कशपणे म्हणाली.

सारखे तापलेले शब्द. थेंब थेंब थेंब... माधवचे मन पिचल्यासारखे होऊ लागले. पण भोवती काहीच आवाज नव्हता. हे आताचे शब्द नव्हेत. पूर्वी शंभरदा होऊन गेलेल्या प्रसंगाचे एक भूत क्षणभर दिसून गेले. मेणाच्या डोळ्यांनी पाहत आई फक्त शांतपणे म्हणाली, "माधव, चहा राहू देत. तू जा.''

"ऊठ माधव," रुक्मिणी थरथरत म्हणाली आणि ठसठसणाऱ्या वेदनेने माधव खाली मान घालून तिच्या मागोमाग बाहेर आला. गुडघे दाबत आई उठली व तिने चहा तसाच न्हाणीत ओतला. नंतर तिने दरवाजा लावला. पण त्या पापणीआड ती साऱ्या अंगाने रडत असल्याप्रमाणे तिचे हुंदके माधवला जिना चढताना ऐकू येत होते.

माडीवर दोन सोपे होते व त्यांपैकी एकात रुक्मिणीने आपले स्वतंत्र स्वयंपाकघर केले होते. माधव माडीवर आला व सरळ पलंगावर पडला. दर खेपेला हे असले काहीतरी घडतेच हे माहीत असूनसुद्धा आपण कशाला आलो येथे? हा विचार त्याला सारखा जाचत होता. त्याचे सारे सामान रुक्मिणीने एकटीनेच जिन्याच्या पायऱ्यांवर ठेचाळत वर आणले. घडीची खुर्ची वर ओढत आणताना कोपऱ्यात तिची बोटे चेंगरली; पण तिकडे लक्ष न देता तिने ती प्रथम टेबलासमोर घातली. नंतर बोटांवर फुंकर घालत ती खुर्चीवर बसली आणि माधवकडे पाहून हसली. हसणाऱ्या रुक्मिणीकडे पाहून माधव चकित झाला. मघाची रुक्मिणी नाहीशी झाली होती. ही समोरची रुक्मिणी अगदी निराळी होती. छत्री घेऊन ओलसर चेहऱ्याने हसणारी, तिला स्पर्श करू पाहणारे झाडांचे काळे पंजे तिच्यापासून दूर गेल्याप्रमाणे दिसणारी. तिचा चेहरा आता अगदी शांत, गाळ तळाशी बसल्याप्रमाणे अगदी स्वच्छ होता आणि त्यावर त्याला अगदी लहानपणापासून परिचित असलेला भाबडा प्रेमळपणा होता.

"आवडली खोली तुला?" तिने विचारले. तिने मुद्दाम आणलेल्या टेबलावर एका बशीत अबोली-मोगऱ्याची फुले एकत्र घालून ठेवली होती आणि त्यामुळे बशीचा रंग तरुण गोऱ्या गालासारखा दिसत होता. तिने खोलीच्या खिडक्यांना गुलाबी पडदे लावले होते. या साऱ्यांकडे मुद्दाम पाहिल्यावर माधवला थोडे प्रसन्न वाटले आणि तो म्हणाला,

"वा! तू तरी अगदी आरास मांडल्याप्रमाणे सजवली आहेस खोली!" रुक्मिणी लहान मुलीप्रमाणे हसली. दहा मिनिटांपूर्वीचे जळमट जळून गेल्यासारखे झाले. ती उत्साहाने म्हणाली, "हे बघ माधव, सामान आपण नंतर सोडू. मी चहा आणते. तोपर्यंत तू विश्रांती घे थोडा वेळ." ती उठली व आत गेली. तिने चहा व एका ताटलीत खायला आणून ठेवले; पण माधवचे पोटच मेल्यासारखे झाले होते. त्याने थोडा चहा नावाला घेतला, एक चकली कुरतडल्यासारखी केली व तो गप्प बसला. रुक्मिणी तशीच थोडा वेळ बसून राहिली. नंतर तिने एक निःश्वास सोडला.

"आईचा चहा घेऊ दिला नाही, म्हणून तू रागावलास?" तिने उदासपणे विचारले.

हे देखील अनेकदा झाले होते आणि त्या साऱ्याने माधव अगदी दमून गेला होता. आता पुढे ती काय बोलणार हे देखील त्याला माहीत होते. इतक्या दिवसांच्या अनुभवाने कोणत्या वेळी कोण काय बोलणार हे त्याला कळून चुकले होते. ते सारे ठसठसणारे डाग आता निबर झाले होते. त्याची क्षणिक प्रसन्नता नाहीशी झाली व तो डोळे मिटून स्वस्थ पडून राहिला.

"इतकं तू पाहिलंस माधव; पण तुला अजून तिच्या स्वभावातलं विष कसं समजलं नाही?" रुक्मिणी म्हणाली, "अजूनही तुला तिच्याविषयी कशी ओढ वाटते? ती माझीसुद्धा आईच; पण निव्वळ स्वतःच्या लहरीसाठी तिनं माझं आयुष्य जाळून टाकलं, सदानंदविषयी अफवा पसरवल्या. तुला माहीत नाही, पण दहा दिवस तिनं मला कोंडून ठेवलं. अंग काळंनिळं होईपर्यंत तिनं मला मारलं. दादांचं आयुष्य काय झालं? तिला त्रासून ते घरातून कायमचे निघून गेले —"

माधवने डोळे उघडले व बोलण्यासाठी तो एकदम कुशीवर वळला. रुक्मिणीचा चेहरा आता पुन्हा ताणल्यासारखा झाला आणि कपाळावर फुगलेल्या शिरेमुळे गंधाची टिकली जागी झाल्याप्रमाणे झाली होती. त्याला ओरडून सांगावेसे वाटले, "दादा तिला त्रासून घरातून गेले नाहीत. ते गेले ते आपलं कृत्य लपवण्यासाठी!" पण लगेच त्याने हताशपणे विचार केला, सांगून तरी काय उपयोग? आतापर्यंत चारसहा वेळा तरी त्याने ती हकिकत सांगितली होती; पण त्याचा काहीही परिणाम झाला नव्हता. त्याला स्वतःच्या दुबळेपणाची फार चीड आली व तो ओठ दाबून गप्प राहिला.

दादा घरातून गेले हे खरे; पण ते त्यांच्या बँकेत तेरा हजारांचा घोटाळा झाला म्हणून. मग घरची अब्रू वाचवण्यासाठी थोरल्या काकांनी स्वतःचे पैसे घातले. आईने आपल्या जुन्या नथीसकट सारा गुंजतोळा त्यांच्या हवाली केला. म्हणून सारे भागले. पण तेव्हा दादा घरातून बाहेर पडले ते कायमचेच.

माधव बोलणार होता हे रुक्मिणीने पाहिले होते. लगेच त्याला थांबवत ती म्हणाली, "मला माहीत आहे तू काय म्हणणार ते. ते सारं विष आईनंच तुझ्या मनात भरवून दिलं आहे. पाहिलंस, एकेकाला निराळे करून ती कशी चिरडत आहे! म्हणून मी म्हणते, तू तिथं जाऊ नकोस. मी नसता तेथे एकटाच जाऊन बोलत बसू नकोस. तुला तिनं माझ्यापासून निराळं केलं, की तुझं आयुष्यसुद्धा माझ्याप्रमाणंच ती चिरडून टाकील. कुणाकडून तरी ती हजार बाराशे रुपये घेईल, एखादी उनाड किंवा लंगडी मुलगी तुझ्या गळ्यात बांधेल; पण म्हणावं, मी अद्याप जिवंत आहे. तू त्या दिवशी माझ्याकडून शपथ घेतलीस ना, म्हणून मी जीव तोडून धडपडते बघ. तू एकदा मार्गाला लागलास, तिच्या तावडीतून सुटलास, की मी मोकळी झाले बघ. मी आता फार दमून गेले आहे." बघताबघता रुक्मिणीचा चेहरा उदास झाला व ती टेबलावर डोके ठेवून रडू लागली.

"असं काय करतेस वेड्यासारखं?" माधव चिडून म्हणाला, "जा आता, जेवायला कर काहीतरी चमचमीत. लसणाची चटणी अशी कर की जीभ भाजली पाहिजे. ते तिथलं निर्जीव जेवण खाऊन मी अगदी बुळबुळीत भेंडी झालो आहे."

रुक्मिणीने डोळे पुसले व उठून ती हसली. अगदी लहान मुलीसारखी हसली व आत गेली. इतका वेळ अंगावर असलेला ताण एकदम सैलावल्याप्रमाणे माधव पुन्हा पडून राहिला. ही अशी प्रेमळ मुलगी. भिंतीला हात लावताच मोगरा फुलवणारी, एका मृदू

शब्दाने ऐकणाऱ्याच्या मनावर कशिदा काढणारी, ही अशी का झाली? तिच्या आयुष्यातील दोन्ही कडांना कसली काळी विषारी झाडे आहेत? कोणत्या झाडांच्या पंजाने तिला स्पर्श केला? आणि तो का? का?

तो प्रसंग घडला त्या वेळी माधव घरी नव्हता असे नाही. तो आई आणि रुक्मिणी यांच्याबरोबरच मामाच्या गावी गेला होता. तेथे दर वर्षी गोपाळकृष्णाचा मोठा उत्सव होत असे आणि आजूबाजूच्या गावांतून खूप माणसे तेथल्या मठात जमत. डोंगराच्या उतरणीवरील गर्द हिरव्यागार रंगात भूछत्राप्रमाणे उगवलेले ते गाव मठाच्या भोवती वाढले होते. मठाच्या गच्चीवर उभे राहिले, की पिवळी लाल काजूची बोंडे असलेल्या झाडामागे दूर समुद्राची थरथरती रेषा दिसे. तीन दिवस रंगीबेरंगी पोषाखात माणसे नाचत आणि मग पुन्हा एक वर्ष ते गाव आपल्या विचारात गढून जात असे. त्या वर्षी सदानंदही उत्सवाला आला होता. हे गाव सोडून गेल्यानंतर तो प्रथमच या बाजूला येत होता. तो आता शिकून मोठा झाला होता व म्हैसूरच्या एका कॉलेजात शिकवत होता. येथे असताना तो अनेकदा घरी येत असे. तेव्हापासूनच त्याला नृत्याची आवड होती. रुक्मिणीने किंवा माधवने विषय सुचवावा, मग उमलत्या फुलांच्या पाकळ्यांप्रमाणे बोटांची उघडझाप करत, आकर्षक हातवारे करत त्याने त्याला दृश्य स्वरूप द्यावे. सरोवरावरून हंस परत आपल्या घरट्याकडे येतो; सूर्य क्षितिजावर येतो व त्याच्या प्रकाशाने एकेक पक्षी, प्राणी स्वप्नातून जागा झाल्याप्रमाणे होतो; शेतकरी आकाशाकडे पाहतो, हलक्या पावलांनी आभाळ भरून जाते आणि पावसाच्या धारा सुरू झाल्या, की शेतातून कणसे आणि जमिनीतून फुले चटचट वर येतात... आता सदानंदने काही विद्यार्थी तयार केले होते व त्यांच्यासह तो उत्सवाला आला होता. उत्सव सुरू झाला. पण रुक्मिणी सदानंदबरोबर काजूंच्या झाडांत फिरत होती, असे कुणीतरी आईला सांगितले. तिने संतापाने सगळ्यांच्या समोर तिच्या थोबाडीत दिली व स्वतंत्र गाडी करून रातोरात ते सगळे परत आले. आईने रुक्मिणीला माडीवरच्या खोलीत ढकलले, बाहेरून कुलूप लावले. माधव संतापाने खूप बोलला.

"माधव, तुला यातलं फारसं माहीत नाही. तिला मी तळहातावरच्या फोडाप्रमाणं वागवलं आहे. अशी तिला वाऱ्यावर सोडायची माझी इच्छा नाही," आई शांतपणे म्हणाली.

सदानंद दुसऱ्या दिवशी घरी आला. त्या वेळी आईने माधवला देखील बाहेर येऊ दिले नाही. ती बाहेर आली आणि दारात उभी राहिली. तिने सदानंदला तेथूनच बाहेर पाठविले.

"रुक्मिणी भोळी आहे. तिला काही माहीत नाही. तू आता पुन्हा या घरी येऊ नकोस," ती म्हणाली. सदानंद काहीतरी सांगू लागला. त्याचा आवाज ऐकताच रुक्मिणी वर दारावर काहीतरी जोराने आदळू लागली. आईने सदानंदला काय सांगितले कुणास ठाऊक; पण त्याचा चेहरा चिडल्यासारखा झाला व तो खाली मान घालून निघून गेला.

वरच्या खिडकीतून रुक्मिणीने चिंबलेल्या आवाजाने दोन हाका मारल्या; पण त्याने मागे वळून देखील पाहिले नाही.

"आई, त्याला आत तरी येऊ द्यायचं होतं," नंतर माधव आईला म्हणाला. "त्यानं जर रुक्मिणीशी लग्न केलं असतं तर काय बिघडलं असतं! तो हुशार आहे, त्याला नोकरी आहे..."

आईचा चेहरा शरमेने काळवंडला व तिने दणादणा कपाळावर हात मारून घेतला. "हे बघ, मी मरून जर रुक्मिणी सुखी होणार असेल ना, तर चल, तू दाखवशील त्या विहिरीत मी या पावली उडी घेते. मला काही मन, आतडं काही नाही? तिला स्वतःचं सुखी आयुष्य मिळालं तर मी त्याच्या आड येईन? थोरले काका जर कधी भेटले तर विचार. माझ्या तोंडानं माझी लाज काढून घेऊ नको."

माधव चमकून गप्प राहिला. आई इतक्या आवेगाने बोलल्याचे त्याने कधी पाहिले नव्हते. तो वर गेला व त्याने कुलूप तोडले. शून्य डोळ्यांनी वर पाहत रुक्मिणी अंथरुणावर पडली होती आणि दारात उंबऱ्याजवळ तिच्या हातातील काकणांचा चुरा पडला होता. माधव आत येताच तिने त्याच्याकडे पाहिले नाही. तो तेथे तासभर बसला; पण ती कुशीवर देखील वळली नाही.

"रुक्मिणी, तुला थोडा चहा आणून देऊ का? कालपासून तू काही खाल्ले नाहीस," माधवने भीतभीत विचारले; पण शब्दच जळून गेल्याप्रमाणे ती गप्प राहिली. तिला कुणी उपाशी ठेवले नाही, की अंग निळेकाळे होईपर्यंत मारले नाही. स्वतः आई हातात ताट घेऊन दोनदा वर आली; पण रुक्मिणीने दोन्ही वेळा ताट जिन्यावरून फेकून दिले. नंतर आतल्या सोप्यावरची एक लांब टोकदार सुरी हातात नाचवत ती ओरडली, "आता तू पुन्हा इथं आलीस की ही मी छातीत खुपसून प्राण देते बघ."

नंतर आई घाबरून जिन्यावर देखील आली नाही. तीही रुक्मिणीबरोबर दोन दिवस उपाशी राहिली. तिसऱ्या दिवशी रुक्मिणीने थोडी भांडी गोळा केली व माडीवर आपले स्वतंत्र स्वयंपाकघर मांडले. तेव्हापासून ती अगदी बदलून गेली. मळकी, फाटकी पातळे नेसून ती तासन्तास कुठेतरी उगाचच जाऊन बसे. ती केस अगदी करकचून ओढून बांधू लागली आणि तिने कानातल्या कुड्या काढून फेकून दिल्या. अंगणातील फुले तर झाडावरच वाळून खाली पडू लागली. एक दिवस संध्याकाळी ती वाळूवर भटकत गेली व तेथल्या दीपस्तंभाजवळच्या खडकावर चढून पलीकडे उतरली. त्या वेळी भरतीची वेळ होती आणि मोठमोठे हिरवे फणे काढून पाणी वाढत होते. ती गुडघाभर पाण्यात असताना तेथल्या कोळ्यांनी पाहिले व आरडाओरडा करून तिला बाहेर काढले. दीपस्तंभाचे काम करणारा अन्तोन डिसूझा माधवला म्हणाला, "तुझ्या बहिणीला काय वेड लागलं की काय? आणखी दहा मिनिटांत सगळं खलास झालं असतं. जीव द्यायचा असेल तर पुढल्या खेपेला दुसरीकडे जा म्हणावं. नाहीतर नसतं हम्बग माझ्यामागे लागायचं."

हे असे झाले तरी तिला दोनचार तालेवार स्थळे आली. नाहीतरीं आजूबाजूच्या आठदहा गावांत तिच्यासारखी देखणी मुलगी दिसली नसती. तेथे वस्ती मुख्यत्वेकरून सारस्वतांची होती. त्यामुळे सकाळी सडा घालणाऱ्या किंवा रांगोळी काढणाऱ्या व्यक्तीकडे सहज पाहिले तरी कोणत्याही वस्तीत घरंदाज कुलीन सौंदर्याचे आठदहा चेहरे दिसत; पण रुक्मिणी जवळून गेली, की समवयस्क मुलीही हेव्याने तिच्याकडे पाहत. थोरल्या काकांनी खूप समजूत घालण्याचा प्रयत्न केला; पण रुक्मिणीचे एकच उत्तर असे : ''आता ते सगळं संपून गेलं. आईनं सारं उधळून लावलं. आता ती आपल्या मुलाचं लग्न कसं करते पाहते.'' मग थोरल्या काकांनी घरातून अंगच काढून घेतले. घराची दोन शकले झाली आणि ते मरून गेल्याप्रमाणे त्याच्यावरची कळाच नाहीशी झाली.

त्यानंतरच्या सुट्टीत माधव घरी आला व खाली राहिला. तो येऊन तास होतो न् होतो तोच रुक्मिणी धावत खाली आली आणि त्याच्या समोर उभी राहिली.

''माधव, इथं राहायचं नाही. वर चल,'' हातवारे करीत ती वेड्यासारखी म्हणाली.

''पण इथं राहिलं तर काय बिघडलं? असला काय वेडेपणा करतेस?'' माधव समजुतीच्या स्वरात म्हणाला, ''आता मी आलो आहे, मग निदान एक महिना तरी आपण सगळेजण एकत्र राहू.''

''इथं राहून मी जळाले. दादा गेलेच. आता तूच एकटा राहिला आहेस. तुला तरी मी इथं एकट्यानं राहू देणार नाही,'' ती हट्टाने म्हणाली. नंतर आई काहीतरी म्हणाली. माधवने सांगून पाहिले; पण तेच वाक्य ती सारखी घोळत राहिली. शेवटी ती वैतागाने म्हणाली, ''जर तुझी इच्छा असली तर तू रहा. मीच जिवाचं बरंवाईट काहीतरी करून घेते. माझ्या जिवंतपणी तरी तुझंही असंच काहीतरी व्हायला नको,'' हातवारे करत, पाय आपटत ती माडीवर निघून गेली.

''बघ बाबा वर जाऊन. आततायी पोरगी आहे ती,'' मटकन खाली बसत आई म्हणाली, ''खरंच काहीतरी करून घ्यायची.''

माधव वर आला आणि दारातच थिजल्यासारखा उभा राहिला. त्याचे पायच वितळल्याप्रमाणे झाले आणि त्याला एकदम भोवळल्यासारखे झाले. रुक्मिणीने चारपाच ठिकाणी अंगावर सुरीने जखमा करून घेतल्या होत्या व तिच्या पातळावरून खाली अंथरुणावर रक्ताचे ओघळ लागले होते. नंतर एकदम जिवंत झाल्याप्रमाणे माधवने आई म्हणून हाक मारली व तो धावत खाली आला. थोड्या वेळाने डॉक्टर चिकरमने आणि त्यांची बायको आली. स्वतंत्र माणूस पाठवून थोरल्या काकांना बोलावून घेतले. सारा वेळ एखादे भयंकर स्वप्न पाहत असल्याप्रमाणे माधव निश्चल बसून होता. डॉक्टर आणि थोरले काका नंतर खाली आले. डॉक्टर काकांना काहीतरी म्हणाले व निघून गेले. माधव धावत वर जायला निघाला. तेव्हा थोरले काका म्हणाले, ''तशी भीती नाही म्हणे. तू जाऊन ये वर; पण नंतर मला जरा बोलायचं आहे.''

पुष्कळशा पट्ट्या बांधून रुक्मिणी अंथरुणावर पडली होती. तिच्याकडे पाहताच माधवला कळवळल्यासारखे वाटले; पण एकदम रागही आला. त्याने आत जाऊन पुन्हा सुरी बाहेर आणली व चिडून ती रुक्मिणीपुढे धरली. तो म्हणाला, "रुक्मिणी, तुला मरायचं होतं ना, मग मर. ही घे सुरी. मग मी एकटा राहतो व मग मी देखील असंच काही करतो. संपून जाऊ द्या सगळंच एकदाचं." पण नंतर त्याने ती सुरी तेथूनच आत फेकून दिली, "मूर्ख बेअकली कुठली!"

रुक्मिणीने दमलेले डोळे उघडले व त्याचा हात धरला, "असं म्हणू नको रे. तू मरायचं नाव काढू नकोस. मला जगावंसं फारसं वाटत नाही. तुला एकट्याला कसं टाकेन मी? उलट तुझ्यासाठीच तर मला हट्टानं जगायचं आहे. तू एकदा मार्गाला लागलास, की मी सुटले बघ. अरे, आता मला जर मरायचंच होतं, तर सुरी कुठे खुपसून घ्यावी हे मला माहीत नव्हतं होय?"

माधव ऐकतच राहिला. आता वेडे कोण, आपण की रुक्मिणी, हेच त्याला समजेना. "पण आता असला मूर्खपणा कधी करणार नाही अशी शपथ दे. माझी शपथ." तो म्हणाला.

"तुझी शपथ रे, कध्धी नाही. तू तुझ्या मार्गाला लागून सुखी होईपर्यंत नाही," ती म्हणाली. तिने त्याचा हात सोडला व ती पुन्हा स्वस्थ पडली.

माधवला खाली येताना पाहून थोरले काका उठले व बाहेर अंगणात जाऊन उभे राहिले. माधवही तेथे आला आणि त्यांच्या शेजारी उभा राहिला.

"तिला आता भीती नाही," त्याच्याकडे न पाहता थोरले काका म्हणाले, "पण माधव, यापुढचं काही सांगवत नाही. मला वाटतं, आपण एखाद्या हॉस्पिटलमध्ये ठेवावं काही दिवस. ही दुसरी खेप. गेल्याच खेपेला खटला घालण्याची धमकी दिली होती पोलिसांनी. त्या वेळी दादाबाबा करून गप्प बसवलं त्यांना. मी तरी किती दिवस सांभाळणार सारं? तू मोठा झालास. आता तूच सारं ठरव. आईलाही विचार तुझ्या."

"आईला काय विचारायचं? तिच्यामुळं तर हे सारं सुरू झालं," माधव म्हणाला. थोरले काका एकदम चमकले. ते त्याच्याकडे वळले व रागाने म्हणाले, "मूर्खासारखं काही बोलू नको. तिच्याकडे पाहिलं की वाटतं, तिनं हातात पोतेरं घ्यावं आणि सरळ माझ्या तोंडावर मारावं, असल्या आयुष्यात मी तिला ढकललं. तिचं लग्न ठरवायला मी गेलो होतो. मी तिला मानानं इथं आणलं आणि इथं तिचं आयुष्य वाहतीला लागलं! पण एका कडू शब्दानं तिनं मला कधी बोलून दाखवलं नाही. काय माहीत आहे तिच्या आयुष्याविषयी तुला? नारायणाविषयी तुला ती तेरा हजारांची भानगड तेवढी माहीत असेल; पण नारायणाला कोणतं व्यसन नव्हतं? तुला माहीत नसेल, सदानंदाच्या आईशी त्याचा अनेक वर्षे —"

थोरले काका एकदम शरमले. त्यांचा चेहरा लालसर झाला. "जाऊ दे, ती अगदी

वाईट चालीची बाई, तिनं त्यातला पुष्कळसा पैसा गडप केला, हे तुला माहीत आहे? तुझी आई एक बाईमाणूस. तिनं दुसरं काय करायला हवं होतं रुक्मिणीच्या बाबतीत? तरी ती धैर्याची आहे. तू तिला विचारून बघ हवं तर. ती माझ्याकडे येऊन राहील. दहापंधरा माणसांच्या रगाड्यात तिचं ओझं व्हायचं नाही आमच्या घरात. पण रुक्मिणीला इथं ठेवणं धोक्याचं आहे. नंतर कधीतरी ती आपला जीव घेईल किंवा आईला तरी मारेल. पाहा, तू इथं असेपर्यंत विचार करून काहीतरी ठरवून टाक.''

माधवचे लक्ष त्यांच्याकडे राहिले नाही. एकदम आघात झाल्याप्रमाणे तो बधिर होऊन राहिला होता. झोपेत असल्याप्रमाणे तो आत आला व सुन्न, निर्जीव मनाने त्या कट्ट्यावर बसून राहिला. रात्री त्याने आईजवळ तो विषय काढला. ती कोपऱ्यातील शिंक्यात एक भांडे ठेवत होती – ती फिरून उभी राहिली व घाबरून तिने उघड्या तोंडावर बोटे ठेवली.

''रुक्मिणीला खुळ्यांच्या दवाखान्यात ठेवायचं? अरे, तिथं म्हणे चाबकानं मारतात, लाल पळ्यांनी डाग देतात. तिला तिथं पाठवू नको रे. तिला इथंच राहू देत, अगदी तिच्याच मनासारखं.'' नंतर तिचे डोळे ओले झाले. एकेक गोष्ट हाताने प्रत्यक्ष बाजूला सरकवत असल्याप्रमाणे हातवारे करीत ती म्हणाली, ''तू तिच्याकडेच राहायला पाहिजेस ना? मग अगदी तिच्याकडेच राहत जा, माझ्याकडे येऊ नको, मग तरी झालं? मला नवरा नको, मुलगा नको आणि मुलगीही नको. राहीन मी एखाद्या महारोग्यासारखी. नशिबात भोग आहेत, तोपर्यंत राहते आणि मग जाते निघून.''

जणू आयुष्यानेच तिला तेथे ढकलल्याप्रमाणे ती अगदी कोपऱ्यात उभी होती. सारेच हिरावून गेले आहे, आता कसली भीती? असा असहाय ताठरपणा तिच्यात होता. माधवने पाहिले – ती थोड्या वयस्कर रुक्मिणीप्रमाणे दिसत होती. तेवढीच उंच; परंतु, आजूबाजूला वेडावणाऱ्या झाडांना पाहून, अगदी घाबरून जाऊन कोपऱ्यात उभारणारी. एखादी सळक अंगातून जावी त्याप्रमाणे माधवला थोरल्या काकांनी सांगितलेली माहिती आठवली; पण आपणाला ती समजली म्हणताच ती शरमेने आकसेल म्हणून माधव गप्प राहिला; पण तिच्या आणि स्वतःच्या दाट शरमेने त्याचे मन मात्र मलीन झाले.

तेव्हापासून माधव इकडे आला, की रुक्मिणीकडे राहत असे. आणलेले कापड, पातळ किंवा मधाची बाटली देण्यापुरता तो आईकडे येई. दोनचार औपचारिक प्रश्न विचारीत असे. सारा वेळ रुक्मिणी खांबाप्रमाणे दाराजवळ उभी असे. असल्या निर्जीव बोलण्याने वैतागून आई, माधव गप्प बसत. माधव जायला निघाला, की थोडा वेळ दरवाजा उघडा असे. काही न बोलता आई बघत उभी राही व तो निघून गेला, की दरवाजा पुन्हा सातआठ महिने बंद होत असे. कधीतरी अगदीच न राहवून आईने काहीतरी खायला समोर ठेवले, हातात चहाचा कप दिला, की जुनी जखम उलल्याप्रमाणे रुक्मिणी भडकत असे व मग आईच डोळ्यांत पाणी आणून माधवला 'जा बाबा येथून' म्हणून सांगत असे...

नुकताच झालेला मनस्ताप अजून पुसला नव्हता; पण माधवला पडून राहण्याचा कंटाळा आला. तो उठला व त्याने आपली बॅग उघडली. त्यातून त्याने रुक्मिणी व आई यांच्यासाठी आणलेली पातळे बाहेर काढली व कॉटवर ठेवली. नंतर आठदहा पुस्तके काढून टेबलावर मांडली. खालच्या पॅडमधून एक पत्र व फोटो काढला; पण नंतर पत्र खाली ठेवून फोटो तेवढाच उचलला व बॅग बंद केली. त्याच वेळी टॉवेलला हात पुसत रुक्मिणी बाहेर आली व म्हणाली, ''अरे, तुला टोमॅटोची कोशिंबीर चालेल?'' ती येताच माधवने लगबगीने फोटो एका पुस्तकात घातला व म्हटले, ''वा, चालेल की!'' पण फोटो ठेवत असता रुक्मिणीने पाहिले होते.

''माधव, कुणाचा रे फोटो, बघू तरी,'' एकदम हसत ती म्हणाली व तिने ते पुस्तक उचलले, ''अरे, हा तर शुभा नाडकर्णीचा फोटो. अस्सं! म्हणजे हे सारं माझ्यापासून लपवून ठेवलं होतं का माधवराव?'' रुक्मिणी खुर्चीवर बसली आणि फोटोकडे काळजीपूर्वक पाहू लागली. ''आणि ही दिवटी तर कशी आहे बघ? इतक्या वेळा भेटते; पण कारटीनं एका शब्दानं मला पत्ता लागू दिला नाही. तू हिच्याबरोबर सुखी होशील असं तुला वाटतं ना?''

माधवने मान एकदम खाली केली व रुक्मिणीकडे त्याला पाहवेना. आपल्या लग्नाच्या कल्पनेने ती इतकी खुलली याचा त्याला अचंबा वाटला. या आधी त्या मुली आईने निवडल्या – पसंत केल्या – एवढ्याच एका कारणासाठी ती तणतणत त्यांच्या घरी गेली होती व अगदी ठरलेले लग्न दोन ठिकाणी मोडून ती परतली होती. तीच ही रुक्मिणी. त्याला वाटले, रुक्मिणीला आपण इतकी वर्षे पाहतो; पण खरी रुक्मिणी आहे तरी कोणती? जणू तिला उचलून नेण्यासाठी खालीखाली येणाऱ्या फांद्यांमधून धीटपणे पुढे येणारी? की अंगावर सुरीने कचाकचा ओरखडे काढून घेणारी? की एखादे गाणे म्हणत असता मध्येच व्याकूळ-स्तब्ध होणारी? की आईला पाहताच विषारी शब्दांचे थेंब टाकणारी? केस करकचून बांधणारी, कर्कश ओरडणारी, की ही प्रेमळ आवाजाची, मोगऱ्यावर सूर्यप्रकाश पडल्याप्रमाणे वाटणारी हसरी, उमललेली रुक्मिणी? या साऱ्या आकृती दिसतात, एकमेकांत मिसळून जातात व खरे असे काही समजतच नाही.

''अरे, त्यात लाजायचं काय?'' त्याची मान खाली गेलेली पाहून रुक्मिणी म्हणाली, ''हे बघ माधव, मी काही तुझ्याइतकी शिकलेली नाही; पण एक सांगू? सुख आपल्या पायरीपर्यंत येण्याची वाट पाहू नये. ते जिथं असतं तिथं जावं लागतं, तिथंच ते वेचावं लागतं. त्यात मान-अपमानाचा प्रश्न नाही. ही शुभा शहाणी मुलगी आहे. ती तुला आयुष्यात आधार देईल, असं मलासुद्धा वाटतं. मीच तुला तिच्याविषयी एकदा विचारणार होते. अशी मुलगी आली, तू तुझं आयुष्य सुरू केलंस, की मी सुटले बघ. खरं सांगू, हे माझं आयुष्य मला ओझ्यासारखं वाटतं. संपून जावं ते एकदा; पण तुला ती शपथ दिली आहे ना?'' क्षणभर ही रुक्मिणी नाहीशी झाली – तिच्याजागी आपल्या एकाकी

खोलीत तासन्तास कुढत बसणारी रुक्मिणी दिसली; पण तीही निघून गेली. पूर्वीचा हसरा चेहरा पुन्हा दिसला. ''ते जाऊ दे. आज संध्याकाळी मी नाडकर्णींकडे जाऊन कळवून येते. मग सकाळी आपण दोघे तिकडे जाऊ.''

''पण तेथे फोटोविषयी काही बोलू नको,'' माधव म्हणाला. त्याने क्षणभर विचार केला व भीतभीत विचारले, ''आईलाही एकदा विचारून-सांगून पाहावं, नाही?''

हसरा चेहरा गेला. नितळ स्वच्छ डोळेही मावळले. कडू अनुभवाने विटून गेलेला, कुत्सित चेहरा माधवच्या समोर आला.

''विचार हवं तर,'' रुक्मिणी म्हणाली, ''पण मी आताच सांगते, ती चक्क नको म्हणून सांगणार. तिला नाडकर्णींकडून एक पै मिळायची नाही. ती कशाला हो म्हणेल? हजार दोन हजार रुपये मिळायच्या आशेनं तिनं त्या उनाड वासंतीला, उद्यावरच्या लंगड्या वसुंधरेला पसंती दिली होती. बघ हवं तर. उद्या मग तूच म्हणशील, रुक्मिणी, तुझंच खरं ठरलं! आईचा स्वभाव मला कधी समजलाच नाही म्हणून!''

माधवने जेवण केले व संध्याकाळपर्यंतचा वेळ ढकलण्यासाठी आणलेल्यांपैकी एक कादंबरी त्याने चाळायला सुरुवात केली. थोडी पाने वाचल्यावर त्याच्या मनात एक लहरी कल्पना आली. त्याला वाटले, आपण, रुक्मिणी, आई, ही खरी माणसे नसून एका कादंबरीतील पात्रेच आहोत. उलट, कादंबरीमधील माणसे ही खरी माणसे आहेत आणि ती पुस्तकातील पानांच्या खिडकीत गर्दी करून आपल्याकडे लक्ष देऊन पाहत उभी आहेत! त्या कल्पनेने त्याला बराच वेळ खेळवले. नंतर त्याचे डोळे जड झाले व त्याला नकळतच त्याच्यावर अस्वस्थ व अपराधी झोपेची झापड पडली.

आणि दुसऱ्याच दिवशी सकाळी अगदी रुक्मिणीने म्हटल्याप्रमाणे झाले. सकाळी नाडकर्णींकडे जाताना माधव आईकडे गेला व रुक्मिणी दारात त्यांच्याकडे पाठ करून बाहेर पाहत उभी राहिली.

''नाडकर्ण्यांची शुभा?'' आई मोठ्याने म्हणाली, ''तुला काय वेड लागलं की काय? अरे, पायावर भिंगरी असलेली मुलगी ती. तिचा पाय घरात एक मिनिट टिकत नाही. ती काय संसार करणार? मला विचारशील तर हे काही पसंत नाही बाबा.''

त्यांच्याकडे तोंड न वळवता रुक्मिणी कुत्सितपणे हसली. ''बरोबर आहे माधव, इथं काही खालच्या हातानं हजार दोन हजार रुपये येणार नाहीत. तुला सुखाचं होतं की नाही हा प्रश्नच नाही.''

''त्या मुलीविषयी तू विचारसुद्धा करू नकोस,'' तिच्याकडे दुर्लक्ष करून आई म्हणाली, ''त्या माणसांचा खरं म्हणजे फार अपमान झालाय; पण हवं तर वासंतीविषयी पुन्हा विचारू का बघ. कुणालातरी पाठवता येईल. तिकडे जाऊन संध्याकाळपर्यंत तो परतसुद्धा येईल.''

''माधव, ही मुलगी तुला माहीत आहे. इथं तुझ्या आयुष्याचा प्रश्न आहे. तेव्हा तू

सारं स्वतः ठरव. बाकीचे वाटेल ते म्हणू देत. तुझ्या मनात जर हिच्याशी लग्न करायचं असेल, तर दुसऱ्या मुलीविषयी कसे प्रयत्न होतात ते मी पाहते,'' रुक्मिणी कर्कशपणे म्हणाली, ''चल आता, तुला पाहायचं होतं ना विचारून? ते काम झालं. मी तुला कालच सांगितलं होतं, की हे सारं असं घडणार म्हणून.''

रुक्मिणी आणि माधव नाडकर्णींच्या घरी गेले. सारे काही रुक्मिणीच्या मनाप्रमाणे ठरले – आणि लग्न सुरळीत पार पडले. रुक्मिणीनेच सारा पुढाकार घेतला. निरनिराळ्या जरी-पातळांत ती मिरवली. कोळ्यांच्या जाळ्यांप्रमाणे अगदी ओढून बांधलेल्या केसाऐवजी तिने सैलसर आंबाडा बांधला आणि दोन दिवसांपुरत्या कानांत कुड्या अडकवल्या. नाडकर्णींची शुभा शंभरात उठावदार मुलगी; पण रुक्मिणीच्या शेजारी ती प्रदर्शनामधील काकडीप्रमाणे जाड निबर दिसली. आई फक्त अक्षता टाकण्यापुरती आली होती. थोरले काका सारा गोतावळा घेऊन आले; पण ते अगदी तिऱ्हाइताप्रमाणे वागले. रुक्मिणीने ठरवून दिलेल्या गोष्टी त्यांनी अलिप्तपणे केल्या आणि माधवला, ''येतो रे, सुखानं राहा,'' असे सांगून त्याच दिवशी ते निघून गेले. घरावर चढलेला उत्साहाचा नवा साज कुणाला नकळत हलक्या पावली निघून गेला आणि ते घर पूर्वीप्रमाणेच हाडांच्या सांगाड्याप्रमाणे निर्जीव, उदास दिसू लागले.

शुभाच्या भावाचे लग्न आणखी एक महिन्यातच होते. तेव्हा तिने नंतर जावे असे ठरले व माधव परत जायला निघाला. सकाळपासून रुक्मिणीची धडपड सुरू झाली. तिने त्याची बॅग भरली. थर्मास धुऊन ठेवला. माधवला मिळालेल्या भेटी तिने एका लहान खोक्यात घालून तो व्यवस्थित बंद केला. वळकटीची दोरी जुनी झालेली पाहताच तशीच बाजारात जाऊन तिने नवी दोरी आणली. त्याला लागणारी भांडी तिने गोळा केली व थोडी आईकडून मागून आणली. तिच्याशी बोलताना आता रुक्मिणीचा आवाज सौम्य झाला होता. अखेर माधव तिच्या तावडीतून सुटला होता. तो तरी आपल्या सुखाच्या मार्गाने चालू लागला होता. परंतु माधवचे परटाकडे गेलेले कपडे मात्र अद्याप आले नव्हते. परीट तीन वाजता येणार होता; पण आता चार वाजून गेले तरी त्याचा पत्ता नव्हता. रुक्मिणी दहादा खिडकीकडे गेली, दहादा उतावीळपणे परतली. तिने परटाला चिडून शिव्या दिल्या व शेवटी पायात वहाणा अडकवून ती स्वतःच कपडे आणायला निघाली.

''अग, पण येईल तो. इतकी घाई कशाला?'' माधव म्हणाला, ''या संध्याकाळपर्यंत तो केव्हाही आला तरी चालेल की. कशाला त्रास घेतेस एवढा?''

''त्रास कसला रे त्यात? आणि यापुढं का असला त्रास वरचेवर होणार आहे? तू आता पुढं इतक्या वेळा कशाला येशील? आता तुला संसार आहे, बायको आहे, मुलंबाळं येतील, त्यात तू रमून जाशील,'' रुक्मिणी एकदम व्याकूळ होऊन म्हणाली, ''मलाही पुष्कळदा वाटतं, तू आता इथं येऊ नयेच. अगदी धडपडून मी तुला जपलं; पण आता तुम्हा दोघांनाही इथं जपणं मला जमणार नाही. मी अगदी दमले आहे. येथून दूर – तिकडेच तू

सुखानं राहावंस. मला फारफार आठवण होईल तुझी. पण माझं काय रे, मला त्याचीही सवय होईल. शिवाय मी नंतर कधीतरी येऊन जाईन तुझ्याकडे तुला संसारात अडकलेला पाहायला.'' रुक्मिणी थोडी हसली; पण ती हसली नसती तर बरे झाले असते असे माधवला वाटले. त्यामुळे तिचा उदास चेहरा जास्तच आर्त झाला आणि तिच्या स्वतःच्या आयुष्याचा सारा रितेपणा डोळ्यांच्या कोपऱ्यांना पडलेल्या सुरकुत्यांत स्पष्ट दिसून गेला.

ती झपझप पायऱ्या उतरून निघून गेली. माधव तसाच थोडा वेळ बसून राहिला. त्याचे मन हुरहुरीने भारावल्यासारखे झाले. आता हे घर कायमचे बंद झाले? येथे यायचे नाही? मग लहानपणापासून आपल्याबरोबर सावलीप्रमाणे असलेल्या या भाबड्या, गुंतवळलेल्या बहिणीचे पुढे काय होणार? आणि आयुष्य एक विषारी वस्त्र असल्याप्रमाणे त्याचाच एकेक धागा दरवाजाआड उसवत बसलेल्या आईचे? आता दादा कुठे असतील? ते हयात तरी असतील का? ते फार व्यसनी असतीलही; पण ते आकाशदिवे फार सुंदर करत. एकदा खेळायला कुणी नाही म्हणून आपण एकटेच बसलो असता ते लहान मुलाप्रमाणे भर रस्त्यावर आपल्याशी गोट्या खेळले होते. ते कुठे असतील आता? त्यांना जेवताना अगदी लहान का होईना, पानात लिंबाची फोड लागे. झोपताना शेजारी तांब्याच्या भांड्यातच पाणी लागे. आता त्यांना हे सारे कसे मिळत असेल?

हे सारे आठवताच माधवला स्वतःचे सुख फार स्वार्थी वाटले. आपल्या अंगावर नव्या सुखाचे वस्त्र पडले व त्यामुळे या सगळ्यांपासून घराने आपणाला दूर ढकलले असे त्याला वाटू लागले. त्याला तेथे एकटे बसवेना. तो पायऱ्या उतरून खाली आला. लहानपणी आईचा डोळा चुकवून खेळायला जायचे असले म्हणजे तो जसा निसटत असे, त्याप्रमाणे एकच दरवाजा थोडा उघडून तो आत आला आणि संध्याकाळच्या खाण्यासाठी शेंगदाणे सोलत बसलेल्या आईसमोर तो एका खोक्यावर बसला.

''आई, मी उद्या सकाळी जाणार आहे,'' तो विसकटलेल्या मनाने म्हणाला, ''आता पुन्हा कधी यायला मिळतं ते बघावं.'' आईने मान हलवली; पण ती काही बोलली नाही. ''मला वाटतं, तुम्ही दोघींनीही नंतर महिनामहिना येऊन जावं माझ्याकडे.''

''मला आता तसलं काही उरलं नाही. तू मात्र काळजीपूर्वक, प्रकृतीला सांभाळून राहा म्हणजे झालं,'' निःश्वास सोडत आई म्हणाली, ''आता मी येथून बाहेर पडायची म्हणजे आडवी होऊनच. तिला मात्र घेऊन जा कधीतरी. तिला कुठं जायला मिळत नाही. शिवाय तुझ्यावर तिचा फार जीव आहे. माझी सावली देखील पडू नये म्हणून तुला तिनं इतकं जपलं, आपल्या पसंतीनं तुझं लग्न केलं आणि तुझं आयुष्य सुरक्षित केलं. ती स्वतः देखील मार्गाला लागली असती तर बरं झालं असतं. वाटलं होतं, तुझं लग्न होईल, तिचाही संसार उभा राहील आणि नातवंडांच्या फळांच्या ओझ्याखाली मी सुखानं आडवी होईन; पण तसं कुठलं व्हायला! हजारात एक अशी ती मुलगी, पायात सोन्याचे

तोडे शोभणारी; पण सगळं अगदी विसकटून गेलं आणि शेवटी झालं काय, तर तुझ्या वाट्याला बहीण राहिली आणि माझी मुलगी मात्र माझ्या वाट्याला मरून गेली.''

''पण निदान हे लग्न तरी सुखरूप पार पडलं. ती माणसं देखील समजूतदार निघाली, हे नशीबच म्हणायचं,'' माधव म्हणाला.

''होय रे; पण ते सारं आधी ठरल्याप्रमाणं झालं म्हणून,'' आई म्हणाली, ''परंतु थोरल्या काकांनी सारं ठरवलं आहे, मला मुलगी पसंत आहे, हे तिला नुसतं समजलं जरी असतं, तरी तिनं पूर्वीप्रमाणंच सारं उधळून टाकलं असतं. आता घरात नक्षत्रासारखी मुलगी आली आणि निदान तुझं आयुष्य तरी सोन्याचं झालं.''

दार उघडले व दारात सावली पडली. तेथे हातात कपडे घेऊन रुक्मिणी उभी होती. तिचा चेहरा पाहताच माधव चरकला. सारे बोलणे तिने बाहेरून ऐकले हे त्याने ओळखले व तो एकदम उठून उभा राहिला. क्षणभर कुणी काही बोलले नाही. रुक्मिणीने हातातील कपडे शिंक्याजवळच्या पेटीवर ठेवले व ती तेथेच उभी राहिली. तिचे डोळे मोठे ताठरल्यासारखे झाले आणि तिच्या हाताची बोटे सारखी उघडमीट करू लागली.

''म्हणजे सारं असं होतं तर!'' ती कोरड्या व निर्जीव आवाजात म्हणाली, ''हे सारं नाटक होतं तर माधव? जीव तोडून मी तुझ्यासाठी इतकं केलं आणि शेवटी मला एकटीला टाकून तू तिला सामील झालास! माझ्याकडून शपथ घेतलीस आणि तूच शेवटी मला असं मारलंस!'' तिच्या आवाजात चीड नव्हती. लावलेली वात जळत जाऊन काळवंडून जावी त्याप्रमाणे तो शब्दाशब्दाने पुढे सरकत मरत असल्यासारखा वाटत होता. ''तुला शोभलं ना हे माधव? आई, शेवटी तूच जिंकलंस. माझा पराभव झाला. मीच हरले.''

मुठी घट्ट आवळून रुक्मिणी सोवळ्याच्या काठीप्रमाणे ताठ, निर्जीव उभी होती. त्या सुन्न क्षणी देखील माधवला वाटले, त्याच कोपऱ्यात उभी असलेली रुक्मिणी अगदी आईसारखीच दिसते. आतल्या धगीमुळे चुरमडत असल्याप्रमाणे ओढलेला चेहरा, गोठलेले डोळे, किंचित थरथरणारे ओठ – सारे काही अगदी तसेच आहे. पण तो लगेच भानावर आला आणि अपराधी चेहऱ्याने म्हणाला, ''रुक्मिणी, पण ऐकून तरी घे. हे बघ –''

पण रुक्मिणी त्याच्याकडे लक्ष न देता, काहीच न पाहणारे भकास डोळे त्याच्यावर रोखून स्तब्ध उभी होती. जणू आईने दिलेले शरीर तिच्याच चेहऱ्याच्या शिक्क्यानिशी तेथे फेकून रुक्मिणी अगदी पूर्णपणे संपून गेली होती.

साधना दिवाळी अंक १९६२

# सो ड व ण

डॉक्टर दादा फाटक अस्ताव्यस्त, मळक्या अंथरुणावरून उठले; पण उठताना बाजूला सिगारेटची थोटके ठेवलेल्या बशीला त्यांचा धक्का लागला व ती खाली पडून पसरली. त्यांनी निर्विकारपणे त्यांच्याकडे पाहिले व ते उठून आरशाकडे आले. अगदी तिऱ्हाइताप्रमाणे त्यांनी स्वतःच्या चेहऱ्याकडे पाहिले व त्यांना वाटले, अगदी गुन्हेगाराचा चेहरा! इंग्रजी डिटेक्टिव्ह मासिकात येतात, तसला. रुंद, सैलावलेला. डोळ्यांखाली उतरलेल्या जाड मांसाची वर्तुळे. दाढीचे पांढरे खुंट थोडे वाढलेले. ते तेथे फार वेळ थांबले नाहीत. ते खिडकीपाशी आले व दोन्ही हात गजांवर ठेवून बाहेर पाहू लागले.

रस्त्यावर अद्याप गर्दी नव्हती. समोरचे सिगारेटचे दुकानही अजून बंदच होते. फाटकांची जीभ सतत सिगारेटमुळे कडवट झाली होती; पण आता आपल्याजवळ फक्त एक सिगारेट आहे, दुकान उघडताच एक पाकीट आणून ठेवले पाहिजे, हे ते विसरले नाहीत. रस्त्यावरून एक छोटी मुलगी गिरणीहून पिठाचा डबा घेऊन निघाली होती. ती मध्येच ठेचाळली व पसाभर पीठ रस्त्यावर सांडले. तिने बावरून इकडेतिकडे पाहिले. तिची दृष्टी वरच्या बाजूला फाटकांकडे गेली. तिने डबा सावरून दुसऱ्या बाजूला घेतला व ती पूर्वीपेक्षाही लगबगीने निघून गेली. फाटक चटकन मागे आले. त्या मुलीनेदेखील अगदी ओळखले, आपण एक गुन्हेगार आहो म्हणून. खिडकीच्या गजांमधून आपला चेहराही एखाद्या कैद्यासारखाच दिसला असला पाहिजे. आता साऱ्या चेहऱ्यावरच तो शिक्का कायमचा पडून गेला आहे – खुनी!

त्यांनी आपला चष्मा उचलला व जिना उतरून ते खाली आले आणि सोप्यालाच असलेल्या आपल्या दवाखान्यात खुर्चीवर बसले. एका बाजूला बाटल्या भरलेले एक लहान कपाट होते म्हणूनच त्याला दवाखाना म्हणायचे. त्याही फाटकांनी कधी फेकून दिल्या नाहीत म्हणूनच राहिल्या. बाहेरचा बोर्ड एकदा वाऱ्याने उडून पडला, तो त्यांनी

पुन्हा बसवलादेखील नाही. फाटकांनी चष्मा टेबलावर ठेवला व टेबलावर बोट ओढून पाहिले, तो रुंद, स्पष्ट रेषा उमटली. म्हणजे कालही रावजीने केर काढलेला दिसत नाही. त्यांनी फूःफूः करून धूळ झाडली व ते उदासपणे बसून राहिले. मध्येच त्यांनी आपल्या हाताची बोटे रुंद पसरली व त्यांकडे विमनस्कपणे पाहिले. ही बोटे जाड, आखूडसर, वयस्क आहेत. हीच अगदी आपल्या आईची बोटे. घरकाम करून तिची बोटे वाकड्या नखांची, खरबरीत झाली होती; परंतु तिने जुनेऱ्याची घडी घालून त्यावर टीप घातली, की स्वच्छ धुतलेले तांदळाचे दाणे रांगेने मांडावेत त्याप्रमाणे टाके पडत. शिळी भाकरी कशीबशी ताकात कुसकरून तिने पुढे ठेवली की पोट भरत असे. तिने लावलेले झाड कधी मेले नाही, की तिने कडेवर घेतलेले मूल कधी रडले नाही. आईने आपल्याला पुष्कळ दिले; पण या तिच्याच बोटांना आपले यश द्यायला मात्र ती विसरली!... त्या बोटांची फाटकांना जणू एकदम शरम वाटली व ती लपवण्यासाठी त्यांनी दोन्ही हात डोक्यामागे धरले. युद्धकाळात नोकरीमुळे आफ्रिका, ब्रह्मदेशमध्ये प्रवास झाला. रखरखीत वाळवंटात अंग वितळत असता, गर्द दमट झाडाझुडपांत ते उबत असता, त्यांनी सोळासोळा तास काम केले. नंतर अतिशय उत्साहाने त्यांनी येथे व कँपमध्ये दोन दवाखाने सुरू केले. नवी मासिके आणून आपल्या धंद्यात नवेनवे काय घडत आहे याचा त्यांनी सतत अभ्यास ठेवला. त्याच वेळी शालूदेखील त्यांच्या आयुष्यात हसली. रामदास दिवगीने एक दिवस सहज तिची ओळख करून दिली आणि योगायोगाने त्यांचा हात हव्या त्या स्विचवर पडल्याप्रमाणे ती हसली होती. फाटक एकदम गोंधळले. कपड्यांकडे फारसे लक्ष न देणाऱ्या फाटकांना त्या दिवशी सुरकुतलेल्या सुती सुटात फार अस्वस्थ वाटले, पायांतील जुने बूट एकदम ओझ्यासारखे वाटू लागले; पण नंतर तासभर ती आपुलकीने बोलत – नव्हे ऐकत बसली. फाटकांनी तिला आफ्रिकेतील आपले अनुभव सांगितले. पाहतापाहता ते तिला आपण दहा वर्षांत एक छोटे हॉस्पिटल कसे काढणार आहो हे सांगू लागले. रामदास इतका जुना मित्र; पण त्यालादेखील फाटकांनी आपली ती कल्पना सांगितली नव्हती.

फाटकांच्या ज्ञानाविषयी इतरांना फार दबदबा वाटू लागला. अनेकजण त्यांना आपल्याबरोबर तपासणीसाठी घेऊन जात, त्यांच्या निदानाप्रमाणे औषध देत; पण खुद्द त्यांचेच दवाखाने मात्र रिकामेच राहिले. एखाद्या रोग्याशी ते बोलू लागले, की तो बावरल्यासारखा होऊन अंग चोरत असे. मग घाईघाईने दोन दिवसांचे पैसे देऊन जात असे; पण परत मात्र तो पुन्हा कधी येत नसे. बाहेरच्या बाकावर रावजी जांभया देत बसू लागला. महिनान्‌महिना कुणी न येता जाऊ लागला. दोनचार जुने वर्गमित्र कधीतरी इंजेक्शने घेत, 'फ्ल्यू'वर गोळ्या घेऊन जात, इतकेच. पुष्कळदा पोस्टाने नव्या औषधांच्या जाहिराती येत. कधीतरी एखादा एजंट येऊन पंधरा मिनिटे बोलत असे; पण शेवटी नमुना म्हणून फुकट द्यायची बाटलीसुद्धा पुन्हा सूटकेसमध्ये घालून परत जात असे.

शेवटी ते लोकदेखील येण्याचे बंद झाले. फाटकांनी कँपमधला दवाखाना बंद केला आणि याच ठिकाणी ते तासन्तास बसून मनात कोळ्याची जाळी बांधू लागले.

पायरीवर कुणाचीतरी पावले वाजली म्हणून त्यांनी पाहिले. एक खेडवळ माणूस आठदहा वर्षांच्या मुलीला हाताला धरून उभा होता. त्या अशक्त मुलीला पाहताच फाटकांच्या पोटात भीतीचा गोळाच उठला व त्यांचा हात थरथरू लागला. हा माणूस वर चढून आपल्याकडे येऊ नये, त्या मुलीला तपासा असे त्याने म्हणू नये, असे एकदम त्यांना वाटू लागले. ''हे डॉक्टर दाते कुठं राहतात?'' हातातली चिठ्ठी दाखवत त्या माणसाने विचारले. ते ऐकून फाटकांच्या मनावरील ताण एकदम कमी झाला. जा जा, दातेकडे जा, देशपांडेकडे जा, कुणाकडेही जा; पण माझ्याकडे मात्र येऊ नकोस. मुलीला विशेष काही झाले नाही. फक्त कावीळ आहे थोडी. पण महिन्यात बरी होईल. मात्र माझ्याकडे येऊ नकोस...

दातेंचा दवाखाना रस्त्याच्या अगदी टोकाला; पण आत गेलेल्या लहान रस्त्याला होता. फाटकांनी त्या माणसाला माहिती सांगितली व ते पुन्हा खुर्चीवर बसले. आता एखाद्या लहान मुलीकडे पाहण्याचे देखील धैर्य आपल्याला कधी होणार नाही, मग औषध देणे तर दूरच, हे त्यांना जाणवले. प्रत्येकीकडे आयुष्याचा एक तुकडा गहाण आहे. त्याची सोडवण आता या जन्मी होणार नाही आणि आपला प्राण तर पाण्यावर तरंगणाऱ्या भेंडाच्या मोळीखाली कायम दडपून गेला आहे.

दाते डॉक्टरांचे नाव ऐकताच, त्यांनी काल रात्री पाठवलेल्या चिठ्ठीची फाटकांना आठवण झाली. टेबलावरील दोनचार मळके कागद उलथेपालथे करून त्यांनी ती शोधून काढली व उगाच पुन्हा वाचून पाहिली; पण त्यांनी आपल्याला कशाला बोलावले आहे हे त्यांना समजेना. कसल्यातरी केसविषयी विचारायला?... पण हा विचार मनात येताच, न जाण्याचे त्यांनी ताबडतोब ठरवून टाकले. जीवनाचा जेथेजेथे प्रश्न आहे, तेथेतेथे आपल्या बोटांना यश नाही; पण दुसऱ्या कशासाठी बोलावले असेल त्यांनी?... बराच वेळ विचार करून, जायचे की नाही हे त्यांना ठरवता येईना. नंतर पुन्हा बोलावणे आले की पाहता येईल असे त्यांनी ठरवले. आताच ताबडतोब निर्णय घेण्याची जरुरी नाही, असे ठरवताच त्यांना बरे वाटले व त्यांनी शिल्लक असलेली शेवटची सिगारेट पेटवली. त्यांनी एक झुरका मारला असेलनसेल, तोच दातेंचा गडी पुन्हा आला. आता मार्गच उरला नाही. नुकतीच पेटवलेली सिगारेट त्यांनी तशीच चुरडून टाकली व ते उठले. शर्ट मानेवर मळका झाला होता व थोडा बोंदरा दिसत होता; पण त्यांनी तो बदलला नाही. एक सैलसर, गोल, बिनइस्तरीची पँट त्यांनी अडकवली व चष्मा हातात घेऊन ते निघाले. बाहेर पडताच शर्टाच्या खिशातून वर आलेले पेन त्यांनी दडपून खाली बसवले. त्याचे क्लिप फार सैल झाले होते व अंगाची थोडी हालचाल झाली की ते पटकन वर येत असे व दहापंधरा मिनिटांनी फाटक अगदी सवयीने त्याला दाबून खाली बसवत. ते बाहेर पडले व

दातेंनी कशाला बोलावले असेल, याचा विचार करत चालू लागले.

त्यांना पाहताच दाते हसले. धंदेवाईक, सराईत, पेशंटना बरे वाटण्यासारखे. फाटकांना वाटले, हे व्यवहारी हसणे डेल कार्नेगीला अगदी पसंत पडले असते.

''मी मुद्दामच तुम्हांला बोलावणं पाठवलं, डॉक्टर,'' दाते म्हणाले, ''फार अर्जंट. मीच येणार होतो; पण इथं पेशंटच्या गर्दीतून सुटका होईल तर ना! तेव्हा म्हटलं, तुम्हांला वेळ आहे; तुम्हांला यायला सांगितलं तर तुम्ही गैरसमज करून घेणार नाही.''

त्यांच्या शब्दांतील खोच ध्यानात घेऊन विसरत फाटकांनी आपले अंग खुर्चीत खुपसले. त्यांनी हातरुमालाने चष्मा पुसला; पण तो टेबलावर ठेवला व विचारले, ''काय काम होतं माझ्याकडे?''

''म्हणजे त्याचं असं आहे,'' दाते सांगू लागले, ''हा आयुष्याचा प्रश्न आहे. माझी एक पेशंट सध्या हॉस्पिटलमध्ये आहे. उद्या किंवा परवा तिचं ऑपरेशन आहे. तिला रक्त हवं आहे. पण अडचण काय आहे, तर तिचा जो ग्रूप आहे, ते रक्तच मिळेना. पुण्या-मुंबईला तारा करून मी वाट पाहत आहे. इथल्या वर्तमानपत्रात गेले दोन दिवस लाल रंगात मी एक पत्र प्रसिद्ध केलं आहे, ते तुम्ही पाहिलं असेल कदाचित. दोनचारजण येऊन गेले. एकजण तर स्वतःच आजारी आहे. बाकीच्यांचे ग्रूपच निराळे पडले. मग काल मला चटकन आठवलं. मी मागं एकदा तुमचं कार्ड पाहिलं होतं. मी म्हटलं, हात्तिच्या! इथं आपले फाटक आहेत आणि आपण सगळ्या गावाला वळसा घातला की! तेव्हा आज दुपारी तुम्ही हॉस्पिटलकडे जाता का?''

फाटकांनी मान खाली घातली व ते आपल्या बोटांकडे पाहत बसले. त्यांना एकदा वाटले, आपण इथे आलोच नसतो तर फार बरे झाले असते. हा प्रश्नच निर्माण झाला नसता; पण आता ताबडतोब निर्णय सांगितला पाहिजे. तो ताण त्यांना नको होता.

''पण दुसरं कुणी मिळणार नाही का?'' थोड्या वेळाने त्यांनी विचारले.

दातेंचे तोंड आश्चर्याने उघडे पडले. खुर्चीत कसाबसा कोंबलेला हा धुडासारखा माणूस दुसऱ्याचा जीव वाचवायला चौदा-पंधरा औंस रक्त द्यायला नकार देत आहे. ही गोष्टच त्यांना समजेना आणि एखादी गोष्ट समजली नाही की एकदम चिडणाऱ्या माणसांपैकी ते एक होते.

''अहो, दुसरा कुणी असता तर मी तुम्हांला बोलावलंच नसतं!'' दाते चिडून उतावीळपणे म्हणाले, ''सावकाश शोध करत बसण्याइतका वेळ नाही. मुलीच्या आयुष्याचा प्रश्न आहे. मी काही फावल्या वेळातला विनोद करत नाही. पाहा, पुढं कधीतरी तुम्हांला आपण एका मुलीला आपल्या रक्तानं वाचवलं याचा अभिमान वाटेल.''

फाटकांच्या मनात काहीतरी लोलकासारखे हलले. त्यांचा चेहेरा क्षणभर उजळला. भेंडाच्या मोळीखाली हालचाल झाली. तेथे गहाण पडलेले आयुष्य सोडवून घेण्याची

संधी आली असे त्यांना वाटले. ही कुठलीतरी अज्ञात मुलगी आपले रक्त अंगात बाळगून कुठेतरी वाढेल, आनंदाने राहील. रक्ताची मुलगी हातून निसटली खरी; पण या मुलीचे रक्त एक कणापुरते तरी आपले राहील, दुरून कुठूनतरी आपल्याला क्षमा करील. फाटकांना दातेंबद्दल एकदम कृतज्ञता वाटू लागली व ते उत्साहाने अंग सावरून बसले.

''पाहा बुवा, तुमची स्वतःची मुलगी असती तर केलं असतं की नाही तुम्ही?'' दाते म्हणाले.

फाटकांच्या आत काहीतरी पिरगळल्यासारखे झाले व ते कोपऱ्यात सापडलेल्या श्वापदाप्रमाणे एकदम जागरूक झाले. स्वतःच्या मुलीसाठी? – वृंदासाठी? खूपखूप केले. ती आईबरोबर जात असता आपण तिला थांबवले आणि तिचा हात धरून तिला विहिरीकडे नेले. फाटक पुन्हा पिंजारलेल्या केसांनी बेभानपणे विहिरीत बुड्या मारू लागले. तेथे हातांना काही लागते का हे चाचपडून पाहू लागले. काळवंडत गेलेले पाणी, त्याची अमानुष थरथर, वेळ जसजसा जाऊ लागला तसे कणाकणाने मरत हताशपणे पाण्यात घातलेल्या फेऱ्या. स्वतःच्या मुलीसाठी खूप केले! तिचे रक्त आपल्या हातावर कायमचे आहे आणि त्याच हातांनी या अज्ञात मुलीला स्पर्श करायचा?...

फाटक खचल्यासारखे झाले. विकल झालेले मन त्यांनी परत गुंडाळून ठेवले व ते जायला निघाले. ''सॉरी डॉक्टर, तुम्ही दुसरा कुणीतरी पाहा,'' मुठीची उघडझाप करीत ते म्हणाले. दातेंनी त्यांच्याकडे रोखून पाहिले. एवढ्या मांसाचा ढिगारा, त्यात एवढे पिंपाएवढे रक्त!...

''ठीक आहे,'' दाते निर्विकारपणे म्हणाले, ''तुमची मर्जी. असल्या बाबतीत कुणावर बळजबरी काही करता येत नाही; पण मला वाटलं होतं –''

फाटक तेथेच क्षणभर घोटाळले. 'पण मला वाटलं होतं, तुम्हांला थोडीतरी माणुसकी असेल!' त्यांनी दातेंचे शब्द स्वतःशी पुरे केले. त्यांनी दातेंकडे पाहिले. एखाद्या फळावर अळी बसावी तसे ते, उभट ठिपक्यांसारखे डोळे घेऊन खुर्चीवर आत्मविश्वासाने बसले होते. आयुष्यातील कारण आणि परिणाम यांची स्पष्ट कल्पना करून सदैव स्वच्छ सूर्यप्रकाशात निःशंक जगणारी जी पुष्कळ अत्यंत मूर्ख आणि उथळ माणसे असतात त्यांपैकीच तो एक. त्याला काय सांगायचे? आणि त्याला समजणार तरी काय? कागदाची घडी घालावी त्याप्रमाणे त्याने आपल्या सोयीप्रमाणे जीवनाची घडी घालून ठेवली आहे आणि त्या रकान्यात चांगल्यावाईटाचा क्षुद्र हिशोब तो लिहीत बसला आहे. दृष्टी अस्पष्ट करणाऱ्या पाण्याच्या लाटा त्याच्या डोळ्यांवरून कधी गेल्या नाहीत, लवचीकपणे क्षणभर दूर सरून पुन्हा आपल्याला सगळीकडून वेढणाऱ्या अंधारात हव्या असलेल्या वस्तूचा शोध घेत त्याने कधीही बेभान फेऱ्या घातल्या नाहीत. त्याला काय सांगायचे?...

फाटक वळले. त्यांनी पेन दाबून खाली बसवले व ते चालू लागले; परंतु दातेंनी

त्यांना हाक मारली व म्हटले, ''हा तुमचा चष्मा राहिला.'' फाटकांनी तो हातात घेतला व खाली मान घालून ते परतले.

पण साऱ्या दुपारभर त्यांचे मन पिंजल्यासारखे होत होते. एकही चित्र अथवा फोटो नसलेल्या पांढऱ्या भिंती त्यांना त्रस्त करू लागल्या. सगळीकडे वृंदाचा चेहरा, सर्वत्र शालूचा आवाज. स्वतःला सिगारेटच्या धुरात कोंडून फाटकांनी लपण्याचा प्रयत्न केला; पण उलट तो पडदा फाडून वृंदाचा चेहरा अगदी डोळ्यांजवळ आला. शालू अत्यंत कर्कशपणे कानातच ओरडू लागली. फाटक एकदम असहाय होऊन मळक्या अंथरुणावर पडले व त्यांनी चेहरा दाबून धरला.

त्या दिवशी सकाळीच शालू आणि वृंदा कुठेतरी जायला निघाल्या. फाटक दारातच उभे होते व तेथल्या गुलाबाची काटछाट करीत होते. वृंदाला पाहून ते हसले व म्हणाले, ''आज काही विशेष ऐट आहे बुवा! –'' उत्तरादाखल वृंदाने हसून टाळी वाजवली. दोघीही कुणाच्यातरी घरी सारा दिवस जाणार होत्या. तेथे काचेच्या पेटीत पुष्कळसे रंगीत मासे होते हे वृंदाच्या उत्साहाचे कारण होते.

''छान! म्हणजे सारा दिवस आम्ही एकटेच म्हणा की!'' चेहरा पडल्यासारखा करून फाटक म्हणाले, ''पाहा बुवा, तू जर आमच्याजवळ राहणार असशील, तर पोहायला जाऊ आपण.''

पोहण्याचे नाव ऐकताच वृंदाचा हात एकदम बटणाकडे गेला व एकदोन बटणे काढून नवा झगा काढून ठेवण्याची तिने तयारीसुद्धा केली.

''हे काय? येऊ दे तिला माझ्याबरोबर. इतर दिवस नाहीत पोहायला?'' शालू एकदम अकारण चिडून म्हणाली. थोडेसे मनाविरुद्ध झाले की ती फार चिडत असे. पुष्कळदा तिच्यात उपहासाची धार येत असे. फाटकांना एकदम कमीपणा वाटला. तिच्या साऱ्या मैत्रिणींच्या मोटारी होत्या. त्यांच्या नवऱ्यांचे दवाखाने भरलेले असत. ती हल्ली कधी कुणाला आपल्या घरी बोलावत नसे. शालू व फाटक दोघेही एकत्र फिरायला जाऊन पुष्कळ वर्षे झाली असतील. तिच्यासमोर उभे असताना त्यांना आपले अपयश फार जाणवे.

''बरं वृंदा, आपण उद्या जाऊ सकाळी,'' तिला समजावत फाटक म्हणाले; पण सारा वेळ भिंगरीसारखी नाचणारी वृंदा फुरंगटली. बाहेर जाण्याचा आनंद पोहण्याच्या कल्पनेने नाहीसा झाला होता आणि आता पोहणेही मिळणार नव्हते.

''आधी कशाला काढलात तो विषय? असं कसं समजत नाही तुम्हांला?'' शालू कर्कशपणे म्हणाली, ''आता घेऊन तरी जा. मी येईन मग लवकरच दोनच्या बसनं.''

शालू निघून गेल्यावर मनावरचे दडपण गेल्याप्रमाणे फाटकांना मोकळे वाटले. त्यांनी वृंदाच्या गालाला मोठा खोटा चिमटा घेतला. ते आत आले व त्यांनी पोहण्याचे कपडे घेतले.

त्यांनी महादूला हाक मारली व ती तिघेही चतुरदासशेटजींच्या बंगल्याजवळील विहिरीवर आली. बंगला बहुधा मोकळाच असायचा. पुण्याचा स्टुडिओ आणि मुंबईचा व्यापार यांच्या व्यापात नरोत्तम कधी महिना-पंधरा दिवस आला तरच तेथे गर्दी वाटे. तो आला की वृंदा, शालूला भेटी येत आणि फाटकांसाठी सिगारेटचे दोन डबे. गेले आठ दिवस तो बंगल्यात होता.

विहीर फार मोठी असून पायऱ्यांची होती. त्या वाडीतील सगळी पोरे त्या विहिरीतच डुंबून पोहायला शिकली होती. सकाळ झाली की त्यांची इतकी गर्दी होत असे, की भेंडाच्या मोळ्यांखाली पाणी दिसत नसे. वृंदाने तीनदा गुडघे खरचटून स्वतःच सायकल शिकून घेतली होती; पण नंतर तिचा सायकलबाबतचा उत्साह गेला. आता तिला पोहणे हवे होते. तेथे ती यापूर्वी दोनदा ओलावली होती आणि प्रथम एखाद्या राक्षसाप्रमाणे दिसणाऱ्या विहिरीची भीती आता खूप कमी झाली होती. ते ज्या वेळी विहिरीकडे आले त्या वेळी दोन माणसे पायरीवरच आंघोळ करीत होती. लवकरच त्यांची आंघोळ आटोपली. ते बाहेर आले व अंग पुसतच ते वरच्या भिंतीवर उन्हाला बसले.

"अरे महादू, ती सगळी पोरं कुठं आहेत रे आज?" फाटकांनी विचारले.

"आज ती माळावर गेल्याती नव्हं जेवायला?" महादू म्हणाला. नंतर फाटकांना आठवले, सगळी पोरे वैजनाथला ट्रिपला गेली होती. वृंदाने ते देऊळ पाहिले होते. शिवाय ती आईबरोबर पुन्हा जाणार होती! आईबरोबर जाणार म्हणून ट्रिपला गेली नाही आणि पोहायला येणार म्हणून आईबरोबर गेली नाही...

फाटकांना या साऱ्या आठवणी नको होत्या. त्यांच्या तापाने त्यांचे डोके ठणकू लागले. त्यांना वाटले, इतके धागे, इतकी गुंतवळ असते; पण कोणी तरी नेमक्याच दोऱ्याच्या नेमक्याच गाठी घट्ट घालत जाते. एक जरी गाठ सैल असती तरी आपण निसटून गेलो असतो; पण नाही. तसे व्हायचे नव्हते. या रुंद बोटांना कधीच यशाचा कोंब फुटायचा नव्हता.

फाटक स्वतः पाण्यात उतरले. कॉलेजमध्ये असताना ते पट्टीचे पोहणारे होते. तेव्हापासूनच पाण्यात उतरताना एकदम आत्मविश्वास वाटे. हे आपले खरे घर. येथे आपण कुणीतरी आहो. येथे आपल्या वर्चस्वाला मान आहे! त्यांनी वृंदाला पोहण्याचा पोषाख दिला. तिच्या पोटाला हात लावताच हुळहुळून अंग मुरडत ती हसली. हे झाले म्हणजे पाण्यात उतरायची तयारी झाली. त्यांनी भेंडाची मोळी स्वतः तपासून पाहिली, अंगाला बांधायची दोरी हिसका देऊन बघितली. नंतर वृंदा चीत्कारत शेवटच्या पायरीवरून पाण्यात आडवी झाली. फाटक स्वतः तासभर तिच्याभोवती तरंगत्या तटाप्रमाणे फिरले व परत पायऱ्यांवर आले. त्यांनी वृंदाला उचलून वर घेतले व गालावर चापट मारत म्हटले, "हं! पुरे! चला आता बाईसाहेब."

वृंदाचा ओला चेहरा लालसर दिसत होता व त्यावर चेहऱ्याच्या कडा मोडून बाहेर

पडणार असे वाटण्याजोगा टवटवीतपणा होता. फाटकांना तिचा फार अभिमान वाटला. ही पोरगी आठवड्यातच चांगले पोहायला शिकणार हे त्यांनी ओळखले. नंतर ती आपल्या शेजारीच पोहत राहणार. आपल्या शेजारी राहण्यात तिला कमीपणा वाटणार नाही. येथे मग यशापयशाचा प्रश्न नाही. पाणी थरथर हलत आहे आणि हातापायांच्या हालचालीने त्यावर सत्ता गाजवत आपण गोल फिरत आहो... बस्स! हाच निर्भर ऊनधुतला आनंद.

फाटक पायऱ्या चढू लागले, त्या वेळी नरूच्या बंगल्याकडे जावे असा एक विचार त्यांच्या मनात आला. जर तो घरीच असला तर दोन बोटे मिळेल! त्या अपेक्षित उष्ण चवीने त्यांना एकदम उल्हसित वाटले; पण वृंदा अजून खालीच उभी होती. तेथूनच ती ओरडली, ''अजून एकदा जाऊया की. आता तर दहा वाजले असतील.''

''आज पुरे. आता इथं कुणी नाही. हे बघ, मी तर चाललो,'' फाटक म्हणाले; पण त्यांचा आवाज कौतुकाने दुबळा झाला होता.

''कुणी नाही काय? महादू आहे. वर ते लोक आहेत,'' वृंदा म्हणाली आणि वरचे दोघेजण हसले.

''मी दूर जात नाही. इथंच पायरीजवळ पोहते.''

महादूही हसत दोन पायऱ्या उतरला. फाटकांना वाटले, डुंबेना दहा मिनिटे! नाहीतर महादू आहेच. महापुरात कृष्णा पोहणारा गडी तो. त्याने अनेकदा खुद्द फाटकांना दमवले होते. ''बरोबर दहा मिनिटं. मी बंगल्यापर्यंत जाऊन येईतो कपडे घालून तयार असली पाहिजेस,'' फाटक म्हणाले, ''अरे महादू, दहा मिनिटांत तिला उचलच. नाहीतर ती संध्याकाळपर्यंत राहील उनाडत आणि तू जाऊ नकोस इथून.''

फाटक बंगल्याकडे गेले. नरू घरी होताच. ते दोघेही ग्लास घेऊन बसले. त्या ठिकाणहून विहिरीची भिंत दिसत होती. फाटकांनी ग्लास संपवला नसेल, तोच वर बसलेल्या दोन माणसांपैकी एकजण धावत वर आला आणि पोरगी कुठे दिसत नाही म्हणून सांगू लागला. फाटक व नरू दोघेही विहिरीकडे धावले. महादू व दुसरा माणूस दोघेही बुड्या मारत होते. पाचदहा मिनिटे वृंदा डुबकडुबक करत फिरत होती. नंतर आवाज एकदम बंद झालेला पाहून महादू हाक मारत शेवटच्या पायरीवर आला. अंगाला बांधलेली दोरी तुटली होती व भेंडाची मोळी पाण्यावर तरंगत होती. खालून निसटलेली वृंदा त्या डोळ्याने गिळली होती. फाटकांनी कपडे ओरबडून टाकले व वेड्याप्रमाणे ते पाण्यात सारखे फिरू लागले. नरूने आणखी माणसे आणली आणि संध्याकाळी पाचला वृंदाचे प्रेत मिळाले.

सारखे केस ओढत फाटक बधिर झाल्याप्रमाणे रात्रभर खुर्चीत बसून होते. शालूही आघात झाल्याप्रमाणे गोठून कोरड्या डोळ्यांनी त्यांच्यासमोर बसून होती. तिने बाहेर जाण्यासाठी घातलेले नवे कपडे देखील बदलले नव्हते.

"पण तुम्ही कुठं गेला होता त्या वेळी?" चौथ्यांदा शालूने तोच प्रश्न विचारला, "माझ्याबरोबर ती येत असताना तुम्ही तिला थांबवलंत, तुम्ही तिला घेऊन गेलात; पण त्या वेळी तुम्ही कुठं होता?"

"सांगितलं ना, महादू होता, वर माणसं होती, म्हणून पाचदहा मिनिटं –"

"पोटासाठी राबणाऱ्या माणसावर आपल्या मुलीचा जीव टाकून जायला तुम्हांला काही वाटलं तरी कसं नाही?" शालू ताडकन उभी राहिली व थरथर कापू लागली. "पाचदहा मिनिटं! एकदा बाटली उघडली की पोटची पोर मरत असली तरी तुम्हांला सोयरसुतक नाही! अगदी बोलावून नेऊन मारलंत तिला. आग लावा आता या तुमच्या घराला! सारं आयुष्य नासून घेतलं मी इथं येऊन." ती एकदम रडू लागली व रडतच आत गेली.

आपले आयुष्यच त्या क्षणी मरून गेले हे फाटकांनी ओळखले व ते भ्रमिष्टासारखे बसून राहिले. शालूच्या डोळ्यांकडे आता कधीच आपल्याला सरळ नजरेने पाहता येणार नाही! परंतु पंधरा दिवसांतच शालू पुण्याला बहिणीकडे निघून गेली. त्या वेळी फाटक घरी नव्हते. तिने एक चिठ्ठी देखील मागे ठेवली नाही. आपण वृंदाला हाताला धरून विहिरीकडे नेले, फक्त उचलून मात्र तिला आत फेकले नाही इतकेच! हा आघात फाटकांना सहन झाला नाही. त्यांनी तो बंगला विकून टाकला व ते या दोन सोप्यावर भुतासारखे राहू लागले. पायरीवर कुणाचा आवाज झाला, की ते अंग चोरून बसत आणि तो निघून गेला की त्यांना हायसे वाटे. त्या वेळी आपण फक्त दहा मिनिटे गेलो नसतो तर आज वृंदा हसतखेळत वाढली असती. पाणी हा आपला इतका जिवाभावाचा मित्र आणि नेमक्या त्यानेच एक क्षण साधून असा विश्वासघातकी प्रहार केला! रामदास दिवगीला ते ऐकून निष्ठुर समाधान झाले असेल!... रस्त्यातून जाताना फाटक मध्येच आजूबाजूला पाहत. कुणी ना कुणीतरी आपल्याकडे रोखून पाहत आहे असे त्यांना दिसे व ते बिचकून धपाधपा चालू लागत. तो अवजड देह नेताना त्यांना धाप लागे; पण वेड्याप्रमाणे ते चालतच राहत. भेंड्याच्या मोळीखाली गहाण पडलेले आयुष्य सोडवण्याचा प्रयत्न करत ते कंगालाप्रमाणे एकेक दिवस तोडून टाकत जगत होते...

रामदास दिवगी केंब्रिजहून येऊन येथेच राहिला, त्या वेळी तर गावातील निम्मे रस्ते त्यांना बंद झाले. दोनचार महिन्यांतच तो एखाद्या पिशाचाप्रमाणे त्यांच्या पाळतीवर राहू लागला. त्याने मुद्दाम त्यांच्याच क्लबात नाव घातले. तो अनेकदा फाटक जात असलेल्या रस्त्यावरच सिगारेटच्या दुकानात दिसे. बससाठी उभ्या असलेल्या लोकांच्या रांगेकडे सहज पाहिले तर अचानक त्याचा कुत्सित चेहरा दिसे. अशा दर क्षणाने त्यांचे आयुष्य हादरून जात असे. रात्री सिगारेटचा ढीग पडला, तोंड कडवटून गेले, झोप जळून गेल्यामुळे तारवटल्यासारखे झाले, की हताशपणे त्यांना वाटे, रामदासने सरळ यावे आणि मानेत सुरी खुपसावी. आता हे भणंग आयुष्य पुरे. त्या विहिरीत आयुष्याचा एक तुकडा

गहाण, रामदासाकडे दुसरा, शालूकडे तिसरा आणि आता आपले असे उरले काय, तर केस वाढलेला रुंदाड चेहरा, निरुपयोगी मांसरक्ताचा अवजड देह, ही खुनी, अपयशी बोटे! आईने आपली बोटे दिली; पण आपल्या बोटांचे यश मात्र दिले नाही!...

ते दुपारी एकटे असले, म्हणजे हे सारे एखाद्या काळ्या जळजळीत लाटेप्रमाणे त्यांच्यावर आदळे व त्यांना गुदमरल्यासारखे होत असे. मग ते अगदी असहाय होऊन मळक्या अंथरुणावर पडत आणि ठसठसत असलेला चेहरा दाबून धरत...

आताही जमिनीवर थोटकांचा ढीग पडला; पण भिंतीवरील चित्रे पुसेनात, कानातील आवाज जाईनात. एकदम झटका आल्याप्रमाणे ते उठले. त्यांनी चष्मा हातात घेतला व खिशात पेन दाबून खाली बसवले. त्या गोंधळातून सुटण्यासाठी ते हॉस्पिटलकडे गेले. अधीरपणे त्यांनी रक्त दिले. पण नंतर तो झटका ओसरला. या गुन्ह्याबद्दल आपल्याला कुणी हटकतील असल्या भीतीप्रमाणे ते धापधाप पावले टाकत बाहेर पडले व आपण येथे का आलो याचा विचार करत ते परतले. हॉस्पिटलमध्ये विसरलेला त्यांचा चष्मा एका वॉर्डबॉयने त्यांना दुसऱ्या दिवशी परत आणून दिला.

नंतरचे चार दिवस फाटकांनी जवळजवळ घरातच बसून काढले. दातेंकडील माणूस पुन्हा येतो की काय, अशी त्यांना भीती होती; पण त्या मुलीचे काय झाले हे जाणण्याची उत्सुकता सारखी वाढत होती. त्यांना एकदा आशा वाटे, खरेच ती मुलगी वाचली तर आपल्या आयुष्याला थोडी तरी ऐपत येईल. पण नाहीतर – नाहीतर... ती कल्पनासुद्धा त्यांना नको होती. चार दिवस झाले तरी दातेंकडून कुणी आले नाही व फाटकांना आता घरी बसवेना. त्यांनी पोत्यासारखा एक सूट चढवला व चष्मा खिशात घातला आणि पेन दाबत ते बाहेर पडले. ती भकास खोली, मळके अंथरूण, जमिनीवर फोड उमटावे त्याप्रमाणे पडलेली थोटके, लहान प्रेतांप्रमाणे वाटणाऱ्या बाटल्या यांच्याकडे त्यांना आता अधिक वेळ पाहवेना. त्यांनी धाडकन दरवाजा लावला व ते हॉस्पिटलकडे आले.

कॉरिडॉरमध्ये येताच कार्बोलिक साबण, फिनेल यांचा परिचित वास एखाद्या अदृश्य जाड वस्त्राप्रमाणे त्यांच्याभोवती गुंडाळला. पांढऱ्या गुबगुबीत कबुतरासारखी एक नर्स समोरून गेली. फाटक पूर्वी येथे कितीतरी वेळा येत. चीफ मेडिकल ऑफिसरपासून, दूर एक फर्लांगावर असलेल्या छोट्या व निर्लज्ज महाग औषध दुकानापर्यंत सगळे त्यांना माहीत होते; पण आज त्यांना एखाद्या खेडवळाप्रमाणे गोंधळल्यासारखे वाटू लागले व कुठे जावे हे त्यांना समजेना. त्यातच आपण आलो कशाला, अशीही रुखरुख त्यांना लागून राहिली होती. इतक्यात एक्स-रे-रूममधून डॉक्टर देशपांडे बाहेर पडत असताना त्यांना दिसले. त्यांना पाहताच फाटकांत एकदम संतापाचे विष पसरले. हा देशपांडे गावातल्या क्लबाचा सेक्रेटरी होता. संगीत कार्यक्रमात त्याची लुडबुड असे. नाटकातही तो आपल्या बायकोबरोबर किरकोळ काम करी. तो वाङ्मय मंडळाचा कार्याध्यक्ष आणि कला मंदिराचा उपाध्यक्ष होता. त्याला माहीत

नव्हती अशी एकच गोष्ट होती. ती म्हणजे स्वतःचा धंदा! निव्वळ त्याच्या हलगर्जीपणामुळे सहा माणसे मेलेली फाटकांना माहीत होती. पोटात अल्सर झालेल्या माणसाला तो अपचनावर चारचार महिने औषध देत असे. सायरॉसिस झालेली एक केस त्याने चार महिने दुर्लक्षिली. मग पोट घट्ट झाले, पायाला सूज आली, त्या वेळी त्या मुलीचा भाऊ तिला घेऊन फाटकांकडे आला होता. नुसत्या बोटांनी तपासताच केस असाध्य आहे हे फाटकांनी ओळखले होते आणि हा देशपांडे चार महिने नुसते 'Continued' म्हणून लिहायचा आणि एखाद्या बोकडगंधर्वाप्रमाणे रात्री नाटकात कामे करायचा! हा कसला डॉक्टर! हा तर शुद्ध मोटरवाला खाटिक, खुनी!...

– खुनी? आणि तू स्वतः?... फाटक त्या कल्पनेने दचकले व शरमले. ते घाईघाईने वेटिंगरूममध्ये आले व हाताला येईल ते एक मासिक त्यांनी उचलले. येथे यायलाच नको होते ही रुखरुख वाढली. मासिकाच्या कडेवरून जाणाऱ्यायेणाऱ्यांचे पाय दिसत, त्यातील गडबड जाणवे. येथे आपण एकटेच कामाशिवाय, रिकामे. ते उठले व त्यांनी परत जाण्याचे ठरवले. तोच अकाउण्ट-ऑफिसचा दरवाजा उघडला व काणे बाहेर आले.

''काय डॉक्टर, इकडे बरे आज?'' ते म्हणाले.

''आलो होतो सहज,'' अपराध करत असता सापडल्याप्रमाणे चेहरा करून फाटक म्हणाले. येथे आपण का आलो हे त्यांना एकदम आठवले व काणे आल्याने त्यांना बरे वाटले. त्यांना विचारायला हरकत नाही. आपण येथे चार दिवसांपूर्वी आलो होतो हे त्यांना माहीतही नसेल.

''काय काणे, आज ऑपरेशन्स वगैरे?'' फाटकांनी विचारले.

''छे, आज काही नाही; पण गुरुवारी आहेत तीन. डॉक्टर मेहता येणार आहेत मुंबईहून.''

''अस्सं!'' नंतर आठवल्यासारखे करून फाटक म्हणाले, ''परवा त्या मुलीचं ऑपरेशन झालं ना, कसलंतरी रक्त मिळत नव्हतं ते? काय झालं पुढं त्याचं?'' बोलताबोलता फाटक चाचरले. आपल्या उत्सुकतेमुळे काणेंना सारे समजणार तर नाही ना, अशी त्यांना भीती वाटली आणि आपण लगेच विषय बदलावा की काय, असाही विचार त्यांच्या मनात आला.

''हो, ती केस ना?'' खांदे हलवत काणे म्हणाले, ''ती मुलगी काल कोलॅप्स झाली. बराय, मी जरा जाऊन येतो सीएमओकडे.''

फाटक एकदम निर्जीव होऊन बसले व फक्त त्यांचा उजवा हात कापू लागला. म्हणजे त्या मुलीला देखील आपला स्पर्श जाणवलाच! आपण रक्त दिले नसते तर ती खात्रीने जगली असती. आपल्या हातालाच, रक्तालाच काळ्या सर्पाचा दंश झाला आहे! आपण त्या मूर्ख दातेकडे जायलाच नको होते; पण ते व्हायचे नव्हते. गाठी

घालणाऱ्याच्या हातून एक गाठ सैल पडायची नाही. आणखी एक तुकडा मिंधा झाला. फाटकांचा चेहेरा आवळल्यासारखा झाला आणि अगदी दमून गेल्याप्रमाणे त्यांना शरीराचे ओझे वाटू लागले.

खाली मान घालून ते उठले व दोन्ही बाजूंना बसलेल्या लोकांच्यामधून चालू लागले. त्यांना वाटू लागले, प्रत्येकाचे डोळे आपल्या पाठीवर संतापाने खिळले आहेत. प्रत्येकजण पुटपुटत आहे : 'खुनी! खुनी! तुला फासावर लटकावलं पाहिजे! तुला मोकळं हिंडूफिरू देणं फार धोक्याचं आहे!...' आपण कशाला आलो येथे आणि कशाला दिले ते शापित रक्त? हातात सुरा घेतलेला खुनी ओळखता येतो, पकडताही येतो; पण आपण मात्र लाल विश्वासघाताने हा खून केला. कॉटवर आपण पसरलो, दंडाला पट्टा बांधून घेतला व थेंबाथेंबाने तिच्या आयुष्यात विष टाकले. एक थेंब देऊन एक श्वास लुबाडला आणि रक्त पिऊन जगणाऱ्या भुताप्रमाणे तिचे आयुष्य पिऊन आपण हा देह तोलत, ही पावले टाकत बाहेर पडत आहो. कोण होती ती मुलगी? दिसायला कशी होती ती? हात लावताच हुळहुळणारी? सायकलवरून सारखी हुंदाडणारी?...

ते बाहेर पडले व पावले धपधपत चालू लागले. अंगावरचे सारे कातडे सोलून गेले असून कुणीतरी त्यावर अणकुचीदार फणी ओढत असल्याप्रमाणे त्यांना वाटत होते व घसा कोरडा पडला होता. कुणीतरी वेगाने पुढेमागे ओढत असल्याप्रमाणे सायकलीमोटारी सर्रकन ढकलल्या जात होत्या. त्यांना येताना पाहून समोरचे लोक बाजूला सरकत. ते जवळून जात असता एका दुकानदाराने फटकन खिडकी लावली. रस्त्याच्या कडेला पेरूची बुट्टी घेऊन बसलेली बाई एकदम बुट्टी उचलून चालू लागली आणि गुलमोहराच्या झाडावरून पसाभर पाने गळाली. या सगळ्यावरून काळ्या कवडशाप्रमाणे आपली विषारी छाया पसरत आहे, सारे जळून कोळपल्यासारखे होत आहे.

एक माणूस मात्र धीट होता. तो समोर आला व फाटकांच्या पोटात बोट टोचू लागला. विरळ झालेले केस, पिकल्यासारखा तुकतुकीत चेहरा, बोटावर जाड अंगठी. तो सारखा टोचत होता. फाटकांनी एकदम मान हलवली. बाजूचे जीवन सैलावले. सगळ्यावर चढलेला बुरशीसारखा थर स्वच्छ झाला. समोरचा माणूस रामदास दिवगी होता. इतर वेळी फाटकांनी त्याला मैलावरून टाळले असते; पण या परक्या, विरोधी जगात ओळखीचा चेहरा दिसताच फाटकांना एकदम कृतज्ञता वाटली. त्यांनी त्याचा हात घट्ट धरला व ते तो पंपासारखा हालवू लागले.

"अरे, तू काय झोपेत चालतोस की काय? चारदा डिवचलं तरी हू का चू नाही," दिवगी हसून म्हणाला. फाटकांनी त्याचा हात सोडला व संधी आहे तोच निघून जावे असे त्यांना वाटू लागले; पण त्यांचा घसा कोरडा पडला होता. एक जुनी आठवण, सुख जागे झाले होते.

“अरे रामदास, तुझ्या खोलीवर आहे का रे एखादा थेंब?” त्यांनी कोरड्या आवाजात विचारले.

दिवगीच्या भुवया आश्चर्याने कपाळावर गेल्या व तो फाटकांकडे पाहतच राहिला.

“अरे गृहस्था, तू त्या मार्गाचा नाहीस असं मी ऐकलं क्लबात.”

“कितीतरी वर्षांनी आज मी घेणार आहे. आता काहीतरी हवं.”

दिवगीने एकदम कॉलेजमधील दिवसांची आठवण देणारी थाप त्याच्या पाठीवर मारली. ते दोघे दिवगीच्या खोलीकडे आले. दिवगी ‘कृष्णविलास’मध्ये एक कायम खोली घेऊन राहत होता. तो कुठल्यातरी पोहोण्याच्या क्लबचा पगारी सेक्रेटरी होता. कॉलेज संपल्यावर दिल्ली-नागपूर करत तो चारसहा वर्षे भटकला. नंतर स्वतःचे घरदार विकून केंब्रिजला गेला. तेथे सातआठ वर्षे राहून काहीही न करता तो परत आला. तेव्हापासून खाणावळीत राहतो, स्टॅन्ले गार्डनर विकत घेऊन वाचतो आणि क्षणाक्षणाला पिकत जाऊन नासतो! कितीतरी वर्षांनंतर फाटक दिवगीसमोर बसले होते. कॉलेजात असताना ते तासनूतास बडबडत; पण नंतर शालू आली. ती झगझगीत हसली व तिने फाटकांशी लग्न केले. दिवगी असाच भटकत गेला व शेवटी ‘कृष्णविलास’मधील या खोलीत वाळूवर येऊन पडला. येथे आल्यावर फाटकांनी त्याला पूर्ण टाळले होते; पण आता ते कृतज्ञतेने त्याच्या मागोमाग खोलीत गेले. दिवगीने दरवाजा लावला व एका खुर्चीवरील मळके कपडे बाजूला करून फाटकांना बसण्यासाठी जागा करून दिली. नंतर त्याने कपाटातून दोन ग्लास काढले व हातरुमालाने स्वच्छ पुसले. नंतर त्याने डोळा मिचकावत गार्डनरच्या पुस्तकामागून एक बाटली काढली. “रम चालेल ना रे?” त्याने विचारले, “हवं तर दुसरंही आहे; पण ही रम पाहा तरी.”

“चालेल काहीही,” दमून फाटक म्हणाले.

फाटकांनी थोडे पाणी घेतले. ग्लास किणकिणले. पहिल्या घोटानंतर तांबूस उष्ण पट्टी साऱ्या अंगभर पसरली आणि गळ्यात धारदार चव राहिली; पण ती सुखाची होती. त्यांनी आणखी एक घोट घेतला व ग्लास खाली ठेवून सिगारेट पेटवली. त्यांचा अवजड ओबडधोबड देह आता उबदार वाटू लागला व कोळपून गेलेले मन पुन्हा उकलू लागले; पण ती आठवण जाईना.

“आत्ताच हॉस्पिटलमधून आलो. एका मुलीचं ऑपरेशन होतं म्हणून पाहायला गेलो होतो; पण केस फेल झाली,” फाटक जणू स्वतःशी म्हणाले.

“कुणी आप्तांपैकी?” दिवगीने विचारले. फाटकांनी मान हलवली व ते गप्प झाले.

“दादू, हल्ली तिच्याविषयी काही कळलं का रे?” दिवगीने विचारले. त्याचा ग्लास तसाच होता व त्यानेही सिगारेट पेटवली होती.

“कोण? कुणाकडून?” दचकून फाटकांनी विचारले व नंतर त्यांच्या ध्यानात आले, तो शालूविषयी बोलत होता. त्यांनी खिशातून चष्मा काढला व पुसून टेबलावर

ठेवला. ''तिच्याकडून होय? काहीच नाही. ती पुण्याला आपल्या बहिणीजवळ असते एवढंच मला माहीत आहे,'' फाटक म्हणाले; पण हे सांगताना ते शरमले व त्यांना दिवगीपुढे मान वर करवेना. त्याच्याकडेही आपला एक भाग गहाण आहे, हे त्यांना जाणवले. त्याने शालूशी ओळख करून दिली, त्या वेळी त्याचे तिच्याशी लग्न ठरले होते. केंब्रिजला दोनच वर्षे राहून परतल्यावर तो तिच्याशी लग्न करणार होता. फाटकांनी नंतर त्याला बातमी सांगितली त्या वेळी तो खुळा चेहरा करून एकदम खुर्चीवर बसला होता. तो लग्नाला आला नाही की त्याने पत्र पाठवले नाही.

''काय रे रामदास, तू काय, मी काय, आता आपापले पार्ट संपवून बसलो आहोत. खरं सांग, माझ्याविषयी तुला कधी द्वेष, संताप वाटला नाही?'' आतल्या उष्ण सुखाने मनमोकळे होऊन फाटकांनी विचारले.

दिवगी एकदम हसला. त्याच्या तकतकीत चेहऱ्यावर पुष्कळशा सुरकुत्या पडल्या व पुसून टाकल्याप्रमाणे नाहीशा झाल्या.

''द्वेष, संताप वाटला नाही?'' तो म्हणाला, ''अरे, सातआठ वर्षं मी सारखा जळत होतो. तुला आश्चर्य वाटेल. नाटक-कादंबऱ्यांत घडतं, तसा वागलो मी अगदी मूर्खासारखा! तुला माहीत नाही, मी एक लांबलचक सुरा विकत घेतला होता. आता तसल्या सुऱ्याकडे नुसतं पाहिलं तर हातपाय लटपटू लागतील; पण मी तो त्या वेळी सारखा जवळ बाळगत असे. तो घेऊन मी तुला मरण्यासाठी तुझ्या त्या जुन्या बंगल्याकडे आलो होतो. ती मला बसस्टँडजवळ दिसली म्हणूनच मी आत शिरलो; पण तुझं नशीबच शिकंदर म्हणून तू वाचलास. तू आपल्या मुलीला घेऊन पोहायला गेला होतास म्हणून वाचलास. संध्याकाळी यायचा निश्चय करून मी परतलो. नंतर मला ती सारी हकिकत समजली. नंतर आठपंधरा दिवस सुरा बाळगून उगाच हिंडलो आणि शेवटी तो मी कुठंतरी फेकून दिला. असला माझा मूर्खपणा!'' दिवगी पुन्हा हसला. ''त्या दिवशी तू भेटला असतास तर आपण दोघेही आज इथं दिसलो नसतो.''

पायऱ्यांची मोठी विहीर. भेंडाची मोळी. डुबकडुबक हातपाय हलवणारी वृंदा. मोठ्या माशाप्रमाणे आपण फेऱ्या घालत होतो. विहिरीचा अजस्र काळा डोळा. त्यातील प्रतिबिंबाप्रमाणे आपण व वृंदा. मग डोळ्यातील बाहुली उघडते व वृंदाला आत बोलावून नेते. वृंदाचा हात धरून आपण तिला डोळ्यात नेले, तिला मारले व त्यामुळे आपण आपला प्राण वाचवला. – या साऱ्या घटना एखाद्या गोष्टीतील असल्याप्रमाणे फाटकांनी तिऱ्हाइताप्रमाणे पाहिल्या व पुन्हा ग्लास उचलला. ''त्या दिवशी मी मेलो असतो तर मला दुःख झालं नसतं!'' ते म्हणाले.

''पण मी मात्र बावळटपणं फासावर चढलो असतो,'' दिवगी म्हणाला, ''नंतर माझं आयुष्यच बदलून गेलं. कुणाविषयी राग वाटण्याइतकं त्राणच उरलं नाही माझ्यात. मला वाटलं, जे झालं त्यात तुझा किंवा शालूचा काय दोष आहे? हे अगदी असंच व्हावं

असं फार पूर्वीच कुणीतरी लिहून ठेवलं होतं. ते सारं एखाद्या ब्लू-प्रिंटप्रमाणं झालं. त्यात राग कसला आणि द्वेष कसला? मी ओळखलं. मी जन्मलो ना, त्याच वेळी मी हा नंबर काढला. हेच तिकीट माझ्या नावानं ठेवण्यात आलं होतं. शालूशी भेट होणं अटळ, तसं ती निघून जाणं हे देखील अटळच! सगळं अगदी पूर्वी व्यवस्थित ठरल्याप्रमाणं. मला या ठरलेल्या कार्यक्रमाची कल्पना नव्हती, म्हणून मी वेड्यासारखा कुढलो, आदळआपट केली. नंतर मी तुला कितीतरी वेळा भेटायचा प्रयत्न केला. प्रोफेसर मॅक्मरेच्या पुस्तकांविषयी तू कॉलेजमध्ये असताना पेटल्यासारखा बोलायचास. त्याच्याविषयी मला खूपच सांगायचं होतं तुला. तो माझा ट्यूटर होता. फार विद्वान माणूस; पण आता मला वाटतं, फार खुळाही. त्याला देखील हा कार्यक्रम कधी कळला समजला नाही. एवढ्यासाठी मी तुझ्या क्लबचा मेंबर झालो; पण म्हणूनच तू दुसरीकडे गेलास. मी समोर दिसलो की तू मला टाळायचास. एखाद्या गुन्हेगाराप्रमाणं तू मला दूर ठेवलंस. नंतर मी तो प्रयत्न सोडला. वाटलं, हा देखील त्या कार्यक्रमाचाच भाग आहे. शालू, केंब्रिज, 'कृष्णविलास', सेक्रेटरी – आणि ही रम; सारे काही अत्यंत रेखीव अटळ कार्यक्रमातील लहान प्रसंग आहेत.''

आणि वृंदा? भेंडाची मोळी? तुटलेली दोरी? नरूने दिलेला ग्लास?... फाटक फारफार अस्वस्थ झाले. त्यांना रामदासचा थोडा रागही आला. ''रामदास, मग तू फार सुखी माणूस आहेस बघ!'' ते कडवटपणे म्हणाले.

दिवगी खूप मोठ्याने हसला. तो म्हणाला, ''दादू, तू अजून कुत्सित आहेस की! अरे, चाळीसपंचेचाळीस वर्षं जगूनही एखादा माणूस कुत्सितच राहिला तर त्यानं काहीही शिकून घेतलं नाही, तो अगदी कोरडा ठणठणीत राहिला, असं खुशाल समजावं. सुखी आहेस! मग सरळ तू मला मूर्ख, कठोर, भावनाशून्य का म्हणत नाहीस? पण तू चुकलास. मी मात्र ती चूक पुन्हा कधी करणार नाही. हे सुख नाही. ही फक्त सवय आहे. तसं पाहिलं तर चटका बसावा, मनात कायम राहावं, असं सुख मला कधीच मिळालं नाही. मला काय वाटायचं माहीत आहे? पांढरा शुभ्र घोडा असावा, त्याच्यावर बसून बाणाच्या वेगानं दमेपर्यंत धावावं. वारा वेगानं अंगावर आदळून बाजूला सरकत आहे आणि घोड्याचे डौलदार स्नायू खाली लहानलहान मांसल लाटांप्रमाणं थरथरत आहेत! केंब्रिजला असताना घोड्यावर बसणं शिकण्याचा मी प्रयत्न केला; पण सालं व्हायचं काय, तर घोड्याच्या तोंडाकडे पाहिलं, त्याचे चौकोनी दात दिसले, की हातपायच गळायचे! चक्क घाम सुटायचा! घोड्यावर बसायची ईर्ष्या आणि घोड्याची भीती एकत्र ठेवून देवानं इरसाल विनोद केला आहे बघ माझ्या बाबतीत! हा विनोद आता देखील सुटला नाही. मला पाण्याची इतकी भीती वाटते, की अद्याप मला पोहता येत नाही; पण सध्या मी कोण आहे? – तर एका स्विमिंग पूलचा सेक्रेटरी! दादू, I am God's greatest joke बघ!'' दिवगी मांडीवर थाप मारत मिनिटभर हसत राहिला.

फाटकांना त्याच्या गुळगुळीत लालसर चेहऱ्याच्या जागी तसलाच त्याच्या आयुष्याचा कंद दिसला. दर दिवशी एकेक पापुद्रा टाकून लहान होत तो संपत आहे; पण अगदी आतपर्यंत तोच बाहेरचा लालसर नितळपणा. फारशी ऐपत नाही; पण ठिकठिकाणी आयुष्य गहाण ठेवून मिंधेपणाने तो भणंग दिवस तरी जगत नाही.

फाटकांचा ग्लास रिकामा झाला होता, तेव्हा दिवगीने आणखी दोन बोटे ओतली; पण फाटकांनी तीन बोटे दाखवली. त्यांनी ग्लास तसाच कडक उचलला व संपवला. पातळ तपकिरी जाळाप्रमाणे रम अंगभर पसरली. फाटक एकदम ताठ बसले व त्यांचे अलग ओठ शिवून टाकल्याप्रमाणे आवळले गेले.

ते खुर्चीचा आधार घेत उठले व त्यांनी फाउंटनपेन दडपून आत ढकलले. दिवगीने एक छोटी चपटी बाटली पुस्तकामागून काढली व फाटकांच्या पाठीवर थाप मारत त्यांच्या खिशात ठेवली. ''असू दे तुझ्याजवळ. तिचं नावच आहे मुळी 'डॉक्टर्स व्हिस्की'. खास तुझ्यासाठी अगदी! बंगळुरी माल आहे.''

फाटक जाताना दरवाजाचा आधार घेत होते, ते पाहून तो पुढे झाला आणि त्याने विचारले, ''जाशील ना रे? की येऊ कोपऱ्यापर्यंत?''

तो आवाज फार दुरून आल्याप्रमाणे वाटला. फाटकांनी मान हलवली व ते चालू लागले. थोड्या वेळाने दिवगीचे लक्ष त्यांनी विसरलेल्या चष्म्याकडे गेले. तो उचलून दिवगी लगबगीने बाहेर आला; परंतु फाटक कुठे दिसले नाहीत. त्यांच्याविषयी विचार करता त्याला वाटले, बोलण्याच्या भरात आपण त्यांना ती गोष्ट सांगून टाकली नाही हे बरे केले. शालू आता पुण्याला राजरोसपणे नरोत्तमाजवळ राहते. तिने तसे राहणे हा कार्यक्रमातील एक भाग. आपण त्याविषयी काही न सांगणे हाही एक भाग. चष्मा विसरून राहणे हाही एक भाग व आपण तो उद्या त्यांना देणे हा देखील त्याच कार्यक्रमाचा एक भाग...

एकेक पाऊल तोलून टाकत फाटक चालू लागले. त्यांच्या साऱ्या अंगावर कंप होता व जरा पाऊल चुकले की डोलारा कोसळल्याप्रमाणे आपण खाली येणार अशी त्यांना भीती वाटत होती.

हा रस्ता कोणता आहे? आपण कुठे चाललो आहो? आणि तिकडेच का?... धुक्यासारख्या मनात प्रश्न फणा काढू लागले. कोणता रस्ता आहे कुणास ठाऊक; पण रस्ता सिमेंटचा आहे. त्याच्या कडेने झाडे आहेत. मोठ्या काळ्या पंज्याप्रमाणे त्यांच्या सावल्या पडल्या आहेत. आपल्याला बोटात पकडण्यासाठी त्या मधूनच हलतात. रस्त्याच्या कडेला दोन बाके होती. बाक पाहताच फाटकांना एकदम दमल्यासारखे वाटले व अंग दुबळे झाले. पेन खिशात दाबत ते एका बाकाकडे गेले व रस्त्याकडे तोंड करून बाकावर बसले; पण एकदम सारे गिरकल्यासारखे झाले. रिबन ओढल्याप्रमाणे पायाखालचा रस्ता निसटला आणि झाडांचे छत डोळ्यांवर आले. कुणीतरी रस्त्यावर

हसले. गोंधळून फाटक उभे राहिले आणि डोके हलवत बाकाकडे पाहतच राहिले. बाक मागे अजून तीनचार फूट तरी होते. मग ते अगदी पायाजवळ आहे असे कसे वाटले? की तरंगत मागे गेले?... हातात काठी घेतलेली एक मुलगी रस्त्यात हसत होती. ती हसली व गेली; पण तिचे अंग रक्ताने न्हाले होते. फाटक एकदम भेदरले. ही ती हॉस्पिटलमधली मुलगी – आपला पाठलाग करत आली आहे. ते लगबगीने डोलतडोलत मागे गेले व हलणारे बाक घट्ट धरून त्यांनी त्यावर अंग टाकले.

त्या मुलीची क्षणिक भीती गेली. उलट तिने यावे आणि आपल्याला शिक्षा करावी, असे त्यांना वाटू लागले. निदान एखाद्या तुकड्याची तरी सोडवण होईल, पोटातील आग विझेल; पण ती हॉस्पिटलमधील मुलगी नव्हेच. तिच्या पाठीवर भेंडाची मोळी आहे. ही तर वृंदा. केस बांधलेले. पाण्याने निथळणारी. पाण्याने रस्ता ओला झाला आहे. पाण्यात लाटा आहेत. पण ती फाटकांशी बोलली नाही. ती त्यांच्याकडे पाहत राहिली व मग खाली मान घालून निघून गेली. फाटक अगदी व्याकूळ झाले व हाताच्या कोपऱ्यात तोंड लपवून अंग आवळून बसले.

कुठेतरी थड्थड् असा सारखा आवाज होत होता. त्यामुळे सारे अंग ठसठसल्यासारखे होऊ लागले. ऊन आता मलूल होऊ लागले होते. फाटक कुत्र्यासारखे अंग हलवून बाकावर सरळ बसले. रस्ता. लालकाळ्या मोटारी. एकमेकींसमोर आल्या. त्या आदळून त्यांचा चक्काचूर होणार, म्हणून फाटकांनी एकदम कान बंद करून घेतले; पण त्या एकमेकींशेजारून सहज गेल्या. रस्त्यापलीकडील फूटपाथवर कुणीतरी घोळत असल्याप्रमाणे हलणारी अस्पष्ट माणसे. मोठ्या होत चाललेल्या पाण्याच्या मंद, काळसर लाटा. त्यांच्यावर रक्ताचे पंजे उठल्याप्रमाणे दिसणारे रक्ताचे मोठे डोळे. फाटकांना तेथून उठून जायचे होते; पण शरीराचे निरुपयोगी ओझे उचलण्याचा त्यांना फार कंटाळा आला. ते सारे जणू नासून गेल्याप्रमाणे त्यांनी नाक मुरडले व ते पुन्हा बाकावर निर्जीवपणे रेलले.

– पण त्यांना एकदम धक्का बसला! अंगात मॅग्नेशियमची तार जळाल्याप्रमाणे ते एकदम भाजत उजळले. गोणपाटात अस्ताव्यस्त कोंबल्याप्रमाणे दिसणारे शरीर स्प्रिंगप्रमाणे उभे राहिले. समोरच्या फूटपाथवरून हातात पुडा घेतलेली मुलगी हसत रस्त्यावर उतरत होती. रस्त्यावरून वेगाने लाल बस आली, त्या वेळी ती मुलगी चालताचालता दुसरीकडे पाहत होती.

फाटकांच्या मनात सारे काही तुटून गेले. अंग ओढत, पेन खिशात दाबत ते पुढे धावले व हातवारे करत 'थांब थांब' असे ओरडले. पाण्याच्या लाटा पुन्हा येऊ लागल्या. भोवती अंधार घोटाळू लागला. ते तसेच धडपडत पुढे आले. समोर काहीतरी गोरे दिसताच, त्यांनी त्याला हात लावला. कुणीतरी हुळहुळून स्वच्छ हसले. 'वृंदा! वृंदा!' म्हणून हर्षाने ओरडत फाटकांनी तिला उचलले व थरथरत्या पाण्यावर आणले. साऱ्या आयुष्यभर अंधाऱ्या पाण्यात आंधळ्या फेऱ्या घालून आता अखेर वृंदा हाताशी आली.

त्यांनी तिला पुन्हा स्पर्श केला. ती परिचितपणे हुळहुळून त्यांना बिलगताच त्यांनी आपला रुंद, किंचित दाढी वाढलेला, सैल चेहरा थोडा वर केला व उन्हाकडे पाहत, उन्ह पीत ते मोठ्याने मनापासून हसले...

कर्कशपणे ब्रेक लावून बस थोड्या अंतरावर थांबली. रस्त्यावर पडलेल्या फाटकांभोवती लोक जमा झाले. त्यांचे हातवारे पाहून थबकलेली मुलगी देखील काय झाले पाहण्यासाठी आली व घोळक्यात मिसळली. एकाने खाली वाकून पाहिले. खिशातील बाटली फुटून फाटकांच्या कोटाचा एक भाग ओला झाला होता. तो उठला व त्याने कोपर वाकवून, अंगठा तोंडाकडे नेऊन, बाटली वाकडी केल्याचा आविर्भाव केला.

''हात्तिच्या!'' जमलेले लोक म्हणाले. त्यांचे चेहरे उजळले. सगळ्यांना सारा अर्थ समजला व कुणाला काहीसुद्धा गूढ वाटले नाही.

थोड्या अंतरावर मात्र एक माणूस साशंक कावऱ्याबावऱ्या नजरेने उभा होता. किंचित दूर पडलेल्या पेनावर पाय ठेवून तो उभा होता. लोक जाऊ लागताच, पायाच्याच बोटांनी ते त्याने वर उचलले व हळूच खिशात ठेवून खाली दाबत तो निघून गेला.

हंस दिवाळी १९६२

# ज न्म

अद्याप डोळ्यांवर पेंग होती आणि मारत्या अंगणात गोणपाटावर आणखी एक तास तरी आराम लोळत पडला असता. पहाटेची एक्स्प्रेस आताच गेली होती आणि साडेसातची लोकल अद्याप आली नव्हती; पण त्याच्या बरगड्यात कुणीतरी ढोसले. ते माहीत होऊनही तो रेंगाळू लागताच पुन्हा एक ढोसणी आली ती अगदी टोकदार, दुखवणारी होती. मारत्या डोळे चोळत उठून बसला. तो उठताच त्याच्याच बाजूला पडून असलेले एक अशक्त, काळे परंतु पाठीवरचे कातडे सोलल्याप्रमाणे वीतभर पांढरा डाग असलेले कुत्रेही अंग हलवत ताणल्याप्रमाणे लांब झाले व उभे राहिले.

"मारत्या ऊठ, माझ्या बुटाला पॉलिश मार," परशा खेकसला आणि मारत्या काही बोलायच्या आतच तो घरात गेला. "मोठा बाजीराव लागून गेलाय की!" मारत्या पुटपुटला, "म्हणे बुटाला पॉलिश मार." पण उठून त्याने परशाचे बूट उचलले व बोटानेच त्यांना डबीतले काळे पॉलिश चोळले व थोडे घासून त्याने बूट कोपऱ्यात टाकून दिले. त्याने काळा हात कुत्र्याच्या पाठीवर पुसला व एक जांभई दिली. परशा आतून खाकी कपडे घालून बाहेर आला व बूट चढवू लागला.

"अरे, बूट पॉलिश केलं, मला एक आणा दे की आज," मारत्या म्हणाला, "आज बसवाण्णाची जत्रा आहे."

"तर तुझ्या बाची ठेव आहे माझ्याकडे!" परशा कुर्रेबाजपणे म्हणाला, "म्हणे एक आणा दे!"

"तर काय! एक आणा दे म्हणे," तानीबाई परशाविषयीच्या कौतुकाने म्हणाली.

खरे म्हणजे परशा एका कॉलेजात गडी होता; पण तो फुकट मिजाशीत कुणीतरी दिलेले बूट घालून खाड्खाड् मिरवे, केस कपाळावर आणून वाकड्या तोंडाने गाणे गुणगुणे.

एका सोप्याच्या घरात तानीबाईने चूल पेटवली होती. उंबऱ्याजवळ डोके सारे

अगदी खरवडून टाकलेला किट्ट्या हातात भाकरीचा तुकडा घेऊन बसला होता व त्याच्यासमोर चहाचा कप होता. मारत्याने तोंड धुतले व तो आत आला आणि चुलीजवळ बसला. तानीबाईने एका कपात चहा ओतला; पण कप मारत्याला दिला नाही. केसांवरून फणी फिरवत परशा आत येताच ती लगबगीने उठली व कप तिने त्याच्या हातात दिला.

"बोगस दिलीपकुमार!" मारत्या चिडून पुटपुटला.

उरलेला कप मारत्याने उचलला; पण आताच त्याचे पोट वखवखू लागले होते.

"आई, मलाही दे की अर्धी भाकरी," किट्ट्याच्या हातातील चतकोराकडे पाहत तो म्हणाला.

"आता माझी हाडंच घे," तानीबाई म्हणाली, "एक चूर तर होती, ती दिली पोराला, मघा परशानं खाल्ली. तो कामाचा माणूस, तुझ्यासारखा तो शेणढुंगण्या नाही."

परशाचे चहा पिऊन झाले; पण त्याने कप खाली ठेवला नाही. त्याने मारत्याचा कप उचलला व त्यातील अर्धा चहा आपल्यात ओतून घेतला. मारत्या किंचाळत उठला व त्याने कप हिसकावून घेतला. "माझा का रे कप, बाजीराव?" तो चिडून म्हणाला. परशाने काही न बोलता चहा संपवला व गुणगुणत चहा घेऊन तो बाहेर पडला. कपात उरलेला दोन घोट चहा पाहून चिडीने मारत्या रडकुंडीला आला. त्याला वाटले, कुत्र्याला बोलवावे आणि 'धीर धीर, छूः' म्हणत त्याला परशावर सोडावे. म्हणजे पाच मिनिटांत पिंढऱ्यांची हाडे बाहेर काढील तो!

कुत्रे खाण्याचा वास घेतघेत दारात आले व तोंड फाकवून उभे राहिले. किट्ट्याने भाकरीचा हात हलवत त्याला हॅट्ट् केले; पण ते हलले नाही. किट्ट्याची मान आईकडे वळताच एखाद्या स्प्रिंगप्रमाणे कुत्र्याने भाकरी हिसकावून घेतली व ते दूर पळाले. किट्ट्या घाबरून ओरडला आणि धावत आईकडे आला. त्या धांदलीत धक्का लागून मारत्याचा उरलेला चहाही सांडला. "मढं गेलं त्या कुत्र्याचं. देव त्यालाच कसा विसरलाय कुणास ठाऊक," हातात एक लाकूड घेऊन अंगणात येत तानीबाई म्हणाली, "मुन्शीपालटीतल्या गोळ्या खाऊन अड्ड्यातलं कुत्रं मेलं. याला का प्लेग होत नाही कुणास ठाऊक! आधी एक चूर भाकरी आणि त्यात हे कुत्रं. म्हणतात की भिकेत कावळा हागला, तसली गत."

बाबा आता कांबळ्याची वळकट घेऊन घरी आला होता. एक दिवसाआड तो देशपांड्याच्या घरी झोपायला जात असे. वळकट खाली फेकून केस फिसकारत तो अंगणात उभा राहिला. "थांब, मीच दोनचार गोळ्या घेऊन त्याला घालतो आज. कुठलं भिकारडं कुत्रं आणलंय त्यानं कुणास ठाऊक!" तो म्हणाला.

चहा सांडल्यामुळे मारत्या चिडल्यासारखा झाला होता; पण झुरळाप्रमाणे तुरुतुरु आलेल्या किट्ट्याला पाहून तो अगदी झटके देत हसू लागला.

"ए माकडा, दात काढायला काय झालं तुला? तुझं कुत्रं इथं अंगणात आलं, तर तुला देतो बघ डागणी तोंडावर," बाबा म्हणाला, "शाळा नाही बिळा नाही, हिः हिः करत बसलंय इथं."

हो, आज शाळा नाही हे मारत्याच्या ध्यानातच नव्हते आणि ते आठवताच त्याला भुकेचाही तात्पुरता विसर पडला. काल त्याला दहा छड्या मारून मास्तरांनी शाळेतून कायमचे हाकलून घातले होते. येथे कुठल्या टिकूजीला पाहिजे होती शाळा? तेथे जाऊन करायचे काय? तर मळकी, सैल, अर्धी विजार घालून खुर्चीवर मांडी घालून बसलेल्या मास्तरापुढे सकाळी जायचे व 'वंदन, गुरुजी' म्हणायचे. मग वाचन. त्या शेंबड्या राजकन्या आणि पऱ्या, फेटे बांधलेले बावळट राजपुत्र. उद्याचे नागरिक. मुलांनो, हे पूज्य बच्चमजी कोण आहेत तुम्हांला माहीत आहे? हे भारताचे एक सुपुत्र. त्यांनी काय केले? तर मिरची न खाता तीस वर्षे जेवण घेतले. हे डरपोक महाराज? आणखी एक सुपुत्र. त्यांनी दाढी वाढवली. हे डरपोकसाहेब? आणखी एक सुपुत्र. त्यांनी एका खेड्यात पायखान्यासाठी खड्डा खणला. व्यंक्याच्या खाटेमधल्या ढेकणांप्रमाणे भारतात सुपुत्रांचा नुसता बुजबुजाट झाला आहे. कुठल्या लेकाला पाहिजे आहे सारे हे! आणि ज्यामुळे हे सारे घडले त्याची मारत्याला आठवण झाली व तो स्वतःवर अगदी बेहद्द खूष होऊन राहिला.

त्याच्या वर्गात धीरेंद्र म्हणून एक नाजूक, चाळशी लावणारा मुलगा होता. तो दररोज अगदी स्वच्छ कपडे घालत असे आणि दिवसभर ते सावरत बसे. तो मास्तरजवळ बसे व परीक्षेत नेहमी पहिला येत असे. त्याला शाळेत आणायला-न्यायला कोळशाच्या पोत्यासारखा एक माणूस दररोज येत असे. त्या धीरेंद्रकडे पाहताच मारत्याच्या पोटात अगदी ढवळून येत असे. त्याने एकदा त्याच्या पिशवीत एक गुबगुबीत बेडकी ठेवली. पुस्तक काढायला पिशवीत हात घालताच भेदरून ते पोर अशा उड्या मारू लागले, की पोरे हसूनहसून मेली. शेवटी मास्तरांनी शाळेच्या गड्याबरोबर त्याला घरी पाठवले. तो शाळेच्या आवारात आला, की त्याच्यामागे जाऊन राडीत पच्चकन पाय मारणे हे तर नेहमीचेच होते. काल मारत्याने कुठल्यातरी पोराची शाईची बाटली घेऊन धीरेंद्राच्या चेहऱ्यावर शाई फासली होती आणि ओले हात त्याच्याच कपड्याला पुसले होते. छड्या खाऊन हातात आग पेटली हे खरे; पण शाई माखलेला धीरेंद्र असा इरसाल माकडासारखा दिसत होता, की वेळ असता तर मारत्याने त्याला कागदाची शेपटी लावली असती. त्याच्याच नावाने मारत्या आपल्या कुत्र्याला धीर म्हणत असे. धीरेंद्र शाळेत चालला, की "धीर धीर, छूः" म्हटले, की कुत्रे दात विचकून धावून जात असे आणि आरडतओरडत धीरेंद्र त्या माणसाच्या भोवती हिंडू लागे. शाळा गेली खड्ड्यात. आता दररोज धीरेंद्राच्या मागे बिनघोर हिंडायला हरकत नाही. शाळा तरी कसली? तेथे सायकलवर बसायला, पोहायला शिकवत नाहीत. पाण्यात गळ कसा टाकायचा कुणालाच माहीत नाही आणि आंब्याच्या झाडावर चढायला शिकवायचे तर कुणी करतच नाही. तो मराठेचा रामू,

त्याला उंदराच्या बिळात देखील किती इंच पाऊस पडतो हे माहीत; पण एकदा झाडावर चढला त्या वेळी पाय घसरून पालथ्या झुरळाप्रमाणे पडला व पाय हलवत राहिला. शाळा नाही, कायमची बंद झाली या आनंदात मारत्या बाहेर आला.

''काय मेस्त्री, उठलात?'' रस्त्यावरून कुणीतरी बाबाला हाक मारली. रस्त्यावरून रामण्णा पोलिस चालला होता.

''काय लौकरसं आज?'' बाबाने विचारले.

''ती जत्रा आहे ना, सकाळची ड्यूटी आहे,'' रामण्णा म्हणाला, ''पोलिस नसला तर तेथे हैदोस होईल की. बराय जातो, गडबड आहे.''

कुत्सितपणे हसत बाबाने मान हलवली. रामण्णाच्या अंगावर खाकी कपडे पातळ शाडू ओतल्याप्रमाणे दिसत. तो दरडावून बोलू लागला, की भीक मागत असल्याप्रमाणे वाटे, म्हणून सगळेजण त्याला कडबू पोलिस म्हणत.

बाबा बाहेर विहिरीच्या कट्ट्यावर येऊन बसला. त्याला काय धाड झाली आहे! त्याला देशपांड्याच्या घरी तांब्याभर चहा मिळतो. तेथे चहा पितो आणि येथे खेकसतो.

त्याची नजर चुकवून मारत्या विहिरीमागून रस्त्याकडे निसटणार होता, तोच बाबाने ओरड दिली, ''ए एडक्या, त्या व्यंक्याची खोली झाडून ये. दोन दिवस तू गेला नाहीस, ती बाई ओरडत होती की!''

मारत्या पाय आपटत देशपांड्याच्या घराकडे निघाला. व्यंकूला घरात मागे अगदी शेवटच्या खोलीत ठेवले होते आणि त्या खोलीला नेहमी बाहेरून निदान कडी लावलेली असे. खरे म्हणजे व्यंकू काही असा धोक्याचा नव्हता; पण इतर कुणी आले तर अंग चोरून कोपऱ्यात बसे आणि कुत्र्याप्रमाणे ओरडे. पण मारत्याशी मात्र तो हसत बोलत असे. तो अगदी लहान असता त्याच्या शेजारीच झोपलेल्या काकांचा त्या खेड्यातील काही लोकांनी जमिनीच्या भांडणामुळे खून केला होता, तेव्हापासून व्यंकू जे कुत्र्यासारखे ओरडू लागला, ते आतापर्यंत टिकले. काळे बुरखे, पिवळ्या दिवट्या, अंथरुणात सांडलेले रक्त. कित्येकदा तो मारत्याला त्याविषयी सांगू लागे; पण सांगून होण्याच्या आधीच अंग आकसून कोपऱ्यातकोपऱ्यात जाऊ लागे. समोर कलिंगडाची फोड आली किंवा पानात तांबडी भाजी आली की मात्र तो ओरडू लागे व वचावचा चावायला येत असे. तो सारा वेळ खिडकीत उभा राहून बाहेर पाहत असे आणि आडव्या-उभ्या गजांची सावली त्याच्या खोलीप्रमाणेच त्याच्या आयुष्यावरही कायमची पडून गेली होती.

कडी काढून मारत्या त्या खोलीत आला, त्या वेळी त्याला एकदम कोंदट जुनाट वास आला; पण तो त्याला परिचित होता. व्यंकूने एक वर्तमानपत्र फाडून त्याचे तुकडे खोलीभर केले होते आणि पुष्कळ साप डोक्यातून निघत असल्याप्रमाणे दिसणाऱ्या माणसाची एक वेडीवाकडी आकृती त्याने खाटेवर पसरली होती. वरून दोनचार मळके कपडे कातड्यासारखे लोंबत होते. बाहेर पावलांचा आवाज झाला व मारत्याने हळूच दार

उघडताच मोलकरणीने पातेलेभर गरम चहा व खूप खोबरे घातलेल्या पोह्यांची ताटली त्याच्याकडे दिली व ती न बोलता निघून गेली. मोठी ऐटवाली बाई आहे ती. आपण अगदी नर्गिस असल्याप्रमाणे दिमाखात चालते ती! खिडकीत व्यंकूचे खाणे ठेवताना पोह्यांचा रंग आणि त्यांना येणारा फोडणीचा खमंग वास पाहताच मारत्याच्या पोटाने कुत्र्याच्या पिलाप्रमाणे उडी मारली. त्याला वाटले, जर आजही व्यंकूने काही न खाता जर ते आपल्याला सारे दिले तर काय गंमत होईल!

''व्यंकू, चहा घे आधी,'' कमरेवर हात ठेवून मारत्याने दरडावून सांगितले.

जवळजवळ त्याच्या दुप्पट उंचीचा व्यंकू उभा राहिला आणि घाबरून त्याच्याकडे पाहू लागला. त्याच्यावर दररोज एकदातरी तसे दरडावणे मारत्याला फार पसंत होते. निदान या ठिकाणी तरी त्याचे काहीतरी चालत होते.

बाहेर जर कुणी मोलकरीण किंवा वहिनी असेल तर तिला ऐकायला जावे म्हणून मारत्याने मोठा आवाज काढला होता; पण व्यंकू घाबरून गप्पच उभा राहिला हे पाहून त्याला फार बरे वाटले. नंतर त्याने झाडणी उचलली व ती व्यंकूला दिली. ''काय कचरा करून ठेवला आहे! कर सारं स्वच्छ,'' तो हलक्या आवाजात म्हणाला.

''तो देखील?'' खाटेवरच्या आकृतीकडे बोट दाखवत व्यंकूने विचारले.

''होय, तो काय तुझा काका आहे?'' मारत्या तिरस्काराने म्हणाला. व्यंकू चुळबुळ करू लागला. तो बिचकत म्हणाला, ''होय रे, तुला कसं समजलं? ते झोपले आहेत.''

मारत्याने चिडून तो कागद चुरगळून कोपऱ्यात टाकला. ''मॅडच आहे. म्हणे काका झोपलेत. हं आटप, आता काढ सारा केर,'' वेडावत तो म्हणाला. नंतर तो खाटेवर व्यवस्थित पसरला. व्यंकूने पाठ मोडून सारा केर गोळा केला व एका कागदावर घालून कोपऱ्यात ठेवला. झाडणी ठेवून हात झाडत त्याने मारत्याकडे कौतुकासाठी पाहिले. मारत्या दर खेपेला, ''वा! पस्टक्लास!'' म्हणत असे; पण तो आज गप्प राहिला.

''व्यंकू, तुझं पोट दुखतंय नव्हे आज?'' थोड्या वेळाने त्याने विचारले.

''माझं?'' कपाळाला आठ्या घालत व्यंकू विचार करू लागला, ''नाही बा, ते चार दिवसांपूर्वी दुखत होतं,'' तो म्हणाला.

''अरेच्या! आताच सांगितलंस की रे तू मला?'' उठून बसत मारत्या म्हणाला, ''तू म्हणालास, माझ्या पोटात असला गोळा उठलाय आणि पोट टराँव टराँव दुखतं म्हणून.''

व्यंकू गोंधळला व डोके हलवू लागला; पण लगेच त्याचा चेहरा उजळला व त्याने अगदी लहान पोराप्रमाणे टाळी वाजवली, ''होय रे होय, माझं पोट दुखतंय बघ.''

''मग पोट दुखतंय तर पोहे खाऊ नयेत. नाहीतर काय होतं माहीत आहे, माहीत आहे? डोक्यावर शिंगं येतात.''

डोक्यावर शिंगे या कल्पनेने व्यंकू हादरला व त्याने अंग चोरले. ''मग घेऊन जा हे सारं. मला नको बाबा.''

''पण परत पाठवलंस तर काय होईल माहीत आहे?'' आवाज घाबरा करून डोळे दटावत मारत्या म्हणाला, ''मग वहिनी छडी घेऊन येईल,'' असे म्हणून व्यंकूवर काय परिणाम होतो ते पाहू लागला. वहिनीचे नाव ऐकताच व्यंकू गुडघे मोडल्याप्रमाणे एकदम जमिनीवर बसला आणि आताच तोंडावर वेताचे प्रहार होत असल्याप्रमाणे डोळ्यांसमोर हात धरून तो मारत्याकडे पाहू लागला.

''मॅडच आहे! अरे, मी मारत नाही, वहिनी मारेल,'' मारत्या अधीरपणे म्हणाला.

''मारत्या, तू माझा दोस्त आहेस. आहेस की नाहीस?'' काकुळतीने व्यंकू म्हणाला, ''तू ते पोहे खाऊन टाक. मी तुझ्या पाया पडतो, तुला पैसे देतो बघ. सगळं खाऊन टाक.''

बरेच आढेवेढे घेत मारत्याने चहापोहे संपवले. घाल चुलीत तुझा चहा आता! तो तानीबाईला उद्देशून पुटपुटला. सारे काही विसरून व्यंकू पुन्हा हसत उभा राहिला. ''तू माझा दोस्त आहेस. मी तुला गंमत दाखवतो,'' तो म्हणाला व मारत्याला बोटाने खूण करून अगदी कोपऱ्यात बोलावले. मारत्या उत्सुकतेने तिकडे गेला. व्यंकूने आजूबाजूला पाहिले आणि सदऱ्याच्या खिशातून आठ आण्यांचे नाणे काढले आणि मारत्याला दाखवून पटकन खिशात घातले. ''दादानं वहिनीला नकळत दिलेत मला,'' गुपित सांगण्याच्या आवाजाने व्यंकू हळूच कुजबुजला.

एकदम आठ आणे पाहताच मारत्या हबकलाच. दुपारची सारी जत्रा आताच त्याच्या डोळ्यांत रंगीत पाळण्याप्रमाणे फिरली. तो त्यात गिरगिरला व हळूच एका आठ आण्यांच्या वर्तुळावर उतरला.

''काय करणार तू त्याचं!'' त्याने हलक्या आवाजात विचारले.

''सांगू? सांगू? सांगतो. तू माझा दोस्त आहेस,'' एकदम उतू जाणाऱ्या उत्साहाने व्यंकू म्हणाला.

''मी हातावर बांधायचं घड्याळ घेणार आहे.''

''पण घड्याळ घेऊन काय करणार तू?''

''किती वाजले ते पाहणार,'' व्यंकू ऐटीत म्हणाला.

''अरे, पण तसल्या घड्याळात काटे फिरत नाहीत.''

''वरची किल्ली फिरवली की फिरतात. मला सारं माहीत आहे. अकरा वाजले की अकरावर काटा ठेवायचा. बारा वाजले की बारावर.''

''पण अकरा वाजले हे तरी कसं समजणार तुला?''

व्यंकूने मारत्याला वेड लागले अशा दृष्टीने पाहिले. ''मारत्या, तू दोस्त आहेस; पण मॅड आहेस बघ. अरे, त्या घड्याळात बघितलं की किती वाजले समजतंच की!''

हसूनहसून मारत्या खाटेवर गडबडा लोळला. नंतर तो म्हणाला, ''आज जत्रेत खूप घड्याळं येणार आहेत. निळी, हिरवी, काळी.''

व्यंकू सलगीने एकदम त्याच्याजवळ बसला आणि पुन्हा अजिजीने म्हणाला, "मग मला एक घेऊन ये की! काळ्या पट्ट्याचं हिरवं."

पण मारत्याला फार कामे होती. तो काय व्यंकूसाठी घड्याळे शोधत हिंडत बसेल? व्यंकू तरी मॅडच आहे आणि घड्याळ तरी एकदोन आण्याला येणार?

"मग हे सारे आठ आणे घे," व्यंकू उतावीळपणे म्हणाला, "पण काळ्या पट्ट्याचं हं."

अत्यंत नाखुषीने मारत्याने नाणे घेतले आणि खिशात टाकले. व्यंकू बेहद्द खूष झाला आणि त्याने मारत्याच्या खांद्यावर हात ठेवला. "संध्याकाळी आणून दे हं घड्याळ. मारत्या, तू अगदी पस्टक्लास दोस्त आहेस बघ."

बाहेर कुणाची पावले ऐकू आली. चटकन उठून मारत्याने तीनचार ठिकाणी उगाच झाडणी आपटली आणि कपबशी, ताटली घेऊन तो बाहेर आला. बाहेर वहिनी आली होती. "खाल्लं काय रे त्या मढ्यानं?" तिने विचारले. व्यंकूचा जीव अगदी गोळा झाला आणि कानात आला; पण मारत्याने होय म्हणताच तो सैल झाला आणि वहिनीला दिसू नये म्हणून अगदी दाराआड उभा राहिला. पण तो हळूच मनगटाकडे पाहत होता. त्यावरील काळ्या पट्ट्याच्या घड्याळात काटे सारखे धावत होते. ते एकत्र आले, की मारामारी होणार म्हणून तो मुठी घट्ट आवळत होता. मग वहिनीने बाहेरून कडी लावून घेतली हे त्याच्या ध्यानातही आले नाही.

खिशात आठ आणे पडताच मारत्या अगदी फुग्याप्रमाणे फुगला. तो घरी आला त्या वेळी तानीबाई धुणे धुवायला डोणीवर गेली होती आणि किट्ट्या विहिरीच्या कट्ट्यावर मातीचा ढिगारा करत होता. मारत्याने आपली एकुलती नवी चड्डी काढली; पण अंगात होता त्याखेरीज त्याला सदरा नव्हता. तो त्याने आत खुपसला. नंतर असल्या दिवसासाठी ठेवलेला नवा कातडी पट्टा कमरेला बांधला. हा पट्टा व्यंकूसाठी दादाने मुद्दाम आणला होता; पण तो त्याला फार घाबरू लागला म्हणून तो मारत्याला मिळाला. एका लालभडक फडक्याच्या टोकात मारत्याने नाणे बांधले व शीळ वाजवत तो बाहेर पडला. जेवण गेले खड्ड्यात! आठ आण्यात चार डबलरोट-भाजी मिळते!

आता आईसमोरून गेलो तर ती चार घागरी पाण्यासाठी अडकवणार हे त्याच्या ध्यानात आले. म्हणून तो मागच्या अंगाने येऊन पडक्या भिंतीवरून उडी मारून बाहेर आला; पण त्याच्या मागोमाग आलेल्या धीरनेही तशीच बाहेर उडी मारली. मारत्याने चिडून त्याला एक लाथ मारली आणि तो आत आला. त्याने आजूबाजूला नजर टाकली. कपडे वाळत घालण्यासाठी बांधलेली एक दोरी तुटून जमिनीवर लोंबत होती. मारत्याने एक हिसका देऊन ती तोडली. ती त्याने धीरच्या गळ्यात बांधली व दुसरे टोक झाडाला बांधून टाकले. "गप्प बस इथं मी येईपर्यंत. नाहीतर फुकट मरशील अड्ड्यातल्या कुत्र्याप्रमाणे. मी येताना तुला रिबन आणतो पस्टक्लास." तो म्हणाला. कधी नाही ते

आज गळ्याभोवती दोरी बसल्याने धीर अस्वस्थ होऊन ओरडू लागला आणि दोरी हिसकू लागला; पण मारत्याने उडी मारली व तो शीळ वाजवत बसवाण्णाच्या देवळाकडे चालू लागला.

जत्रा टमाम भरली होती आणि माणसांच्या गर्दीत देवळाचे शिखर वरच्यावर तरंगत असल्याप्रमाणे दिसत होते. एकदम शब्दांच्या धुरळ्यात सापडल्याप्रमाणे मारत्याचे कान आवाजाने कोंदले. आंबिलगाड्यांपुढे टकाक गिंगिंग हलगी वाजत होती आणि गुलालाने माणसे न्हाली होती. मारत्या गर्दीत घुसला आणि तिच्यात बुडून गेला. काय घ्यावे, काय करावे असे होऊन मारत्या भांबावून गेला. त्याने सारे काही एकदा पाहून घेण्यासाठी एका टोकापासून दुसऱ्या टोकापर्यंत फेरी मारली. दिसायला बुळबुळीत, पण स्वच्छ, चौकोनी गोड पिठाच्या वड्या, लाल पाण्याच्या बाटल्या, फोडणी देऊन हळदीत मळवलेल्या चुरमुऱ्याचे भडंग, गारगार फिरणारे लाकडी हत्ती घोडे, मुंबईची राणी, मद्रासचा राजा दाखवणारा सिनेमा, दोरा लावून फेकून खेळायची गाडीच्या चाकाएवढी चक्रे आणि पायऱ्यापायऱ्या असलेले टोमाटोसारखे लालभडक भोवरे... व्यंकूच्या घड्याळाची किंमत एक आणा होती. म्हणजे साले सात आणे सरळ खिशात की! मारत्या एकदम स्वतःवर खूष झाला. त्याने प्रथम जीभ रिवरिवणारे तिखट भडंग घ्यायचे ठरवले. कारण त्यावरच मग बर्फाचे लाल काडी आइस्क्रीम मस्त लागते. तो भडंगाच्या ढिगाऱ्यापुढे उभा राहिला आणि त्याने ऐटीत खिशात हात घातला.

पण तोंड उघडे टाकून फाडकन थांबला. त्याने दोन्ही खिसे खसाखसा चाचपून पाहिले आणि तो घाबरा झाला. खिशातील लाल फडकेच कुणीतरी डाकूने चपक केले होते. त्याने चिडून आजूबाजूच्या लोकांकडे पाहिले; पण ते आपल्याच नादात धक्काबुक्की करत चालले होते. यांच्यापैकीच कुणीतरी एक चारशेवीस आहे. साला हातात गावू दे, त्याचे नरडेच चिरतो! पण सध्यातरी मारत्या हताश होऊन रडकुंडीला आला. ते फडके कुठे वाटेत पडले की काय हे पाहण्यासाठी तो परत फिरून आला; पण माणसांच्या पायांखालचा रस्ता दिसत नव्हता, त्या गर्दीत फडके काय दिसणार? आपणालाही कुणीतरी व्यंकूप्रमाणेच खोलीत कोंडून ठेवले आहे असे त्याला वाटू लागले. भडंग, चक्र, लाल बर्फ सारे एकामागोमाग दूर गेले. कुस्करल्या चेहऱ्याने मारत्या देवळाच्या कट्ट्यावर बसला व फुसफुसू लागला. तो जाणाऱ्यायेणाऱ्याकडे खुळ्या कुत्र्यासारखा पाहत होता. कुणीतरी आठ आण्यांचे नाणे बांधलेले तांबडे फडके खिशातून काढेपर्यंत प्रत्येकाच्या पायावर काड्काड् दणका हाणाव्या याकरिता त्याचे हात शिवशिवू लागले.

समोरच रेशमी रिबने, कातडी पट्टे, प्लास्टिकची खेळणी असलेल्या दोनतीन हातगाड्या होत्या आणि सगळे गाडीवाले तोंड वाकडे करून कर्कशपणे ओरडत होते.

मारत्या एकदम उठून उभा राहिला. त्याचा चेहरा कावराबावरा झाला आणि हात थरथरू लागले. त्याने उडी मारली व एक मोठे निळे रिबन हिसकावून घेतले आणि

उडवल्याप्रमाणे तो पळत सुटला. गाडीवाल्याने गाडी तशीच सोडली. ''पकडा, अरे पकडा साल्याला,'' म्हणत तो लोकांच्या पोटात कोपर मारत धावला. मारत्या पळाला; पण सगळीकडे माणसांची पोटे, मांड्या यांच्या भिंतीवर तो आपटू लागला. त्याचे पाय मेणाचे असल्याप्रमाणे निर्जीव झाले आणि तो आंधळ्या कुत्र्याप्रमाणे भरकटू लागला. ''पकडा त्या बेरडाला'' म्हणणाऱ्यांचा गलका वाढला. धापा टाकत मारत्याने पुन्हा जोराने पाय उचलले. पुसटपुसट चेहऱ्यांच्या लोकांत त्याला एकदम धीरेंद्रचा चाळशीवाला चेहरा दिसला. त्याने मारत्याच्या पायात पाय अडकवला आणि मारत्या पाय मुरगळून रस्त्यावर कोलमडला. कुणीतरी त्याला दगडाच्या हातांनी उचलले आणि त्याच्या दोन मुस्कटात दिल्या. ''डांबीस कारटं अजून भुईतून वर आलं नाही आणि असले धंदे करतंय,'' गाडीवाला म्हणाला आणि त्याने मारत्याच्या हातून रिबन हिसकावून घेतले. त्याने मारत्याला अशी नेमकी लाथ मारली, की त्याच्या डोळ्यांपुढचे सारे फसले आणि डोळ्यांपुढे चांदी चमकली. तेवढ्यात धीरेंद्रने देखील त्याच्या पिंढरीवर एक लाथ मारली व तो गर्दीत पळून गेला.

''तरीच हा डांबीस गाडीसमोर तासभर बसून होता,'' गाडीवाला सांगू लागला, ''आणि बघताबघता त्यानं रिबन आणि पट्टा पळवला की,'' त्याने मारत्याच्या पट्ट्याला हात घालताच मारत्या जिद्दीने धडपडू लागला. ''पट्टा माझा आहे. मला तो –'' तो ओरडू लागला; पण कुणीतरी आणखी एक थोबाडीत दिली आणि मारत्याचे शब्द पुसून गेले.

''काय आहे भानगड? सरक बाजूला –'' म्हणत कुणीतरी पुढे आले. पाचसहा लोकांमध्ये मारत्या अंग चोरून उभा होता. रामण्णा पोलिसाने त्याला बकोटीला धरून पुढे ओढले. सगळे लोक गौं गौं करून त्याला एकदम सारे सांगू लागले. इतके महत्त्व मिळताच रामण्णा अगदी खुलला व सगळ्यांकडे ऐटीने पाहू लागला. सारा दिवस त्याला जत्रेत कुणी विचारले नव्हते. कुणी त्याला सोडावाटरची एखादी बाटली फुकट दिली नव्हती आणि रस्त्याच्या कडेला फडक्यांचे तुकडे मांडून खुशाल बसलेल्या तीन पानेवाल्यांनी त्याला पाहून बूडही हलवले नव्हते. रामण्णाने प्रथम मारत्याला एक थोबाडीत दिली. ते सगळ्यांना आवडले. रामण्णाने गाडीवाल्याचा पत्ता लिहून घेतला आणि मारत्याला ओढत तो बाहेर आला. ''पण तो पट्टा माझा आहे. तो त्याचा नाही. तो मला –'' मारत्या ओरडून सांगू लागला तेव्हा रामण्णाने पाठीत एक धपाटा घातला व त्याला गप्प केले.

ते थोडे पुढे आले, तेव्हा त्यांच्याबरोबरची गर्दी पांगली. मारत्याला त्याने पुढे ढकलले व म्हटले, ''असले धंदे करायला लागलास काय रे माकडा! आता पळ ढुंगणाला पाय लावून. इथं पुन्हा सापडलास तर खिमा करतील ते लोक.''

मारत्या शरमेने रडवा झाला आणि वेड्याप्रमाणे धावत घरी आला. वाटेत व्यंकू खिडकीत उभा राहून त्याची वाट पाहत होता. मारत्याला पाहताच तो टाळ्या वाजवू

लागला व नंतर त्याने हळूच विचारले, ''माझं घड्याळ आणलंस?''

''जा रे मॅड, तू मर आणि खड्ड्यात जा!'' मारत्या चिडून म्हणाला आणि विहिरीच्या कट्ट्यावर पडून तोंड खाली करून तो रडू लागला.

हातात एक शिजलेला बटाटा घेऊन किट्ट्या तेथे आला आणि ओरडला, ''मारत्या, तुझा धीर तिथं मरून पडलाय बघ. बाबानं त्याला गोळ्या खायला दिल्या.'' आणि असे सांगून तो हिः हिः करून हसला. त्याचे डोके शेणगोळ्यासारखे दिसत होते आणि हसताना त्याचे डोळे डुकराप्रमाणे लहान होत. मारत्याला त्याचा एकदम राग आला आणि त्याने बोटे चांगली रुंद पसरून त्याच्या पाठीत असा रपाटा घातला, की हसणे संपायच्या आतच त्याचे रडणे सुरू झाले व पाठ चोळत तो आईकडे गेला. मारत्या धावत झाडाकडे गेला. पण धीरला बांधलेली दोरी तुटली होती; पण धीर बाजूलाच रस्त्यावर पडला होता आणि त्याच्या शेजारी अर्धवट खाल्लेला पिठाचा गोळा होता. धीर निपचित होता; पण त्याचे पाय स्वतंत्र झाल्याप्रमाणे झटक्याझटक्याने हलत होते. त्याचे डोळे काचेच्या गोट्या झाले असून तोंड सैल पडले होते. अड्ड्यातील कुत्र्याने त्याच्या पायाला एकदा चावा घेतला होता, त्या ठिकाणी माशा बसू लागताच मारत्याने पाय झाडून त्यांना उडवले; पण त्या पुन्हा आल्या व त्यांची संख्या वाढून घोळका एवढा मोठा झाला, की तो पाय काळसर, घुई करत हलणाऱ्या लाकडाच्या सालीप्रमाणे दिसू लागला.

शेवटी पायही ताठरून गप्प होताच मारत्याच्या पोटात खळगा पडला व आता काय करावे हे त्याला समजेना. सारे सगळे कुणापुढे तरी सांगून टाकावे असे त्याला फार वाटू लागले; पण व्यंकूखेरीज कुणीच त्याला आठवेना आणि व्यंकू तर साफ मॅडच होता. मारत्या थोडा वेळ तसाच घुटमळला व परत विहिरीच्या कट्ट्यावर जाऊन बसला. आता संध्याकाळ होऊ लागली आणि धीर मळक्या कापडाच्या तुकड्यासारखा दिसू लागला. इतक्यात मारत्याची नजर समोर भिंतीला टेकून ठेवलेल्या कुदळीकडे गेली. ती त्याने उचलली व तो पडक्या भिंतीजवळ आला. साधारण मऊ जमीन शोधण्यासाठी त्याने धपधप पावले आपटून पाहिले, तो एका ठिकाणी फस्सदिशी त्याचा पाय आत गेला. तेथे आधीच एक खळगा होता. तेथे त्याने खणायला सुरुवात केली; पण पंधरा मिनिटांत तो दमून गेला. पाठ आता मोडते की काय अशी दुखू लागली. 'पुरे की! रगड झालं!' म्हणत तो परत आला व कुदळ दुरूनच भिंतीकडे फेकली. आतून तानीबाई किंचाळली, ''मारत्या, बाहेर आले की डोस्कं उडवते बघ चेंडूसारखं! मढ्या मूठभर माती पडली नव्हं आत!'' मारत्याने बाहेरूनच तिला वेडावून दाखवले व तो धीर पडला होता तिकडे गेला; पण आता त्याला न्यायचे कसे हा प्रश्न होता. धीर जिवंत असता त्याने अनेकदा त्याच्या पाठीवर तोंड घासले होते, त्याला उचलले होते; पण आता त्याला उचलायचे म्हणताच त्याला शिसारी आली. आता हा धीर नाही, फक्त एक मेलेले कुत्रे आहे, मग त्याला ओढा तरी कशाला असे त्याला क्षणभर वाटले; पण मग त्याला रात्री घुशी, उंदीर लागतील हे

त्याला आठवले. अड्ड्यातल्या कुत्र्यावर घुशी अगदी उजेड होईपर्यंत बसून होत्या आणि शिवाय मग पाठ मोडून तो खळगा कशाला खणला आहे? त्याने उरलेली दोरी भित्र्या हाताने धीरच्या पायाला बांधली व त्याला फरफटत खळग्यापर्यंत आणले. त्या जागेपासून खळग्यापर्यंत कुत्र्याच्या रुंदीचा एक पट्टाच धुळीतून त्यांच्या मागोमाग आला; पण त्याला खळग्यात घालताच त्याची शेपटीच वर राहू लागली. कंटाळून मारत्याने ती पायाने कचकन आत दडपली आणि पाने, माती घालून खळगा बुजवला. एक काम संपले म्हणून त्याला बरे वाटले. म्हणून तो शीळ वाजवू लागला; पण काहीतरी कायमचे निघूनही गेले हे त्याला जाणवले व त्याच्या ओठावरची शीळ पुसली. तो परत येऊन कट्ट्यावर बसला.

आता चेहऱ्यावर उठलेला मोठा ओरबडा एकदम ठसठसू लागला आणि पाठीवर ठिकठिकाणी ऊन पोके उठत आहेत असे वाटू लागले. सारे अंग एकच सूज होऊन बसले होते आणि पोटात तर चूल भडकली होती. त्या गाडीवाल्याविषयी त्याचा राग पुन्हा जागा झाला; पण तो बाबाच्या द्वेषात नाहीसा झाला. मग वखवखलेली भूक अंगभर पसरली व हे सारे अंग फिरून त्या जळणाऱ्या ओरबड्यात येऊन पडू लागले.

तानीबाईने घरात चूल पेटवली होती आणि ती किट्ट्याला जवळ बसवून जेवायला वाढत होती. तिने त्याच्यासमोर गोळाभर भात ठेवला होता. मारत्याला वाटले, त्या दोघांना ढकलून भाताची थाळी उचलावी व पळावे, सकाळी धीर पळाला तसे. घरात अजून थोडा भात असणार; पण तो परशासाठी असणार. तो अजून सिनेमाहून आला नसणार; पण त्याची कुलूप लावलेली सायकल मात्र घरी होती. मग तो बाजीराव खाडखाड बूट हापटत येणार आणि भात खायला बसणार!

मारत्या कट्ट्यावर बसला असतानाच एकदम पुढे डचमळून पडला व कमरेतून एक जळजळीत कळ वर चढून डोक्यापर्यंत गेली. तो गोंधळून पाहू लागला, तो मागे पिंजारलेल्या केसाने बाबा उभा होता. त्याने मारत्याची तंगडी धरून त्याला दरदर ओढत अंगणात नेऊन टाकले व पुन्हा अशी एक पसंत लाथ मारली, की अगदी फाटल्याप्रमाणे मारत्या किंचाळला. तानीबाई बाहेर आली आणि तिच्या मागोमाग बोटे चाटत किट्ट्याही बाहेर आला.

''काय हो, आणखी काय झालं आता?'' तिने घाबरून विचारले.

''त्या बेरडालाच विचार,'' बाबा म्हणाला, ''लोक शेण घालायला लागले तोंडात. हे मढं जत्रेत जाऊन चोऱ्या करायला लागलं आणि लोकांनी वहाणावहाणांनी मारलं. तो रामण्णा होता म्हणून घरी आलंय, नाहीतर अडकवलं असतं तुरुंगात.''

''तरीच हलकट मांजरासारखा येऊन बसला आणि किट्ट्याला उगाच मारलं की हो त्यानं,'' तानीबाई म्हणाली, ''हे गावभर झालं, तर कामाला कोण ठेवील आम्हांला? मग काय पोटाला बिब्बा घालायचा?'' पण मारत्या आडवा पडलेला पाहून ती कळवळली. बाबाच्या दृष्टीला पडू नये म्हणून तिने कोनाड्यात ठेवलेला खुर्चीचा एक मोडका हात

हळूच उचलला; पण बाबाने ते तेवढ्यात पाहिले. ''होय होय, आण तेच. त्याशिवाय भागायचं नाही,'' तो म्हणाला. त्याने पहिला दांडका मारला, तो मारत्याच्या पायाला हाडावरच बसला. नंतर कोपरातून अशी कळ झिणझिणली की हातच मेला. मारत्याने हात डोळ्यांपुढे धरले. नंतर हळूहळू सारे अंगच त्याचे नसल्याप्रमाणे बधिर झाले. त्यावर मोडक्या हाताचा आवाज होत होता; पण कुठे कळ नाही.

मारत्या खाली पडून राहिला; पण हळूहळू त्याचा राग वाढू लागला. आपलाच पट्टा चोरणारा गाडीवाला आणि धीरला विष देणारा हा राक्षसासारखा बाप... त्याच्यात एकदम काहीतरी लाल फुटले. तो बेभानपणे उठला आणि बाबाचा एक हात घट्ट धरून त्यानं आपले दात अगदी जोराने त्यात रुतवले. बाबा वेदनेने ओरडला व त्याला डोक्यावर मारू लागला; पण दात दुखू लागले तेव्हाच मारत्याने त्याला सोडले आणि धीरचे भूत शिरल्याप्रमाणे तो उभा राहून बाबाकडे रागाने पाहत पुन्हा उडी घेण्यासाठी उभा राहिला. ''त्या धीरला विष घातलंस नव्हं?'' तो कर्कशपणे म्हणाला, ''आता पुन्हा मला कधी मारशील, तर डोकं फोडीन नारळासारखं.''

घरघरीत श्वास सोडत बाबा उघड्या तोंडाने पाहतच राहिला; पण हळूहळू त्याच्या डोळ्यांपुढे मारत्याचे लहान गोलसर मनगट दिसू लागले. त्यावर लाल पळीचा डाग कायम राहील. बाबाचा चेहरा कावेबाजपणाने फुलला व चावलेल्या ठिकाणी बोटाने चोळत तो म्हणाला, ''बराय, आता तुला सोडतो; पण तू निसटायचा नाहीस माझ्या हातून.''

बाबा आत आला व त्याने भिंतीवरून एक जाड पळी घेऊन तानीबाईपुढे टाकली. ''उद्या सकाळीच तापत घाल ती. त्याला जन्मभर आठवण राहिली पाहिजे,'' तो म्हणाला. तानीबाईने घाबरून गप्पदिशी तोंडावर हात ठेवला; पण ती काही बोलली नाही. तिने एक भाकरी त्याच्यापुढे आदळली. ती त्याने उकिडवे बसून वचावचा खाल्ली व तांब्यानेच पाणी पिऊन तो बाहेर आला. त्याने तंबाखू मळला व तोंडात भरला. तंबाखूचा रस पडू नये म्हणून खालचा जबडा पुढे ढकलत तो म्हणाला, ''त्या चोराला आज शेण देखील देऊ नको खायला. माजलाय हरामखोर. रामण्णानं त्याला तुरुंगातच अडकवायला पाहिजे होतं. एक कटकट तरी गेली असती. नाहीतर थांब, उद्या त्यालासुद्धा गोळ्या चारवतो त्याच्या कुत्र्याप्रमाणे.''

''हाय काय खायला घरी आता?'' तानीबाई हात झिडकारत म्हणाली, ''मीच तांब्याभर पाणी ढोसून आडवी होणार आहे.''

ते ऐकल्यावर मारत्याची भूक केस पिंजारून वर आली व तो खडबडला. भात नाही तर भाकरी तरी? पण तीही नाही म्हणताच तो संतापला. ठिकठिकाणी अंगावर निखारे बांधल्याप्रमाणे होणारी वेदना तो विसरला आणि सारे अंग एक मोठी भुकेली जीभ करून तो पडून राहिला.

रात्र वाढली तशी कट्ट्याची फरशी गार होऊ लागली आणि अंगणातल्या झाडामुळे थंडी चावू लागली. मारत्या उठला व शेजारच्यांचा गोठा होता तेथे जाऊन पडला. गोठ्यात शेण-गवताचा कुंद वास होता; पण जमीन कोरडी होती आणि तेथल्या गड्याचे गोणपाट अंथरले होते. गाईच्या पुढे पातेल्यात पाण्यात भिजत टाकलेले भाकरीचे तुकडे होते. तिकडे आपले बिलकूल लक्ष नाही अशा तऱ्हेने तो थोडा वेळ पडून राहिला. नंतर त्याने हात लांब करून पातेले जवळ ओढले व तो घट्ट आहे की मऊ आहे हे पाहण्यासाठी त्याने एक तुकडा तोंडात घालून पाहिला. त्याला त्यातले काही खायचे नव्हते. छट्‌ गाईपुढचे कोण खाते कधी? तुकडा मऊ झाला होता; पण अद्याप पाणचट झाला नव्हता. नंतर त्याला वाटले, सारे साले झक मारले! येथे कोण बालिस्टर आलाय पाहायला! त्याने दोन मोठे तुकडे बेधडक उचलले व ते तो मोठ्या समाधानाने चघळू लागला.

गाईचे रवंथ शांतपणे चालू होते. मारत्याचे अंग दमून पेंगू लागले होते. मध्येच दूर धाड्‌धाड्‌ गाडी आली व थांबली. नंतर तिला कुणी टोकदार टोचल्याप्रमाणे ती किंचाळली व पुन्हा धाड्‌धाड्‌ निघून गेली. मारत्याचे डोळे अर्धवट उघडले. आणखी थोड्या वेळाने रात्रीची एक्सप्रेस ती इकडून तिकडे जाणार. बेळगाव, पुणे, मुंबई... मारत्या उठून बसला व त्याचे डोके हलकेहलके झाले. स्टेशनचे खांब दोन-चार ठिकाणी मोडून पडले होते. तेथून आत शिरले की साहेबाला चुकवून गाडीत चढता येत होते. पुष्कळशी पोरे तसे जाऊन पुढच्या स्टेशनच्या गावात सिनेमे बघून येत. तसे जावे निघून. हे नको आता. उद्या सगळेजण चोर म्हणतील आणि चोरी झाली माझी. घरी खायला नाही आणि बाबा विष घालेलही. मग धीरप्रमाणे अंगावर माशा बसतील...

त्याच्या डोळ्यांवरची झोप उडाली व थंडीत थरथरत तो मांजराच्या पावलांनी घरी आला. परशा अजून परतला नव्हता. बाबा अंगणात झोपला होता आणि अगदी निश्चिंत घोरत होता. किट्ट्या, आई आत झोपली होती आणि चुलीवरच्या कोनाड्यात बारीक केलेला कंदील होता. मारत्या हळूच आत आला व पाऊल न वाजवता चुलीकडे वळला. त्याने चुलीवरचे पातेले उघडून पाहिले. त्यात बचकभर भात होता, तो त्याने मुठीमुठीने तोंडात भरला व मचमच न करता सावकाश गिळला आणि हात चड्डीला पुसून टाकला. बाबाचा सदरा तेथेच खुंटीवर लोंबकळत होता. त्यात त्याने निःशंक हात घातला. त्यात एक रुपयाची चिल्लर होती, ती त्याने खिशात घातली. किट्ट्याच्या तुळतुळीत डोक्याकडे पाहताच त्यावर एक लाकूड दाणदिशी घालावे असे त्याला वाटले. महा क्यत्ते बजें चोंबडे पोर. आई बाजूला असली, की प्रत्येक गोष्टीत तंगडी वर करतेय! पण ते उगाच बोंबलत उठेल म्हणून त्याने तो विचार सोडला. त्याने अंगणात बाबाकडे निरखून पाहिले. वेडेवाकडे दात उघडे टाकून तो झोपला होता; पण त्याची छाती उघडी पडली होती व तिची हाडे स्पष्ट मोजता येत होती. वरून कुणीतरी मारत असल्याप्रमाणे तो अंग आखडून पडला होता. त्याच्या हातात दात रोवताच तो कसा नाचला हे मारत्याला आठवले व तो

हसला. हीच गोष्ट आपल्या ध्यानात आधी कशी आली नाही याचे त्याला आश्चर्य वाटले. त्याने धीरला विष घातले; पण धीरने जितक्या जोरात चावा घेतला असता तितक्याच जोरात मारत्याही चावला होता. फिटंफाट झाली. शिवाय बाबा आता संपला. पुन्हा हात लावायची हिंमत नाही. पण त्याने बाबाची तंबाखूची मोठी पिशवी उचलली आणि तिला गाठ मारून विहिरीत फेकून दिली. थोड्या वेळाने डुब आवाज झाला व संपला. वळताना मारत्याचा पाय मोडक्या हातावर पडला व तो सायकलीवर आदळला. या धडधडाटाने कुणी जागे होते की काय, या भीतीने त्याचा जीव चिमणीएवढा झाला व तो अंग चोरून उभा राहिला. त्याने तो मोडका हात उचलला व त्याला धीट वाटले. दुसऱ्यावर खेकसण्यासाठी बाबा नेहमी तो हात उचलत असे हे त्याच्या ध्यानात आले; पण सायकलीच्या एका टोकाने पायावर ओरखडा उठला हे तो विसरला नाही. त्याने पॉलिश ब्रश ठेवलेल्या कोनाड्यात चाचपडले व तेथून एक जुने ब्लेड काढून त्याने टायरवर चराचरा चार रेघोट्या ओढल्या. एके ठिकाणी एक बोटभर तुकडाच वर आला. उद्या ही सायकल पाहिल्यावर मोगल-ए-आझम परशा कसा चड्डीत झुरळ शिरल्याप्रमाणे नाचू लागेल याची कल्पना येताच मारत्याला हसू आवरेना व तो बाहेर पडला.

समोरच्या लाकूड अड्ड्यात आज सारे काही शांत होते. कारण खुट्ट झाले तर ओरडणारे पांढरे, लहान घोड्याएवढे कुत्रे काल मेले होते. मारत्याला वाटले, काय गंमत आहे! कालपर्यंत दोन्ही कुत्री एकमेकांशी जीव तोडून भांडत होती आणि आज दोन्ही तंगड्या पसरून मरून गेली! अड्ड्यामधल्या घरात खिडकीत बारीक दिवा होता. त्याच्या शेजारी महादूभट कुठे काही आवाज होतो की काय पाहत अर्धवट जागा आहे हे मारत्याला माहीत होते. मारत्याने एकदा गंमत म्हणून लाकडे न्यायची गाडी तासभर गावात फिरवून आणली, तर म्हाताऱ्याने दोन छड्या मारल्या त्याच्या पायांवर. म्हातारा साफ अगदी मॅड आहे. मारत्याने गाडीच्या चाकाचे दोन मोठे खिळे उपसून काढले व दणादणा घराच्या छपरावर फेकले आणि हाताला लागलेले डांबर चाकांनाच पुसले. दिवा मोठा झाला. आता म्हातारा उठणार, साऱ्या घराला जागवणार व स्वतः रात्रभर फेऱ्या घालत बसणार! मारत्याला समाधान वाटले; पण त्याची लाकडे कोण चोरून नेणार कुणास ठाऊक! म्हशीच्या मढ्यासारखी ओलीकिच्च लाकडे ती. एकदा तानीबाईने एक लाकूड उचलून आणले तर त्याला विस्तव शिवेना आणि धुराने सारे घर ठार आंधळे झाले! खुळसटच आहे म्हातारडं!

तो रस्त्यावर आला तेव्हा अद्याप आपल्या हातात मोडका हात आहे हे त्याच्या ध्यानात आले व त्याला एक कल्पना सुचली. रस्त्यावर थोड्याथोड्या अंतरावर पिवळ्या पातळ प्रकाशाची डबकी होती. कितीतरी महिन्यांत म्युनिसिपालिटीने नवे बल्ब घातले होते; पण आपण दोन दिवसांत एकही फोडला नाही हे त्याला आवडले नाही. नाथूचा गलोल असता तर दहा खड्यांत खाड्खाड् सात दिवे त्याने फोडले असते; पण तो निराश

झाला नाही. त्याने हातातले दांडके बोटांवर तोलून पाहिले. नंतर हवेत दोनदा हात गिरकावून त्याने ते दिव्याच्या दिशेने वर फेकले. ते दिव्याच्या वर गेले म्हणताच 'हात् सालं! कंडम' म्हणत त्याने नाक मुरडले; पण ते वर जाण्याचे थांबले व तिरपे होऊन खाली येताना खाड्दिशी दिव्यावर आदळले. 'वा, पस्टक्लास!' म्हणत मारत्या हसला. फुंकल्याप्रमाणे प्रकाश विझला व रस्त्यावर काचेचे तुकडे पडले. रस्त्यावर अंधार झाला. महादूभट दिवा घेऊन घरामागे गेला होता. आता फक्त व्यंकूच्या खोलीत मात्र दिवा दिसत होता. तो अंधाराला घाबरत असे म्हणून तेथे दिवा रात्रभर जळत असे. त्याची आठवण येताच मारत्याला कळवळल्यासारखे झाले आणि चीडही आली. 'दोस्त दोस्त म्हणत ते मॅड गळ्यातच पडलं की!' त्याला वाटले; पण त्याच्याकडे एकदा गेल्याखेरीज त्याला जाववेना.

चरफडत तो व्यंकूच्या खोलीकडे आला. खिडकीचे एकच दार उघडे होते व मारत्याने हळूच आत पाहिले. अस्ताव्यस्त अंथरुणावर व्यंकू खाटेखाली झोपला होता व तो मध्येच हसत होता. मारत्याला वाटले, त्याने आपल्याला पाहिले, तो चटकन बाजूला झाला. नाहीतर अंधारात काहीतरी हलते म्हणून ओरडायचा. याच मॅडमुळे सारे झाले, नको त्याचा पैसा! घेऊ दे आणखी कोणाकडून तरी घड्याळ आणून! मारत्याला वाटले व त्याने चिल्लरीतून आठ आण्याचे एक नाणे काढले.

पण ते त्याच्या हातून सुटेना. प्राणाचा तुकडा जात असल्याप्रमाणे तो कासावीस होऊ लागला. या आठ आण्यांत कायकाय खाता येईल माहीत आहे? कशाला द्या ते नाणे आणि ते मॅड ते घेऊन तरी काय करणार आहे? निदान आपल्याला उपयोग तरी होईल; पण ते त्याला खिशात परत ठेववेना आणि ते हातून निसटेना. शेवटी, 'मॅड, मर जा एकदा. घे मढ्यावर घालून' म्हणून, चिडून पुटपुटत त्याने ते नाणे हळूच आत टाकले. ते घरंगळत पुढे गेले आणि जमिनीला निर्जीव डोळा फुटावा त्याप्रमाणे दिव्याखाली स्थिर झाले.

'आणखी दहा वर्षांनी तुला खरंखरं घड्याळ घेऊन देतो. बघ तरी. मग म्हणशील व्यंकू, होय रे होय, तूच माझा खरा दोस्त,' मारत्या ओठ न हलवता म्हणाला. त्याने दोन बोटांनी खिडकीचे दार लावून घेतले व तो पुन्हा रस्त्यावर आला.

आता संपले. सारी आतडी तुटली. सारे कर्ज फेडले. आता मागे काही राहिले नाही. राहिले ते पुढे समोरच. लाल-निळे दिवे, आगगाडीची धडधड, तिची कर्कश शीळ.

आता आजूबाजूची घरे काळ्या भिंतीसारखी दिसू लागली. रस्त्याच्या वळशाला आता दिवा होता व तेथे मात्र खाली प्रकाश होता. मारत्याला वाटले, आता धीर असता, तर हॅट्ट् हॅट्ट् म्हटले असते तरी तो आपल्याबरोबर येथपर्यंत तरी आला असता. त्याला एकदम एकटे वाटले; पण पुन्हा त्याने विचार केला, बरे झाले तो मेला ते! त्याला बरोबर घेऊन कुठे हिंडत बसायचे! तो धीरला उद्देशून स्वतःशीच म्हणाला, त्या खळग्यात एखादे

झाडबीड आलंय की काय पाहायला येईन मी दहा वर्षांनी. बघ तरी, मी तुझा दोस्त आहे!

नंतर दोन्ही बाजूंच्या काळसर भिंतींनी दाबत पुढे आणून त्याला जन्म दिल्याप्रमाणे मारत्या कोपऱ्यावरच्या प्रकाशात आला आणि एकदम नाळ तुटल्याप्रमाणे तो एक नवी भूक घेऊन एका आडवाटेने लाल-निळ्या दिव्यांच्या चमक्या बसवलेल्या रेल्वेलाइनीकडे धावू लागला.

मराठवाडा दिवाळी अंक १९६२

# रा धी

महादेव गल्ली ही वीतभर रुंद, चिंधीसारखी गल्ली होती. घरे अमोरासमोर इतकी जवळ होती, की समोरच्या गोदूबाईने आईकडे कढीलिंब-कोथिंबीर मागितली, की तिने दिलेली जुडी मी पायरीवरच राहून तिच्या सोप्यावर फेकत असे आणि शेजारचे मेहेंदळे व त्यांच्यासमोरील जोशी यांच्या घरातील माणसांनी तर आळीपाळीनेच आपले अंगण सारवून रांगोळी घालण्याचे ठरवून घेतले होते. गल्ली जेथे थोडीशी वळते, तेथे मांजरडोळ्याची शांती राहत असे. तेथेच कचऱ्याचे कुंड होते व म्युनिसिपालिटीचा रॉकेलचा दिवा होता. दररोज संध्याकाळी म्हातारा धोंडू हातात तेलाची बाटली व खांद्यावर दोरीचा फास टाकून येत असे. दिव्याच्या खांबाच्या आडव्या लोखंडी सळईला फास अडकवून त्यात एक पाय ठेवून तो वर चढे व थोडे तेल ओतून दिवा लावून निघून जाई; पण पंधरा मिनिटे – अर्धा तास दिवा जळे न जळे. मग कधी बस्तवाडचा हणमा अगर जनीचा मस्णू वर चढून तेल काढून घेत असे व तेवढ्यावर त्यांची रात्र भागे. जाणारेयेणारे लोक हे बघत, एखाददुसरी सौम्य शिवी देत; पण गणेशवाडीभटाने हे पाहिले तर मात्र कधी एका शिवीवर भागत नसे. सकाळी नुसते 'काय उठलात का भटजी?' असे विचारताच एक शिवी हाणूनच बोलणारा, जेवण झाले हे सांगताना जेवणाच्या आईमायला रस्त्यावर ओढणारा तो माणूस, असल्या प्रसंगी फक्त एका शिवीचे आचमन करून गप्प राहणार? पण हणमा, मस्णू निर्ढावलेले हसू चेहेऱ्यावर ओढत व धूम ठोकत; पण गोपाळभटाची राधी खोचण खोचून खांबावर चढलेली असली की मात्र सगळ्यांची तोंडे लिंपल्यासारखी बंद पडत. ती फक्त रॉकेलच घरी नेत असे असे नाही. ती सरळ दिवाच उचली. ती वर चढली असता उतरेपर्यंत कुणालातरी – अगदी गणेशवाडीभटाला देखील – धरायला सांगे आणि मग तो दिमाखाने मिरवत घराकडे नेऊन, पुन्हा सकाळी तो काचेच्या पेटीत आणून ठेवी. अंधारलेल्या गल्लीत फाटक्या पदराचा आडोसा करून राधी दिवा घेऊन जात आहे, हीच तर राधीविषयी माझी पहिली आठवण होती.

राधी गल्लीच्या टोकाला एका खोलीत राहत असे. वास्तविक ती खोली अशी नव्हतीच. बाजूला गाडगीळांचा वाडा होता व त्याला लागूनच त्यांनी आपली गाडी ठेवण्यासाठी गाडीखाना बांधला होता. गाडगीळ वारल्यानंतर गाडीचे बैल विकले गेले व गाडी मात्र तशीच धूळ खात पडली. तेथेच एक तट्टी, जुने पत्रे मारून आबांनी राधीला एक खोली करून दिली होती. त्या खोलीला त्यामुळे खरी भिंत एकच होती; पण राधीने तिला एक मोठे भोक पाडून त्यात वाशाच्या पाचसात काठ्या अडकवल्या व प्रकाशवाऱ्यासाठी खिडकी करून घेतली होती. ती माझ्या आईपेक्षा सातआठ वर्षांनीच लहान होती; पण गल्लीत मात्र अगदी लहानापर्यंत तिला सगळीजण राधीच म्हणत आणि तेही नुसतेच राधी नव्हे, तर गोपाळभटाची राधी म्हणत. खरे म्हणजे गल्लीत शकुनालाही दुसरी राधी नव्हती; पण तिच्याबरोबर गोपाळभटाचे नाव हटकून येत असे आणि गंमत अशी, की त्या गोपाळभटाला आबांखेरीज कुणी पाहिले होते की नाही, कुणास ठाऊक? आबा त्याच्याविषयी कधीतरी आईला सांगत. त्यांनी आपले गाव सोडले त्या वेळी निव्वळ त्यांच्या शब्दासाठी राधीला घेऊन तोही बाहेर पडला होता; पण नंतर त्याचे डोके बिघडले व त्याला दूर कुठल्यातरी हॉस्पिटलमध्ये ठेवले होते. आबाच कधीतरी अधूनमधून जात व त्याला पाहून येत.

गोपाळभटाची राधी गल्लीतून चालली, की बायका आपल्या पोरांना उगाचच आत ढकलत, चुलीवर दूध उतू जात आहे का, परसातल्या दाराला कडी लावली आहे का, हे बघून यायला सांगत. कारण राधीची नजर वाईट होती. अण्णाबुवांचा बाबू दररोज आठशे नमस्कार घालत असे आणि तो दिसायला कसा लाल, गोळीबंद माणूस होता. तो एकदा जेवायला बसला असताना वाडगाभर फुले द्यायला राधी त्या घरात गेली. तेव्हापासून त्याचे मनच जेवणावरून उडाले. तो खंगत गेला आणि आता तर त्याला कोपऱ्यापर्यंत जातानाही धाप लागत असे व श्वास घरघरीत होई. रविवारी-बुधवारी तर हटकून चारपाच मुलांच्या पाठीवर बिब्बा उठे. मग त्या आया गोपाळभटाच्या राधीचे नाव प्रत्यक्ष न घेता तिचा उद्धार करू लागत; तिचे मढे का एकदा गल्लीबाहेर जात नाही म्हणून तळतळाटाने विचारत. एकदा आम्ही गणपतीच्या मंत्रपुष्पासाठी हौदभर दूध आणले होते. त्यात बदाम बेदाणे-केशर घालून चांगले दाट आटवले व त्या पिवळ्या वासाने सारे घर भरून गेले. त्या वेळी मंत्र एकदाचे संपण्याची वाट पाहत आम्ही दुधाभोवतीच अधीरपणे टपून राहिलो होतो. त्याच वेळी नेमकी देवाला नमस्कार करण्यासाठी राधी आली. आईचा चेहरा खर्रकन उतरला व तिने कपाळावर हात मारून घेतला.

"बरं का कृष्णाबाई, मलाही कपभर दूध ठेवा हं!" जाताजाता राधी म्हणाली.

वास्तविक राधी आमच्या घरी बऱ्याच वेळा येत असे. सवाष्ण जेवायला सांगायची असली, की आई हटकून दुसऱ्या कुणा बाईला सांगे व मग आबा जाऊन राधीला बोलावून आणत. पण आता मात्र आई तिच्या शब्दांनी हबकूनच गेली. नंतर अर्ध्या

तासात सारे दूध विरजून पिवळ्या दह्यासारखे होऊन बसले. ''सटवी कुठली! मढं काढलं तिचं!'' मंत्र ओरडणाऱ्या ब्राह्मणापेक्षाही मोठा आवाज काढत आई म्हणाली होती. मग आबांनी घाईघाईने खुंटीवरील अस्ताव्यस्त रुमाल तसाच डोक्यावर थापटला, घरोघरी जाऊन मिळेल तेवढे दूध गोळा केले व ब्राह्मणांपुरते काम भागवले. आम्ही मात्र राधीला शिव्या देत तसेच झोपलो.

''पण कदाचित बदाम कडू निघाला असेल,'' आबा आईला समजावत म्हणाले, ''असं कधी नजरेनं दूध बिघडतं होय?''

''असल्या तुमच्या लाडांनीच ती शेफारून गेली आहे. तुमचा हात आवरून घ्या नि बघा! तिला कुणी कुत्रं विचारणार नाही. म्हणे नजरेनं कुठं दूध नास्तं की काय!'' आई कडाडत म्हणाली, ''तिची नजर कश्शी अगदी फुलासारखी आहे. तिनं सुपातल्या तांदळाकडे नुसतं पाहिलं की त्यांचा अगदी कसा साखरभात होऊन बसतो बरं!''

आबांनी हळूच माझ्याकडे पाहिले आणि आपले हसू दाबून टाकले; पण ते काही बोलले नाहीत.

पण खुद्द आबा देखील एक दिवशी हादरले. पाच वाजता हटकून घरी परतणारी आमची गाय, त्या दिवशी सहा वाजले, सात वाजले तरी परतली नाही. आठ वाजता बंड्या गुराखी आला आणि रडव्या चेहऱ्याने सांगू लागला : गाय चरतचरत टेकडीपलीकडे गेली. त्याने खूप शोध केला, आजूबाजूच्या खेड्यांत विचारले; पण गाईचा पत्ता लागला नाही. त्या रात्री घरात कुणालाच झोप आली नाही. आबा तर गुडघे उंच करून पाठ वाकवून बसले होते आणि बराच वेळ कंदिलाचा दांडा उंच करत विड्या पेटवत होते. आईने महादेवाला अभिषेक मागून घेतला. उजाडताच चहाही न घेता आबा रुमाल बांधून बाहेर पडले, ते बक्कळ रात्री आले. त्यांनी आणखी दोनचार खेडी धुंडाळली, कोंडवाडे बघितले; पण गाय गेली ती काही मिळाली नाही. आदल्याच दिवशी संध्याकाळी गाईची शेपटी तोंडावरून फिरवत राधीने म्हटले होते – ''गाय असावी तर अशी! कधी काळी जमलं तर मी पण एक गाय बाळगणार आहे.'' त्या वेळीही आई चिडलीच होती; पण चार दिवसांनंतरही गाईविषयी काही कळले नाही, तेव्हा आई कमरेवर हात ठेवत आबांसमोर उभी राहिली नि म्हणाली, ''आता जर गोपाळभटाची राधी या घरात आली, तर तिच्या झिंज्या धरून मी बाहेर घालवीन तिला! गाईला पायावर घातलं चेटकीच्या. आता आणखी काही व्हायला नको!''

इतर वेळी आबा तिला समजवायचा प्रयत्न करत; पण आता मात्र ते खाली मान घालून गप्प बसले. त्यांनी घरी साठवलेले गवत अण्णाबुवाला देऊन टाकले व गोठ्याला कायमचे कुलूप लावले.

तसाच जर प्रसंग पडला असता, तर खरोखरच राधीच्या तशा झिंज्या ओढायला आईने कमी केले नसते. कारण साऱ्या गल्लीत गणेशवाडीभट सोडला तर तिला कुणाचीच

भीती वाटत नसे. आणि त्याला तर सगळेच वचकून असत. आई तर माघारी त्याला दैत्यभट म्हणे. हा उंचच्या उंच, काळा, दांडगट ब्राह्मण नेहमी धोतर-उपरण्यात हिंडे. मी तरी त्याला कधी सदरा घातलेले किंवा त्याने आपल्या जाड खरखरीत शेंडीला गाठ मारलेली पाहिली नव्हती; पण आबा नेहमी दबलेल्या आवाजात म्हणत, "हा ब्राह्मण चांगला दशग्रंथी आहे. त्यानं काशीला चौदा वर्षं काढली आहेत." कुठलातरी एक प्रोफेसर म्हणे दर वर्षी दोन महिने त्यांच्याकडे येत असे व लहान पोराप्रमाणे चटईवर बसून शिकून जात असे; पण त्याचे कागद देखील एकदा गणेशवाडीभटाने रस्त्यावर फेकून दिले होते. नेहमी आमंत्रणांची गर्दी असलेले श्रीपादभट, दत्तंभट त्याच्यासमोरून जाताना तोंड चुकवून जात व तोही त्यांना दीडदमडीभट म्हणे. पण गणेशवाडीभट तोंडाने अगदी फाटका होता आणि त्याला कधी कुणी श्राद्धपक्षाखेरीज बोलावत नसे. तो म्हणे सत्यनारायणाची पूजा सांगताना देखील दोनचार ठिकाणी शिव्या उच्चारल्याखेरीज पुढेच जात नसे. आबांकडे येणारे पुष्कळ मित्र त्याच्या बोलण्याच्या वाह्यात गोष्टी सांगत आणि खूप हसत. त्याला स्वतःचे घर होते. कुठल्यातरी खेड्यातून पाच पोती भात येत असे व गाडगीळांच्या दत्तदेवळाची पूजा होती म्हणून त्याचे चालत असे आणि ती दत्ताची पूजा देखील त्याच्या लहरीप्रमाणे चाले. कधी पाऊस ओतत असतानाही भिजत जाऊन तो सहा वाजता पूजा आटोपून परत येई, तर कधी भर उन्हात दुपारी दोन वाजेपर्यंत दत्ताच्या अंगावर पाणी पडत नसे. एकदा दत्तजयंतीला मी, बाबा आणि आई देवळात जाऊन त्याच्या येण्याची वाट पाहत बसलो. देवळात इतर दहाबारा माणसेही होती. आठ वाजले, नऊ वाजले तरी गणेशवाडीभटाचा पत्ताच नाही. आम्ही कंटाळून घरी आलो व आमची जेवणे आटोपली; पण दत्तजन्माखेरीज जेवायचे नसलेली ती माणसे ताटकळत बसली. संध्याकाळी मी चार वाजता नारळ फोडून आणायला गेलो, तर ती माणसे अद्याप तेथेच होती व गणेशवाडीभटाला लाखोली वाहत होती. तो आला तो पाच वाजता. तर तो गेला होता कुठे? शेजारच्या खेड्यात जत्रा होती, तिथे गाय आणायला तो गेला होता. गाय घेतली नाहीच; पण तेथील कुस्त्यांची दंगल पाहिल्यावर त्याला तारुण्याची आठवण झाली. धोतराचा काचा मारून तो तयार झाला आणि एक तास मातीत हुंदडून आला. त्या लोकांनी कौतुकाने त्याला हातभर लाल फडके दिले होते. तेच चांगले भिजवून त्याने पूजेच्या वेळी हात पुसण्यासाठी आणले होते.

"भटजी, दत्तजन्म करण्याची ही वेळ आहे की काय आहे?" भुकेने तळमळत असलेल्या परशाने धीटपणे म्हटले.

"अरे जा रे जा फुसकीच्या! मला आलाय विचारायला!" गणेशवाडीभट खवळून म्हणाला, "दत्तारामाचा जन्म अमुक वेळी झाला, अशी त्यांच्या आयांनी काय येऊन तुमच्या कानात कुजबुज केली होती काय रे भडव्यांनो? दत्त जन्मतही नाही, संपतही नाही. संपतो तो दिवस. तुम्हांला लेको खादीला उशीर झाला, म्हणून तुमची ही ओरड!

जा आता घरी आणि पिंडाएवढे गोळे गिळून पडा मढ्यासारखे! म्हणे ही वेळ काय!''

मध्यंतरी मला बरे नव्हते, भूक लागत नसे. मग काळे डॉक्टरांनी सांगितले, की याला दोनचार अंडी तळून द्या म्हणून. अंड्यांचे नाव ऐकताच आबा तर बसल्या ठिकाणीच भेदरले. एक तर आई घरात अंडी कशी काय आणू देणार हा प्रश्नच होता. कोंबडीचे चित्र स्वैपाकघरात आले, तर म्युनिसिपालिटीचा दिवा लावणाऱ्या धोंडूला देखील पकडून आंघोळ घालणारी ती बाई होती. शिवाय खरे म्हणजे अंडी कुठे मिळतात हेच आबांना माहीत नव्हते. आबा दोन दिवस गप्पच राहिले. मग एक दिवशी गणेशवाडीभटाने दारातूनच आजूबाजूच्या चार घरांना ऐकू जाईल अशा आवाजात विचारले, ''आब्या, अंडी आणलीस का रे?''

'शूश्' करत त्याला गप्प बसवण्यासाठी हाताने खूण करत खजील चेहेऱ्याने आबा बाहेर आले व त्याच्यासमोर सर्द होऊन उभे राहिले. दोन घरांतील माणसे बाहेर आली व आबांना प्रथमच पाहत असल्याप्रमाणे रोखून पाहून परत आत गेली. आई तर मटकन खाली बसली.

''अंडी! पोराला अंडी घालायच्या आधी मी काशीला निघून जाईन!'' तिने निक्षून सांगितले.

''वा! चला तर! परवाच शिंचा चांगला मुहूर्त आहे,'' गणेशवाडीभट मोठ्या उत्साहाने म्हणाला, ''मी तुमची चांगली व्यवस्था करून देईन. ते काम माझ्याकडे लागलं! माझ्या पुष्कळ ओळखी आहेत तिथं. नाहीतरी म्हातारपणी हे काम चांगलं! गंगेत स्नान करावं, विश्वनाथाचं दर्शन घ्यावं. मग इकडंही फारशी अडचण राहणार नाही. तो शेंबडा डॉक्टर अंडी दे म्हणतो ना पोराला, देऊन टाकू पाचपन्नास! काय म्हणतोस आब्या?''

आबांची तर विशेष पंचाईत झाली. त्यांना काय बोलायचे हे समजेना. आई मात्र हादरली. 'काशीला निघून जाते' म्हणताच यापूर्वी कुणी असे ताबडतोब तयारीला लागले नव्हते. ती चिडली, ती पुटपुटली, ती आबांवरच उगाच काहीतरी खेकसली; पण तिला खरा राग आला होता तो तिला म्हातारी म्हटल्याबद्दल. मागे एकदा आबांनी तिला थट्टेने तसे म्हटले होते, तर दोन दिवस ती त्यांच्याशी भांडत होती. शेवटी आबांनी हात जोडून म्हटले होते, ''चुकलो बाई, जगदंबे! जगदंबा कधी म्हातारी होत नाही.'' त्यामुळे भांडण आणखी दोन दिवस वाढले होते.

''मी काही झाले तरी या घरात अंडी शिजू-तळू देणार नाही. माणसाला काही धर्म आहे की नाही?'' ती म्हणाली.

''वा वा! धर्म नाही असं कसं होईल?'' आपला अजस्र काळा हात हलवत गणेशवाडीभट म्हणाला, ''बस्तवाडच्या रमेनं धर्माकरता काय केलं माहीत आहे ना?''

आई खाली मान घालून आत गेली. आबा देखील थोडा वेळ गप्प बसले.

बस्तवाडच्या रमेचे लग्न झाले व एक वर्षात तिचा नवरा मेला. तिच्या घरच्या लोकांनी तिचे हातपाय बांधून तिला सोवळी केले होते व दुसऱ्या दिवशी तिने विहिरीत उडी घेतली होती.

"तुमचं ठीक आहे भटजी. निखारे खाऊन राहता तुम्ही," आबा खिन्नपणे म्हणाले, "आता पंधरा दिवस मला घरी वनवास आहे."

"तेच बरं तुला! नाहीतरी तू मुळातच डरपोक माणूस आहेस," गणेशवाडीभट समाधानाने म्हणाला.

आबांना अंडी कुठे मिळतात हे माहीत नव्हते व कुणालातरी राजरोसपणे सांगायचे धैर्य नव्हते. शेवटी अंडी आणली ती देखील गणेशवाडीभटानेच आणि तीही कशी? तर पूजेहून येताना एका ताम्हनात फोडलेला नारळ, दोनचार फुले, पळी-पंचपात्र व यांच्या जोडीला तीन शुभ्र अंडी!

"अहो भटजी, पूजेच्या ताम्हनात तुम्ही अंडी आणता, लोक काय म्हणतील?" आबा थोडे रागावून म्हणाले. गणेशवाडीभटाने ताम्हन कट्ट्यावर ठेवले, आबांकडे एखाद्या खुळ्या कुत्र्याकडे पाहावे तसे पाहून घेतले व तो ओरडून म्हणाला, "आब्या! – आब्या! याद राख हं! मला अक्कल शिकवशील तर हाडं सैल करून देईन बघ एक दिवस! हाडं आहेत की नाही कुणास ठाऊक म्हणा! पण असा यमासारखा एक दणका देईन, की कापडानं जमिनीवरचा तुझा डाग तेवढा पुसावा लागेल बघ! लोकांची भीती तुला! परसात तांब्या घेऊन जाताना चोरी करायला निघाल्यासारखा लपूनछपून जातोस तू बेट्या! आणि मला शिकवायला आलाय! फुलं, नारळ देवानं उत्पन्न केली आणि अंडी मात्र कुणी उपटसुंभानं तयार केली होय?"

मग आबांनी परसात अगदी दूर, लाकडे ठेवायच्या खोलीत शेगडी पेटवली व एक दिवसाआड एक अशी मला अंडी तळून दिली. तळलेली अंडी अगदी सपक लागतात.

चार घरे सोडून राहत असलेला बाळू संध्याकाळी पायरीवर वाचत बसला, की मीही मोठ्याने वाचत पायरीवर बसे. मी एकदा असाच वाचत होतो – 'मग एक समय उच्छाद करून शत्रूचे सारे सैन्य धावून आले...' वाचताना मी आपल्याच नादात होतो. त्यामुळे अगदी जवळच कुणीतरी, 'आणखी एकदा वाच!' असे ओरडले तेव्हा मी टुणकन उडालोच. मी समोर पाहिले, तर उंचच्या उंच झाडाप्रमाणे गणेशवाडीभट उभा होता व माझ्याकडे शिप्तरासारखे डोळे करून पाहत होता.

"वाच एकदा आणखी डोळे उघडून!" तो पुन्हा गरजला.

मी बिचकत पुन्हा वाचू लागलो. "मग एक समय उच्छाद करून शत्रूचे सारे सैन्य –"

गणेशवाडीभटाने घरात डोके घातले आणि थेट परसापर्यंत ऐकू जाईल अशा गडगडाटाची हाक दिली – "आब्या ऽ !"

आबा नुकतेच कचेरीतून येऊन कपभर चहा घेत बसले होते. घरी आल्यावर तेही सदरा घालत नसत. खांद्यावर जानवे सावरत ते बाहेर आले व उंबऱ्यापाशी थांबले.

गणेशवाडीभट मला म्हणाला, ''ही मराठी भाषा, या तुझ्या आबानं चहा पितापिता कणिक मळून ठेवावी तशी खाजगी मळून ठेवली होय रे तुझ्यासाठी? तू त्याचा दिवटा चिरंजीव. वापर ती वाटेल तशी! तुझी मुंज नाही, तुझ्या उच्चाराला संस्कार नाहीत! वाच डोळे वापरून. डोळे जर वापरावयाचे नाहीत, तर ते असतात कशाला? मग बटाट्यालाही डोळे असतात की! म्हण स्पष्ट – एकसमयावच्छेदेकरून!''

मी त्या शब्दातील एकेक अक्षर वाचून पाहिले. खरेच तो शब्द 'एकसमयावच्छेदेकरून' असा होता. आता असला कसला आडदांड शब्द पुस्तकात एखाद्या झुरळाप्रमाणे येऊन बसेल अशी कुणाला कल्पना तरी असेल? उच्छाद हा शब्द मी आईकडून पुष्कळदा ऐकला होता; पण हा अजस्र शब्द मात्र गणेशवाडीभटाने खिळा ठोकून आठवणीत बसवला. तो गेल्यावर ताबडतोब मी पुस्तक पिशवीत कोंबले. बाळू तर केव्हाच पसार झाला होता; पण त्या दिवसापासून पायरीवर बसून वाचायला मात्र मला फारसा उत्साह वाटेना!

पण गणेशवाडीभट होता म्हणून तर राधीला त्या गल्लीत जगता येत होते. कधीतरी दुकानात जाऊन चहाची पूड, गूळ आणता येत होता. शिवाय तो तिच्यासाठी कधीतरी जेवायची आमंत्रणे आणत असे. दत्ताला आलेला प्रसाद तिच्याकडे पाठवी. विशेषतः तिच्याशी राजरोसपणे धिटाईने रस्त्यात बोलत उभा राही.

आमची शाळा महादेवाच्या देवळात भरे. परत येताना मी, मराठ्यांचा बाळू, गोखल्यांची शांती मिळून येत असू. पण एक दिवशी मी माझ्या नव्या वहाणा शाळेतच विसरलो. त्या आणायला मी परत गेलो. तोपर्यंत शांती आणि बाळू पुढे गेली होती. वहाणा आबांनी आजच आणल्या होत्या व त्या चकचकीत दिसत होत्या. मी त्यांना लागलेली धूळ हातोप्याने पुसली; पण तळव्याला लागलेली माती जाईना. तेव्हा मी सदऱ्याचा ओटा उलटा करून ती पुसून काढली; पण त्या वेळी जवळच कुणीतरी हसले, म्हणून मी चमकून पाहिले. प्रथम मला कोण ते समजेना; पण मग आवाज आला – ''अरे, मी राधी रे!''

राधी खिडकीतून पाहत मला बोलावत होती. तिच्या कपाळावर अस्ताव्यस्त पसरलेले कुंकू लाल कापडाच्या चिंधीसारखे दिसत होते व खिडकीच्या काठ्या तोंडावर ओरबडल्याप्रमाणे वाटत होत्या. मी थोडा घाबरलो होतो. कारण मी तिच्याकडे गेलो होतो हे घरी जर आईला समजले तर हाडांची पूड होईल; पण मला राधीच्या त्या एवढ्याशा खोलीविषयी फार उत्सुकता होती. ही जादूटोणा करणारी, मुलांना बिब्बा घालणारी, वाईट नजरेची बाई कशी राहते हे मला पाहायचे होते. आता रस्त्यावर कोणी नव्हते. मी धावत आत वळलो व दाराआड उभा राहिलो.

''तू इथं आलेला समजलं, तर आई तुला चांगला ठोक देईल. होय की नाही?'' ती मनमोकळेपणाने हसत म्हणाली.

मी मानेनेच होय म्हटले.

''पण तू तरी अशी कशाला नजर लावत हिंडतेस?'' मी असे विचारताच तर ती हसत खालीच बसली.

''तू तरी खुळचटच आहेस!'' ती म्हणाली, ''अरे, माणसाच्या डोळ्यांनी कधी दूध नासतंय? गाई हरवतात? तुझ्या आईनंच मागं एकदा म्हटलं होतं, 'राधी, जोडवी धुतलीस वाटतं आज?' आणि त्याच दिवशी माझं एक जोडवं कुठं हरवलं देव जाणे? म्हणजे मला तुझ्या आईची नजर लागली होय रे पोरा?''

हे खरेच कधी माझ्या ध्यानातच आले नव्हते. बाळूने एकदा पांढरी शुभ्र दौत घेतली होती. मला तसली एक दौत फार दिवसांपासून हवी होती. मी त्याला म्हटले होते, ''चैन आहे बुवा तुझी. दुधी दौत आहे तुला!'' त्याच वेळी समोरून एक गाय येत होती. म्हणून शांती एकदम बाजूला सरकली. त्या धक्क्याने दौत खाली पडली आणि तिचा चकणाचूर झाला. विशेषतः शाई बाळूच्या पायावर पडून ते अगदी वहाणा घातल्यासारखे दिसू लागले, हे पाहून तर मला आणि शांतीला हसू आवरेना. परंतु त्या दौतीला माझी नजर लागली असावी, असे मात्र मला कधी वाटले नव्हते...

पण आता राधीचे बोलणे ऐकून मला एकदम मोकळे वाटू लागले व मी एका जुन्या खोक्यावर बसलो. आत खोलीत कोंदट ओकेओके होते. चुलीजवळच्या भिंतीचा भाग धुराने काळवंडला होता. एका मोठ्या कोनाड्यात थोडी भांडी होती व बाजूला कसला हे न ओळखण्याजोगा एक फोटो होता. चुलीजवळ काळसर झालेले अल्मीनचे पातेले होते व त्यावरील झाकणात मूठभर शेंगदाणे होते. आई नेहमी सांगत असे, त्या चहाचे ते पातेले असावे. राधी सकाळी एकदा पातेलेभर चहा उकळून ठेवी व त्यातून अर्धा-पाव कप ती संध्याकाळपर्यंत पीत असे. जमिनीवर एक गोणपाट अंथरले होते व उशाला जुनेऱ्याचे मुटकुळे होते. खोलीकडे पाहिले, की एकंदरीने एखाद्या जुनेऱ्याचीच आठवण होत असे.

राधीने इकडेतिकडे पाहिले व हात उडवत म्हटले, ''मी तुला चहा दिला असता; पण तो आहे गुळाचा!'' ती थोडी शरमल्यासारखी झाली; पण लगेच तिचा आवाज पुन्हा उत्साही झाला, ''थांब, मी तुला दोन आमसोलं देते. त्यात मिठाचा खडा ठेवून ती तोंडात धरली, की इतकं छान लागतं म्हणतोस!''

तेव्हापासून आमच्या घरी आमसोलाचा खप वाढला. 'आमसोऽल फणसपोळीऽऽ' असे ओरडत हिंडणारा वेंगुर्ल्याचा तो उंच कोकणा आमच्या घरी आता महिन्यातून दोनदा गाठोडी उतरू लागला. बाळू-शांती आता हटकून मला बोलावून न्यायला घरी येऊ लागली आणि शाळेत मी शेजारी येऊन बसावे म्हणून चारपाच पोरे तर दररोज मला

इकडून तिकडे ओढू लागली. पण हे फार दिवस टिकले नाही. एकदा मी कपडे धुवायला टाकले, तेव्हा आईला खिशात आमसोले आणि मिठाची पुडी मिळाली. त्या दिवशी ती फार कामात असतानाही तिने त्यातल्या त्यात वेळ काढून मला दोन तडाखे देण्याचे काम तत्परतेने आटोपून घेतले. पण तोपर्यंत मला राधीने करवंदे दिली होती. एक दिवशी तिने एका मळक्या कपात साबणाचे पाणी केले व एरंडाच्या पानांच्या पोकळ देठांनी डोक्याएवढे रंगीत फुगे करायला शिकवले. जोंधळ्याचे ताट आणून, त्यातील भेंड काढून त्याची गाडी करून दाखवली. काही वेळा ती मला गाणी म्हणून दाखवी. तिचा आवाज फारसा गोड, गुळगुळीत नव्हता; पण अंथरुणात पडल्यापडल्या आईच्या जात्याची घरघर ऐकावी, तसे मला वाटे. त्यात कृष्णाचे एक गाणे होते. कृष्णाने एका बाईचे रूप घेतले व तो एका म्हातारीच्या दारात बसून राहिला. मग पाऊस आला. तशी म्हातारीने त्याला आत घेतले आणि कृष्णाने तिचे दहीदूध खाऊन तिला फसवले. अशी ती हकिकत होती.

अवकाळी मृग आला,

करुणा आली त्या म्हातारीला,

जवळ बसे, नाव पुसे –

ती त्या बायकोला,

'माझं ग नाव कृष्णाबाई'

असंच देव बोलला...

कृष्णाने आपले नाव कृष्णाबाई सांगावे याची मला फार गंमत वाटे; पण मला फार, अतिशय आवडे ते गाणे म्हणजे गाय-वाघाचे होते. एकदा एक गाय चरायला गेली असता वाघाच्या तावडीत सापडते; पण 'घरी वासरू आहे, मला सोड,' म्हणून ती सारखी याचना करते. पण वाघ ऐकत नाही. शेवटी 'मी वासराला एकदा भेटून परत येते,' असे ती सांगते. पण वाघ म्हणतो, 'तू परत येशील म्हणून कशावरून?' तर ती सूर्याची शपथ देते. गाय घरी येते, वासराला भेटून त्याचा निरोप घेते आणि परत वाघाकडे येते; पण मग वाघ तिला सोडून देतो. वासराचा निरोप घेताना गाय वासराला म्हणते – 'अरे आता यापुढे मी तुझ्याजवळ असणार नाही. तुला एकटेच राहायला शिकले पाहिजे. चरायला जाताना तू सगळ्यांबरोबर जा. येताना त्यांच्याबरोबर ये. रानात अवेळी भटकू नकोस. संभाळून राहा व सुखाने मोठा होऊन आनंदाने राहा. मी तर जाते.'

हा भाग ज्याज्या वेळी येत असे, त्या वेळी मला हटकून रडू कोसळे. गाणे तर खूपदा ऐकावेसे वाटे आणि रडू तर अगदी आवरत नसे. गाणी म्हणताना, मी फुगे करताना राधी माझ्या अगदी जवळ बसून असे. एखाद्या पेटलेल्या चुलीजवळ बसले, की स्वैपाकघराचा कसा उबदार घरगुती वास येतो, तसा तिला एक वास होता आणि तो मला फार आवडे. आईच्या अंगालाही ऊब होती; पण तिला नेहमी स्वच्छ धुतलेला, साबणाचा वास येत

असे व ती मला तर नेहमी आमच्या झगझगीत धारदार सुरीसारखी वाटे. बाहेर जाताना तिच्याबरोबर राहायला मला फार अभिमान वाटे; पण काड्याच्या पेटीत घातलेली गणेशपाखरे, एकशेआठ वेळा रामनाम लिहून मारुतीच्या गाभाऱ्यात टाकलेली चिठ्ठी, परसात उंबराच्या झाडावर बुलबुलांनी बांधलेले घरटे, आत लाल दोरा असलेल्या काचेच्या गोटीला गेलेला तडा या गोष्टी कशा राधीला सुखदुःखाने सांगाव्याशा वाटत, तशा आईपुढे बोलाव्याशा वाटत नसत. मी वर्गात एकदा हत्तीचे चित्र काढले, तर मास्तरांनी म्हटले, ''काय रे बेट्या, या हत्तीला पंडुरोगबीग झालाय की काय? मग त्या काळे डॉक्टरांना तरी नेऊन दाखव!'' पोरे कशी पाच मिनिटे खिस्‌खिस्‌ हसत होती. घरी आल्यावर मी ती हकिकत आईला सांगितली, तर ती उलट मलाच म्हणाली, ''तू गाढवासारखं हत्तीचं चित्र काढलंस कशाला?'' खरे म्हणजे हे चित्र गाढवासारखे बिलकूल दिसत नव्हते. दुसऱ्या दिवशी मी राधीला ती गोष्ट सांगितली. ती उठली, तिने आपले फाटके लुगडे आवरले आणि हातात चुलीजवळची फुंकणी घेतली. ती म्हणाली, ''चल! दाखव कुठाय तुझा मास्तर तो! त्याचं डोकं भादरते!'' मी तर घाबरूनच गेलो. मी म्हटले, ''नको ग! आमचे मास्तर फार मारकट आहेत.'' ती म्हणाली, ''जा रे जा! तो एक मारकट असला तर मी सात मारकट आहे!'' शेवटी त्या मास्तरांची बदली झाली, एक महिन्यापूर्वीच ते गेले, असे मी सांगताच तिने फुंकणी बाजूला ठेवली. खरे म्हणजे पत्कीमास्तर अजून आमच्या मागच्याच गल्लीत राहत होते!

त्या दिवशी दप्तर घेऊन मी घरी आलो त्या वेळी बराच उशीर झाला होता. आई परसात तुळशीपुढे पणती लावण्याच्या तयारीत होती. मी हळूच आत शिरताच तिने मान वर करून पाहिले. तेव्हाच तिच्या कडक डोळ्यांकडे पाहून मी ओळखले, आता मात्र आपली हाडे धड राहणार नाहीत. या आईविषयी मला नेहमी एक आश्चर्य वाटे. बशीत शिरा घालून देताना तो बशीबाहेर सांडेपर्यंत ती अगदी रुंद हाताने सढळ भरी. तेल लावून आंघोळ घालताना तिचा हात मऊ आटवलासारखा फिरे. पण काही वेळा मात्र तिची बोटे अशी कशी दगडाची होत हेच मला समजत नसे. मागे एकदा मी काळे डॉक्टरांच्या घरी सत्यनारायणाचा प्रसाद द्यायला गेलो होतो. तेथे बाहेरच्या टेबलावर काचेचा चौकोन होता. त्यात असलेली लहानलहान फुले मला फार आवडली, म्हणून मी तो चौकोन उचलून आणला. मला चोरी करायची नव्हती आणि कागदावर ठेवायला काही हवे होते असेही नाही. उलट, दुसऱ्या दिवशी मी तो परत देऊन टाकणार होतो. पण तो माझ्या हातात पाहून आईने मला असे बडवले की त्यापुढे पत्कीमास्तर म्हणजे अगदी कापूसबोळा! दुसऱ्या दिवसापर्यंत गाल-पाठ ठणकत होती. आबा अनेकदा माझ्या बाजूने बोलत; पण त्या दिवशी मात्र ते देखील घाबरून गप्पगार बसले होते.

आत्ताच पाहा! या वेळी एवढा अंधार झाला होता. मग आधी परसात जाऊन तुळशीपुढे पणती लावायची, की मला उशीर का झाला याची चौकशी करत बसायचे?

पण आईने हातातील पणती बाजूला ठेवली आणि माझा हात धरून मला खस्सदिशी पुढे ओढले.

''कुठं होतास रे इतका वेळ?'' तिने करड्या आवाजात विचारले.

''कोण, मी?'' मी उत्तर आठवण्यासाठी वेळ काढत म्हणालो.

''तू नव्हे, टिपू सुलतान! म्हैसूरचा वाघ!'' ती वेडावत म्हणाली, ''बोल! कुठं होतास भटकत?''

''मी महादेवाच्या देवळातच खेळत होतो.''

''लाज नाही वाटत खोटं बोलायला?'' ती कडाडली, ''आज सोमवार. मी तर तिथं अर्धा तास होते की!''

''अग, त्या देवळात नव्हे, मी मोठ्या महादेवाच्या देवळात होतो.'' मी गोंधळून म्हणालो.

''मी तर आज मोठ्या महादेवाच्या देवळातच गेले होते,'' ती विजयाने म्हणाली, ''आता खरं सांग कुठं होतास ते!''

''पण सोमवारी तिथं गर्दी असते. गर्दीत मी दिसलो नसेन तुला!'' मी अगदी भेदरून कसाबसा म्हणालो.

''थांब! तुझी हाडं सैल केल्याखेरीज तू वठणीवर यायचा नाहीस! चांगला निर्ढावलेला बेरड झाला आहेस तू. आज सोमवार होय रे माकडा?'' ती म्हणाली.

मग माझ्या लक्षात आले, खरेच आज सोमवार नाही, मंगळवार आहे! पण आता काही इलाजच राहिला नव्हता. आताच माझे गाल गरम होऊ लागले होते. पाठीत बसणाऱ्या घुमक्याचा आवाज कानी ऐकू येऊ लागला होता.

''बोल! त्या चेटकीबरोबर गेला होतास की नाही मसणात?'' आई चिडून म्हणाली. मग मला सारे सांगावेच लागले. मी राधीबरोबर गेलो होतो; पण मसणात नाही! मी शाळेहून लवकर परतलो होतो. येताना तिने मला खिडकीतून हाक मारली आणि माझ्या हातावर भोपळ्यासारख्या रेघा असलेले दोन मोठे रायआवळे ठेवले. असले रसरशीत, सुरेख आंबट आवळे मी कधी पाहिले देखील नव्हते. मी आणखी दोन मागितले.

''अरे, मी काय पोतंभर आवळे आणून ठेवलेत की काय घरात?'' राधी हसून म्हणाली, ''त्या करंदीकराच्या घरी मिरचीपूड टाकून द्यायची होती, म्हणून मी गेले होते. तेव्हा त्यांना विचारून मी दोनचार आवळे घेतले झालं. ती करंदीकरकाकू आहे ना, ती फार मोकळी बाई आहे. ती म्हणाली, 'घे की! जळ्लं त्यात काय विचारावयाचं! दररोज सूपभर खाली पडून जातात मातीत.' मी म्हटलं, तुला एक दिवस घेऊन जाईन. अरे, झाड अगदी लहान आहे. माझ्या खांद्यावर चढलास की झाडावरूनच तुला आवळे काढता येतील!''

प्रत्यक्ष झाडावरच चढून असले आवळे काढून खायचे, या आनंदाने माझे पायच

गेले. मी तसेच राधीला करंदीकराकडे नेले. तिच्या खांद्यावर पाय देऊन मी झाडात गेलो, तेव्हा सगळीकडे आवळेच आवळे पाहून किती तोडू नि किती खाऊ असे होऊन गेले मला. मी दप्तर भरून घेतले आणि खाली उतरलो. तोपर्यंत अंधार पडायला आला होता.

आईने सारे ऐकून घेतले व पिशवीतील सगळे आवळे काढून बाहेर फेकून दिले.

''आता पुन्हा त्या कैदाशिणीकडे गेलास तर पाय मोडून देईन! वरवंट्याकडे बघितलं तर तो तडकतो, असली बया ती! आणि तिथं जाऊन गुलगुल गोष्टी करत बसतोस! थांब! तुला चांगलं लक्षात राहीत असं शिकवते,'' आई म्हणाली आणि तिने खिडकीत एक देवदारी फळकूट होते ते उचलले.

आज कधी नाही ते आबा देखील माझ्यावर संतापले. ते देखील उठले आणि हातवारे करत ओरडून म्हणाले, ''खरंच! नाहीतरी कार्टं फार बिघडत चाललंय. त्याला चांगलं शिकवलं पाहिजे.'' त्यांनी मला हाताला धरून ओढले नि डोळे गरगरत ते आईला म्हणाले, ''आण ते फळकूट. मीच त्याला चांगली अद्दल घडवतो. चल रे माडीवर!''

आबांनी मला एकदादोनदा ढकलून माडीवर नेले. आबा देखील फळी घेऊन धावलेले पाहून मात्र मी रडकुंडीला आलो; पण माडीवर दुसऱ्या सोप्यावर आल्यावर त्यांचा कठोर चेहरा एकदम वितळला व डोळे मिचकावून ते हसले. त्यांनी दोनचारदा ती फळी शास्त्रासाठी माझ्या अंगावर लावली न लावली. मी म्हटले,

''आबा हे काय?''

''काय म्हणजे? फळीनं मारीन असं मी म्हणालो होतो ना? मी तुला आता फळीनं मारतो आहे. किती जोरात मारीन असं कुठं मी सांगितलं होतं? मी बोलल्याप्रमाणं करणारा माणूस आहे आणि खोटं सांगणं तर मला बिलकूल पसंत नाही,'' आबा म्हणाले. मला एकदम हसू येताच 'शूशू' करत त्यांनी मला गप्प बसवले व हळूच म्हटले, ''अरे, त्या पिशवीत एखादा रायआवळा शिल्लक राहिला आहे का बघ रे! मला देखील ते फार आवडतात.''

त्या दिवसापासून मात्र आबा माझे दोस्त झाले. ते राधीविषयी चौकशी करत आणि त्यांनी न विचारलेल्या पुष्कळ गोष्टी मी त्यांना सांगत असे.

पण त्या दिवशी मी राधीच्या घरी गेलो त्या वेळी तेथे असे काहीतरी वाट पाहत असेल अशी मला कल्पना नव्हती. मी जाताच ती एकदम जवळ आली नि हसत म्हणाली, ''बघ! तुला एक कुत्रं हवं होतं ना? मी आणलंय एक. काल परांजपेकडे पाणी भरायला गेले होते. त्यांच्याकडे आता तीनचार कुत्री झाली आहेत आणि त्यांच्या ओरडण्यानं ती माणसं अगदी कंटाळून गेली आहेत. बाईनं तर सांगितलं, 'राधी, दररोज एकेक घेऊन जाऊन सोडून ये यांना कुठंतरी मसणात. जीव अगदी भंडावून सोडला बघ त्यांनी!' मग मी हे त्यातल्या त्यात लहान कुत्रं आणलं तुझ्यासाठी. मात्र त्याला थोडे दिवस दोरीनं बांधून ठेवायला पाहिजे बरं का सवय होईपर्यंत.''

तिने एका सुतळीने कुत्र्याला खिडकीला बांधून ठेवले होते व पुढे एका मातीच्या थाळीत भाकरीचा तुकडा टाकला होता. मला पाहताच ओळख पटल्याप्रमाणे ते कुत्रे शेपूट हलवू लागले. त्याचा रंग कावळ्याच्या पंखासारखा चकचकीत काळा होता; पण ऐन वेळी काळा रंग संपल्याप्रमाणे पाठीवर मात्र चार बोटे पांढरा डाग होता. मी त्याला हळूच पांढऱ्या डागावर स्पर्श केला. ते लगेच माझी बोटे चाटू लागले.

''आवडलं तुला? नाहीतर मला अडाणीला कुत्र्यात काय समजतं दगड?'' राधी म्हणाली; पण मला ते फार आवडले म्हणताच ती अगदी खूष झाली. पण मला आईची आठवण येताच मी हिरमुसून गप्प झालो. ती कधी त्या कुत्र्याला अंगणात देखील येऊ द्यायची नाही याची मला खात्री होती.

''का रे, गप्प का?'' राधीने विचारले.

''पण हे ठेवायचं कुठं? आई तर –''

राधी हसली व तिने मला डोक्यावर थापटले. ती म्हणाली, ''नाहीतरी हे तू घरी नेऊच नकोस. इथं राहील की ते माझ्याजवळ. तुला हवं त्या वेळी तू त्याला फिरवून आण आणि मग बांध त्याला खिडकीला.''

एकदम सारे दरवाजे उघडल्याप्रमाणे मला फार मोकळे वाटले आणि मी धावतच घरी आलो. त्या दिवशीही मला उशीरच झाला; पण आई स्वैपाकघरात होती. मी हळूच आत सटकलो व माडीवर आबांकडे गेलो. मी एकदम त्यांच्या खांद्यावर पडून सांगितले, ''राधीनं मला एक छान कुत्रं आणलंय!''

मी एकदम पडल्याने विडीचा झुरका घेताना आबांना ठसका लागला. ते खोकत म्हणाले, ''कार्ट्या! माणूस आहेस की बकासूर आहेस! आता घरी मात्र आणू नकोस तुझं कुत्रं. तू जाणे, तुझं कुत्रं जाणे! ते सगळं बाहेर! नाहीतर तू आणि मी – दोघांनाही धर्मशाळेत राहावं लागेल बघ. जगदंबा तशी कुणाला सैल सोडायची नाही!''

नंतर एकदा त्या कुत्र्याला घेऊन मी आबा कचेरीहून येत त्या रस्त्याला उभा राहिलो. आबांनी त्याच्याकडे पाहिले नि म्हटले, ''हेच तुझं काळं काय रे? अशक्त दिसतंय. खायलाप्यायला घातलं पाहिजे पुष्कळ. पण फार जीव लावू नको रे पोरा! जिवंत गोष्टींना जीव लावून गोत्यात पडू नये माणसानं.'' – आबा अनेकदा असेच काहीतरी बोलत व त्या वेळी ते मला एकदम निराळे, दूरचे वाटत. आम्ही न बोलता परतलो. वाटेत त्यांनी एक पैशाचा रोट घेतला आणि मला दिला. ''त्याला खायला घाल आणि राधीकडे त्याला सोडून घरी ये परत,'' ते म्हणाले.

पण काळे घरात आले आणि राधीचे आयुष्य मात्र बदलून गेले. तिला आता सवाष्ण म्हणून कुणी बोलवायला तयार नव्हते. केळकरांच्या घरी तर त्या माणसांनी राधीला 'उंबरा ओलांडू नको' म्हणून चक्क सांगितले. देसायांच्या घरातील वार बंद झाला आणि करंदीकरांची माणसे तीनचार महिन्यांसाठी मुंबईला गेली, त्यामुळे त्यांच्याकडील पडझड

कामे देखील बंद झाली. कारण काळे घरात आले आणि तेव्हापासून गल्लीत चेटकाचे प्रकार फारच वाढले. एकदा गल्लीच्या कोपऱ्यावर लिंबू व कुंकू घातलेला भात दिसला. काळ्यांच्या अंगणातील डाळिंबाचे झाड पाहतापाहता वाळून गेले. त्याच्या आदल्या दिवशीच राधी काळ्याला घेऊन तेथे गेली होती आणि त्याने त्या झाडाला अंग घासले होते. रमाकाकूंनी राधीने दिलेला कढीलिंब घेतला आणि त्यांची गाय आटून बसली. भागीरथीबाईंचा गडगडा मोडून नव्या घागरीसकट पाण्यात पडला. बाळंतपणासाठी आलेल्या गौरीचे मूल तर सातव्या महिन्यातच गेले. आता राधी रस्त्याने चालू लागली की बायका सरळ बाहेर येऊन तिला शिव्या देऊ लागत. गणेशवाडीभटाच्या नाऱ्याने तर चारपाच पोरांची एक टोळीच केली होती आणि ती भिंतीआडून राधीला दगड मारत.

गणेशवाडीभटाचा नाऱ्या म्हणजे सगळ्या गावावरून ओवाळून टाकलेले, आडदांड, होळीत अर्धवट जळालेल्या ओंडक्यासारखे पोर होते. तो माझ्याहून चारपाच वर्षांनी मोठा असेल; पण त्याला शाळा नाही, शुळा नाही आणि गणेशवाडीभटाने त्याला लाथ मारून घराबाहेर काढले होते. तो आता उगाचच खोड्या करत लक्ष्मीला सोडलेल्या रेड्याप्रमाणे गावभर भटके. आमच्या शेजारी रामभाऊ दड्डीकर राहत. त्यांची बायको सावित्रीबाई मोठी जाडजूड अजस्र बाई होती आणि तिचा दंड माझ्या मांडीएवढा होता. गल्लीच्या टोकाला काळे यांचा दवाखाना होता. त्यांची बायको तर रस्त्याने चालली की कपड्यांचे मोठे कपाटच फिरायला चालले आहे असे आम्हांला वाटे. तर या नाऱ्याने कुठलेतरी डांबर आणून सावित्रीबाई व काळीणबाई यांची निकाली कुस्ती होणार अशी जाहिरात महादेवाच्या देवळाच्या भिंतीवर लिहून ठेवली होती. पिंपळकट्ट्याजवळच्या गंगव्वाला दररोज फुले लागत. सायकलीला एक करंडी अडकवून ब्राह्मणाचा एक मुलगा येत असे व पानात बांधलेल्या फुलांचा पुडा उघड्या खिडकीतून आत टाकून जात असे. एकदा या नाऱ्याने त्याला कोपऱ्यावरच गाठले, आपण गंगव्वाच्याच घरी जाणार आहो असे सांगून फुलांचा पुडा घेतला आणि मग त्यात दोन मोठ्या बेडक्या घालून पुडा खिडकीतून आत फेकला. नंतर गंगव्वा, तिची मुलगी भीमा यांच्या किंकाळ्या चांगल्या अर्धा तासभर गल्लीत निनादत होत्या. त्याशिवाय घरात चारपाच कपबशा फुटल्या, दूध सांडले, आरसा खाली पडला हे निराळेच. भास्कराचार्य ज्योतिष्याच्या घरावर तेथील 'येथे रमल सांगितले जाईल' ही पाटी काढून गणू शिंप्याची 'सदरे-चोळ्या शिवणार' ही पाटी लावणारा नाऱ्याच! खरे म्हणजे अण्णाबुवा इतका चिक्कू माणूस, की आबा तर सांगत, की एकदा भीक मागायला आलेल्या भिकाऱ्याच्याच भांड्यातून त्याने मूठभर तांदूळ काढून घेतले. गणेशवाडीभट म्हणे, की अण्णाबुवाने आपल्या मुंजीतल्या अक्षता नातवाच्या मुंजीत पुन्हा वापरण्यासाठी अद्याप जपून ठेवल्या आहेत! यातले खरेखोटे किती कुणास ठाऊक म्हणा; पण या अण्णाबुवाच्या घरी सार्वजनिक हळदीकुंकू आहे असे सगळीकडे आमंत्रण देऊन त्याच्या घरी बायकांची झुंबड पाठवणारी पोरे

नाऱ्याच्याच टोळीमधली. या नाऱ्याला समोर पाहिले, की आम्ही तर धूमच ठोकत असू.

या नाऱ्याने एकदा म्हणे अमावास्येच्या रात्री, राधी काळ्याला घेऊन पिंपळासमोर उदबत्त्या लावून बसली होती असे पाहिले होते. आता रात्री दररोज कुणी ना कुणी राधीच्या घरावर दगड फेकत असे. एकदा कुणीतरी चिंध्या तेलात बुडवून पेटवून तिच्या खोलीवर टाकल्या होत्या. खोलीवर पत्रा होता व राधीने जाळ ऐन वेळी पाहिला होता म्हणून बरे; पण भाजलेला हात घेऊन ती पंधरा दिवस तळमळत होती. तिच्याशी आता कुणी उघडपणे बोलत होते की नाही कुणास ठाऊक. फार तर कधी गणेशवाडीभट मात्र तिला पत्रावळीतून काहीतरी देई. कधीतरी तो काळ्याला घेऊन फिरायला जात असे आणि पैशाला तीन मिळणारी पिवळी लाकडासारखी घट्ट बिस्किटे त्याला खाऊ घाली. एकदा मी गणू शिंप्याकडे आबांचा सदरा झाला आहे का हे पाहायला गेलो होतो. तेव्हा गणेशवाडीभट तेथेच होता. गणूचे बाकीचे सारे अंग ठीक होते; पण गुडघ्याखालील पाय मात्र पाळण्याच्या खुराप्रमाणे सारे वीतभर होते. त्यामुळे मशिनवर तो उभ्यानेच काम करी. ते मशिनही गणेशवाडीभटानेच त्याला धंद्यासाठी घेऊन दिले होते. गणू तसा थोडा नाकखुपशा माणूसच होता. त्याने गणेशवाडीभटाला विचारले, ''भटजी, तसल्या बिगनेशी कुत्र्याला घेऊन कशाला हिंडता फुकट तुम्ही?''

गणेशवाडीभटाने त्याच्याकडे एखाद्या बेडकाकडे पाहावे तसे पाहिले आणि तो म्हणाला, ''तू चिंधीचोर तेवढा उपटसुंभासारखा मला शिकवायचा बाकी राहिला होतास बघ! अरे, त्या कुत्र्याला काही खायला दिलं, तर ते जाणेल तरी. मी मरायला लागलो तर एकदा येऊन जाईल, घसा ताणून ओरडेल तरी; पण तुमच्यासारख्यांची ढुंगणं धूत जन्म काढला, तर करंगळीवर तुम्ही मुतायला तयार होणार नाही, डुक्करचंदानो! अरे लडदू, चार कुत्री भोवती ठेवून फोटो काढून घ्यायला दत्ताला लाज वाटत नाही. एक कुत्रं बरोबर घेऊन हिंडायला मला सोट्या रे कसली लाज?''

गणू गप्पगार झाला होता. काळ्याची बाजू गणेशवाडीभटाने घेतल्यामुळे मला फार बरे वाटले होते. विशेषतः दत्ताबद्दलचे त्याचे शब्द मला फार आवडले होते. मला जर कुणी कुत्र्याविषयी काही म्हटले, तर तेच म्हणून दाखवण्याचे मी तेथल्या तेथेच ठरवून टाकले होते.

एके दिवशी आईने मला समोर उभे केले. आबाही बाजूलाच होते; पण विडी ओढीत, गप्प. आईने माझ्यापुढे एक बोट नाचवत म्हटले, ''मी यांनाही सांगितलं आहे. यापुढे राधी घरात सवाष्ण म्हणून यायची नाही. तिची त्यांनी विचारपूस करायची नाही. आणि तूही लक्षात ठेव – तिच्याकडे गेलास, बोललास तर याद राख. तुला माझी शपथ आहे. जर तू शपथ मोडलीस, तर मी पटदिशी मरून जाईन.''

आईच्या मरण्याच्या कल्पनेनेच माझ्या अंगावर सर्रकन काटा आला. मी तिला शपथ दिली खरी; पण मला एकदम खूप रडावेसे वाटू लागले. आबा एकदम उठले व

डोक्याला रुमाल गुंडाळतच घराबाहेर पडले.

मी शाळेहून येताना राधीने मला एकदादोनदा हाक मारली; पण मी मान हलवून तसाच परतलो; परंतु त्या वेळी माझ्या डोळ्यांत पाणी आले होते. नंतरनंतर तर मी शाळा सुटल्यावर मागच्या गल्लीने येऊन परसातून घरात येऊ लागलो. मला कुठे जावेसे वाटत नव्हते, काही खेळायची इच्छा होत नव्हती. संध्याकाळचे खाणे देखील काही वेळा मला नकोसे होऊ लागले. राधी देखील रस्त्यात फारशी कधी दिसत नसे. कधीतरी वेड्यावाकड्या पट्ट्यांच्या खिडकीत तिचा चेहरा, कपाळावर उधळलेले कुंकू, अस्ताव्यस्त केस दिसत. पोरे तेथून जायला घाबरत आणि रविवार-बुधवार या बिब्ब्याच्या दिवशी तर त्यांना ती बाजूच बंद असे. एकदा संध्याकाळी मी खिडकीत बसलो होतो, तेव्हा काळे रस्त्याने चाललेले मला दिसले. मला न राहवून मी एकदम दारात धावलो आणि त्याला बोलावले. मला पाहताच ते पटकन कट्ट्यावर चढले आणि खुळ्यासारखे तेथल्या तेथे उड्या मारू लागले. आईने ते केव्हा पाहिले कुणास ठाऊक, ती हातात काठी घेऊन आली आणि तिने ती नेमकी काळ्याच्या पाठीवरल्या पांढऱ्या तुकड्यावर हाणली. के के करत काळे पळून गेले; पण मला मात्र फार शरम वाटली. मी अगदी कळवळल्यासारखा झालो. मीच त्याला बोलावले नसते, तर त्याला हा तडाखा मिळाला नसता...

मी अनेकदा रात्री अंथरुणात जागाच तडफडत पडे. काही वेळा मला राधी, काळे यांची स्वप्ने पडत. काळे गाडीखाली सापडले आहे, राधीला दगड लागून तिच्या कपाळावरचे रक्तच कुंकवासारखे दिसत आहे, नाऱ्या आणि ती उनाड पोरे हातात धगधगीत दिवट्या घेऊन राधीला अंगभर भाजत आहेत, असे पुष्कळदा दिसे व छाती दडपून गेल्यासारखी होई.

एकदा रात्री मला आईने हलवून जागे केले व दिवा लावला. आबाही उठून बसले होते व माझ्याकडे पाहत होते. माझा चेहरा ओलसर झाला होता. आईने माझे डोळे-तोंड पदराने पुसले.

"हे बघ, तुला जर उद्यापासून राधीकडे जायचं असेल तर जात जा. माझी शपथ सुटली," ती म्हणाली, "पण झोपेत राधी म्हणत ओरडत जाऊ नकोस. या आठवड्यात तिसरी खेप ही तुझी ओरडण्याची!"

मी एकदम उठून बसत विचारले, "खरंच जाऊ? शपथ?"

"शपथ," आई म्हणाली, "तुझं नशीब तुझ्याबरोबर. मी तरी त्याला सावरूनसावरून किती सावरणार? आणि मी तरी काय तुला जन्मभर पुरणार आहे? सारं घरच फितूर, तर मीच एकटी कशाला जीव टांगणीला लावून घेऊ?" ती अंथरुणावर पडली आणि बाजूला वळून तिने तोंडावरून पांघरूण घेतले.

दुसऱ्या दिवशी शनिवार होता आणि शाळा सकाळी होती. मी धावतच जाऊन

राधीला भेटलो. ती त्या अल्मीनच्या पातेल्यात चहा उकळत होती. मला पाहताच तोंडावर बोटे ठेवत 'अय्यो!' म्हणत ती खिळल्यासारखी उभी राहिली. मी भडाभडा सारी हकिकत तिला सांगून टाकली.

''म्हणजे आईची शपथ मोडून तू इथं आलास?'' तिने विचारले.

''नाही ग, तिनं सुटली म्हटलं. जायला देखील सांगितलं मला,'' मी म्हणालो. मग काही न बोलता राधीने मला एकदम जवळ घेतले व फणी फिरवलेले माझे केस विसकटून टाकले. ''तुझ्या आईचं तुझ्यावर फार प्रेम आहे, नाही?'' ती म्हणाली व उगाचच हसली.

त्या दिवशी कितीतरी दिवसांत राधी आमच्या घरावरून गेली. तिला परशाच्या दुकानातून गूळ घ्यायचा होता. मी खिडकीत बसलो होतो. तेव्हा तिने मुद्दाम घराकडे पाहिले व ती माझ्याकडे पाहून हसली; पण तिचे कपडे पाहून मात्र मला तिची फार लाज वाटली. अंगावरचे लुगडे चार ठिकाणी मोठे फाटले होते. पाठीवरचा पदर तर एकपट्टी उरला होता व त्यातून आतली ठिगळाची चोळी दिसत होती. ती गेली तरी मी बराच वेळ तसाच बसून होतो. आई आतून माझ्याजवळ आली तेव्हा तिच्या हातात एक जुनेरे होते.

''जा! घाल जा तिच्या मढ्यावर ते!'' ती कठोरपणे म्हणाली, ''एकेकाची देणी असतात जन्मात. ती फेडल्याखेरीज गत्यंतरच नसतं कुणाला.''

मी जुनेऱ्याची घडी घेतली व निघालो; पण आबांनी मला थांबवले.

''तू झालं तरी आडदांड म्हसोबाच आहेस. ते कागदात गुंडाळून नेशील की असंच धरशील हातात?'' ते म्हणाले. घरातील रद्दी माडीवरील कोनाड्यात ठेवलेली असे. त्यांनी एका वर्तमानपत्रात जुनेरे गुंडाळले आणि माझ्या काखेत दिले. मग माझ्या चड्डीच्या खिशात त्यांनी हळूच दोन रुपयांच्या नोटा घातल्या व खुणेनेच त्या राधीला द्यायला सांगितले.

मी ते लुगडे देताच ते अंगाशी धरून राधी भ्रमिष्टासारखी बसली. काळे कुठे भटकत गेले होते कुणास ठाऊक. राधी म्हणाली, ''तुझी आई म्हणजे देवी आहे बघ. फक्त जीभच मात्र तिखट आहे. तुमच्या रखमेकडून तिनं मला तीनचारदा जेवण पाठवलं होतं. माहीत आहे?''

मला तर कधी आईचा स्वभाव समजला नाही. ती घरी राधीला किती शिव्या देत असे हे मला माहीत होते, म्हणून मी गप्प राहिलो. घरी आल्यावर आईने विचारले, ''दिलंस? काय म्हणाली ती?''

तिला तिच्या तिखट जिभेविषयी मी काही सांगितले नाही. राधीचे आपले ठीक होते. दूर राहून असले काही बोलायला तिला भीती नव्हती; पण आईसमोर उभे राहून तसे सांगायचे म्हणजे पायच मोडून घेण्यासारखे होते. मी फक्त एवढेच तिला सांगितले, ''ती म्हणाली, तू म्हणजे एक देवी आहेस.''

आता एवढ्यावरही आईने माझ्या पाठीवर हलकीच चापट मारली व ती म्हणाली, ''सटवीच आहे की ती!''

आज आमची परीक्षा संपली. आता आम्ही – म्हणजे आई आणि मी, आबांना तर कधी सुटीच नसे – मामाच्या गावाला जाणार होतो. परीक्षा चालू असताना मी गेलो नव्हतो, म्हणून गावाला जाण्याआधी मी राधीकडे गेलो. ती त्या गोणपाटावर पडली होती. तिला पाहताच मी घाबरून गेलो. तिचा एक गाल थोडा सुजला होता आणि पिवळसर पांढरा दिसत होता.

''त्या तुझ्या काळ्यानं काल मला कसं कचकन चावून घेतलं बघ!'' ती रागाने म्हणाली, ''आणि मी त्याला विहिरीच्या भिंतीवरून फक्त उचलून आणत होते. नाहीतरी दोन दिवस सारखं वचवच अंगावर धावत होतं सगळ्यांच्या आणि आत्ता बघ, सुतळी तोडून कुठं मसणात जाऊन बसलंय कुणास ठाऊक!''

''मग त्या ठिकाणी काय लावलंस तू?''

''मी चुना-हळद लावली आहे सध्या. रात्री त्याच्यावर विड्याचं पान बांधलं की जाईल ते एकदोन दिवसांत. आता विड्याचं पान मात्र आणायला हवं कुठूनतरी!''जमिनीचा आधार घेत ती उठली. तिने कोनाड्यातील एका भांड्यातून मला तीन बदाम दिले.

''पण आता तुम्ही कधी येणार गावाहून? महिन्यानं का? – बराय, मला विसरू नका. नाहीतर मोठ्या गावाला जाऊन आल्यावर राजश्री मला ओळखणार नाहीत,'' ती म्हणाली आणि हसली; पण तिच्या सुजलेल्या गालांमुळे तिचे हसणे बघून मला गुदमरल्यासारखे झाले.

का कुणास ठाऊक; पण मी परत आल्यापासून मला फार हुरहुर लागली. मी आबांना सारे सांगितले; पण ते काहीतरी लिहीत होते आणि त्यांनी नुसते हूं हूं म्हटले. आई सुताराच्या लक्ष्मीला जायची तयारी करत होती. कुठे गावाला जायचे असले म्हणजे ती त्या लक्ष्मीला गेल्याखेरीज जात नसे. तिनेही ऐकून न ऐकल्यासारखे केले व जडगोळ्या मनाने मी गप्प बसून राहिलो.

दुपारी शांत असलेल्या गल्लीत एकदम गोमकाला ऐकू आला. मी धावत बाहेर गेलो. आबा, आई देखील हातातील काम सोडून बाहेर येऊन पाहू लागली. गळ्यात तुटकी सुतळी घेऊन काळे एका टोकाकडून वेडेवाकडे धावत येत होते. ते आमच्या घराजवळ आले व गिरगिरू लागले; पण त्याच्याकडे पाहताच आपले काळे ते हेच की काय हे मला समजेना. त्याचे डोळे निर्जीव झाले होते, तोंडातून लाळ गळत होती आणि गळा दाबून धरल्याप्रमाणे ते खरखरीत ओरडत होते. इतक्यात मागून पेरवाएवढा दगड आला आणि मला न ओळखता काळे पुढे धावले. मागून काळ्यांच्या दवाखान्यातील महादू गडी, गणू शिंपी, नाऱ्या व चारसहा पोरे हातात काठ्या-दगड घेऊन धावत होती.

माझे अंग तर थंड झाल्यासारखे झाले. ही माणसे काळ्याला मारणार म्हणताच माझ्या पोटात खळगा पडला आणि माझे पाय नकळत रस्त्याकडे वळले. नंतर बाळूही आला, आबा बाहेर पडले आणि आम्ही मागोमाग गेलो.

काळे शेवटी अण्णाबुवाच्या घराची भिंत नि बस्तवाडांचा आडवा कट्टा यांत सापडले व मागे वळून वचवच अंगावर येऊ लागले. गणूने नारळाएवढा एक दगड उचलला आणि दबकन त्याच्या पांढऱ्या रंगाच्या पाठीत घातला. काळे घडी केल्याप्रमाणे दुमडले व ओलसर ओठ आचक्याने मागे घेत घोगरेपणाने ओरडू लागले. मग त्या सगळ्याच माणसांना वेड लागल्याप्रमाणे झाले. त्यांनी एकदम गर्दी केली व पाचसात काठ्यांतच काळ्याचे झटके बंद झाले. जास्त खात्री करण्यासाठी नाऱ्याने ते अगदी निपचित झाल्यावरही दोनचार काठ्या घातल्या. नंतर त्याने कुठूनतरी एक दोरी आणली, ती त्याच्या तंगडीला बांधली व काळ्याला दरदर फरफटत कचऱ्याच्या कुंडात नेऊन टाकले.

मी भानावर आलो, त्या वेळी मला समजले, की आबांनी माझा हात घट्ट धरला आहे आणि ते मला घराकडे ओढत आहेत. अद्यापही काळ्याला या माणसांनी मारले यावर माझा विश्वास बसला नसता; पण समोरच कचऱ्यात काळे पडले होते आणि आता त्यावर माशा जमू लागल्या होत्या. मी माझा हात हिसकावून घेतला आणि तसाच पळत राधीकडे गेलो. ती आताही गोणपाटावर झोपून होती. मी म्हटले, ''राधी, आपल्या काळ्याला मारलं लोकांनी.''

''मारलं? कुणी?'' उठून बसत ती म्हणाली. मग मी तिला सारे सांगितले.

''तू रडू नकोस. डोळे पूस. ते मेलं असलं तर इलाज नाही. रडून काय कधी परत मिळालं आहे?'' तिने माझे डोळे पुसत म्हटले; पण तिने लुगडे बदलून आईने दिलेले जुनेरे नेसले, नंतर पदर आडवा खोचून हातात कपडे वाळत घालायची काठी घेतली आणि ती बाहेर पडली. तिचा चेहरा सकाळपेक्षा जास्त सुजल्यासारखा झाला होता आणि ती आता संतापल्यामुळे तर तो जास्तच भयानक दिसत होता. तिने मला घरी जायला सांगितले; पण मी तिच्या मागूनच गेलो.

ती आली त्या वेळी गणू शिंपी व नाऱ्या अद्यापही कचऱ्याच्या कुंडाजवळच उभे होते नि मधूनमधून काळ्याला डिवचत बोलत होते. राधीने मागून जाऊन नाऱ्याच्या पिंढरीवर काठी हाणताच तो केकाटतच पाय नाचवू लागला व गणू वीतभर पाय लपकलपक करीत टुणदिशी कट्ट्यावर चढला.

''मढी ओढली तुमची, बेरडांनो! समजलं की नाही काठी बसली की कसं वाटतंय ते?'' ती ओरडली व गणूकडे हातवारे करीत म्हणाली, ''एक खेकड्या! उतर की खाली! आता कशाला पळतोस? खाली पाय टाक. तुझ्या पायाला दोरी बांधून टाकते बघ याच कुंडात!''

पण इतके बोलावूनही गणू काही खाली यायला तयार झाला नाही. तोपर्यंत ही गर्दी जमली. आबा आले, गणेशवाडीभट आला. गल्लीतील बायकाही दारे उघडून तेथूनच पाहू लागल्या. गणूलाही आता थोडा धीर आला. आपल्या पोराला मारले म्हणून हा दैत्यभट आता काही गप्प बसायचा नाही, याची त्याला खात्री होती. राधीचा तोंडपट्टा अजूनही चालूच होता व काठी आपटत ती नाऱ्याच्या अंगावर धावून जात होती. तो मागे सरून आपल्या टोळक्यात उभा होता व उर्मटपणे तिच्याकडे पाहत होता. गणेशवाडीभट पुढे झाला नि म्हणाला, ''राधी, तू जा आता घरी. उगाच वडावडा बोलून काय करणार तू?''

राधी हात नाचवत म्हणाली, ''तुम्ही म्हणणारच तसं. तुमच्या पोरानं गुण उधळले आहेत. त्याचा कैवार यायचाच की आता!''

गणेशवाडीभट तुळशीएवढ्या राधीपुढे नारळाच्या झाडासारखा दिसत होता. आता तो हात उगारून फाडकन तिच्या मुस्काटात देणार अशी मला भीती वाटली व माझे अंग आकसल्यासारखे झाले; पण एखाद्या मुलीला समजावावे त्याप्रमाणे तो शांत, सौम्य आवाजात म्हणाला, ''तसं नाही. उगाच गैरसमज करून घेऊ नकोस. मला आता मुलगा उरला नाही. तू ज्याला मुलगा म्हणतेस तो जर उद्या गटारात मरून पडला तर मी त्याच्या नावानं आंघोळ करणार नाही. पण कुत्रं मेलं हे एका दृष्टीनं बरं झालं. त्याला मारणं जरूर होतं.''

''का – का म्हणून? ते वेडंविद्रं, काळं होतं म्हणून?'' राधी म्हणाली, ''मग उद्या तुम्ही मला देखील काठ्यांनी माराल की! मी आतापर्यंत खूप सहन केलं. मी दगडाचा मार खाल्ला, त्या रेड्यानं घरात डांबर टाकलं, घराला आग लावण्यापर्यंत त्याची मजल गेली. आता मी गप्प बसू? येऊ दे ते खापरतोंडं कार्टं, त्याचे काप करून तळून काढते त्याला! तो निसंग झाला असेल; पण प्रसंग पडला तर मी शंभर निसंग आहे.''

''ते म्हणे काल एका शेळीला चावलं, दोनचारजणांच्या अंगावर धावून गेलं. तुला देखील थोडा प्रसाद मिळाला!'' तिच्या हातातील काठी घेत गणेशवाडीभट म्हणाला, ''ते आता धोक्याचंच झालं होतं. राधी, जा आता घरी.''

राधी फार नाखुषीने जायला निघाली; पण मला त्यातल्या त्यात बरे वाटले. नाहीतर आणखी काही कमीजास्त झाले असते, तर नाऱ्यानं तिची खोली जाळून टाकायलाही कमी केले नसते. माणसे हळूहळू पांगली. पोरेही घरी गेली. आता कचऱ्याच्या ढिगावर कचरा होऊन काळे मात्र निपचित पडले होते. गल्लीच्या एका टोकाला असलेल्या पत्र्याच्या खोलीत त्याचे खाणे-रहाणे झाले आणि दुसऱ्या टोकाला आता त्याचे संपणे झाले. एका अरुंद गल्लीएवढे आयुष्य जगून काळे मरून गेले.

आमची गाडी पहाटेला होती. थंडीत कांबळे पांघरून व्यंकू गाडीवाला धमणी घेऊन आला. आबाही आमच्याबरोबर स्टेशनला येणार होते. धमणी राधीच्या घराजवळून जाणार होती; पण ती अद्याप उठली नव्हती, कारण आत दिवा नव्हता. पण मला एकदम

काळ्याची आठवण झाली. त्याच्या पाठीवरील पांढरा डाग, बरोबर चालताना पायात घोटाळण्याची त्याची सवय, रोट दिल्यावर तो तोंडात घेऊन थोडा वेळ उगाचच नाचण्याचा आनंद, हे एकदम मला आठवले. त्याला घेऊन मी एकदा शाळेत गेलो होतो, तेव्हा त्याच्याशी खेळायला पोरांची एकच झुंबड उठली होती. एकेक पेन्सिल तिकीट ठेवूनही मला अकरा पेन्सिली मिळाल्या होत्या. त्याचे वेडेवाकडे ओलसर पळणे, पोटात आग पेटल्याप्रमाणे बेभान पळणे, मरायच्या आधीच मेलेले डोळे हे सारे मला दिसू लागले आणि एकदम रडायला येऊ नये म्हणून मला तोंड घट्ट आवळून धरावे लागले. तोपर्यंत गाडी रस्त्याला लागली. पहाटेचे थंड वारे खिडकीतून तोंडावर बडदू लागले आणि आईला जास्तच चिकटून बसल्यावर मनात सुटीचे विचार येऊ लागले.

मी सुटीला गेलो खरा; पण कधी एकदा घरी परत येतो असे मला होऊन गेले. मामाच्या घरी पाहावे तिकडे टेबलखुर्च्या. कधी कुणी पाटावर, सतरंजीवर आराम बसत नसत. आई मला सकाळी स्वच्छ कपडे द्यायची व पाचपाच मिनिटाला 'मळवलेस तर जेवण मिळणार नाही' असे बजावत राहायची. मी ते कपडे घालून भेंडाच्या बाहुलीसारखे अंग आखडून ताठ हिंडे. कधी आंबा, चिंच हातात आलीच तर, 'सर्दी होईल ना?' म्हणून हटकून कुणीतरी ती हातातून काढून घेत असे. मामाची मोटार होती. तिच्यातून आम्ही खूप हिंडलो. नदी पाहिली, मोठी बाग बघितली; पण नदीच्या पाण्यात पाय बुचकळायला मिळाले नाही, ओले हिरवे गवत पायाला लागले नाही. आई एवढी ताठ; पण दागिन्यांनी भरलेल्या मामीपुढे उगाचच दबून वागत होती. वसंत तर मला नेहमी हिणवायचा, 'तुमच्या घरी फोनोग्राफ आहे? मोठ्या आरशाचे कपाट आहे?' आमच्या घरी असले काही नव्हते; पण आमच्याकडे इतर खूप होते. घरी लालभडक आंबट असे लिंबाचे लोणचे होते, परसात पारिजातक होता, सोप्याला शिवाजीचे मोठे रंगीत चित्र होते, मामाला काही आबांप्रमाणे चिकणमातीची घरे करता येत नव्हती. शिवाय आमच्याकडे राधी होती. तिची आठवण झाली की मला काळे आठवे; पण त्याच्याविषयी मात्र मी येथे कुणालाच काही सांगितले नव्हते. शेवटी एके दिवशी मामांनी मला कपडे शिवले, आईला पातळ दिले आणि मोटारीतून स्टेशनवर आणून सोडले. सुटी संपली. मी गाडीतून उतरलो आणि आबांना घट्ट चिकटलो.

''अरे थांब थांब! आता भेटायचंच की!'' ते हसून म्हणाले, ''आधी गाडीतून सामान तरी काढूया.''

आम्ही आत आलो. मी येताना कागदात गुंडाळून काळ्या तुळशीचे एक रोप आणले होते. मी ते हळूच आबांना दाखवले. त्यांनी ते उचलून पाहिले तर ते वाळून गेल्यासारखे झाले होते. आबांनी मान हलवीत म्हटले,

''जगणार नाही पोरा हे. मी आणून देईन दुसरं.''

मला फार वाईट वाटले. आपल्याला एक तुळस पाहिजे असे राधीने मागे एकदा

म्हटले होते. म्हणून इकडे परत यायचे म्हणताच चार दिवस आधी मी ते कागदात गुंडाळून ठेवले होते. गावाहून तिला तुळस आणून देण्याचा आनंद काही मला मिळणार नव्हता. येथे तसली खूप झाडे होती. शांतीच्या परसात तर तसले रान माजले होते. पण 'गावाहून मला काय आणलेस' असे राधीने विचारले, तर काय सांगायचे तिला?...

चहा झाल्यावर मी तसाच निघालो. चहाचा कप खाली ठेवून आबा लगेच उठले नि त्यांनी मला थांबवले. ''कुठं निघालास तू?'' त्यांनी विचारले.

''राधीकडे,'' मी म्हटले.

ते एकदम गप्प झाले. त्यांनी माझ्या खांद्यावर हात ठेवला व ते म्हणाले, ''तू जाऊ नकोस तिकडे. राधी फार आजारी आहे.''

माझे पायच गळाले. मी गावाला जातानाच ती झोपून होती. तिचा गाल सुजला होता.

''मग तर भेटायलाच पाहिजे की!'' मी हट्टाने म्हणालो.

''नाही. ती तुला ओळखणार नाही,'' माझ्याकडे न पाहता आबा म्हणाले.

''ते शक्यच नाही. मी हाक मारताच ती मला ओळखील,'' मी विश्वासाने सांगितले.

आबा आत गेले. 'राधीकडे जाऊ नकोस' असे आबांनी तरी कधी मला म्हटले नव्हते. त्यामुळे तसेच जाणे माझ्या जिवावर आले. मी गावाहून आलो म्हणताच बाळू आला नि त्याने मला सारी हकिकत सांगितली. कालपासून राधी वेड्यासारखे नाचत कुत्र्याप्रमाणे ओरडू लागली होती आणि लोकांनी तिच्या खोलीला बाहेरून कुलूप घातले होते. गणेशवाडीभटाने खोलीवरचा पत्रा बाजूला करून शिंक्याने काहीतरी खाणे आत सोडले होते; पण ते तसेच होते. तासातासाला ती वचवच ओरडत होती.

माझ्या अंगावर काटा आला व मला काही सुचेना. बाळू गेल्यावर तर मी खुळ्यासारखा बसून होतो. मग आईने दुकानातून रॉकेल आणायला सांगितले तेव्हा मी मुद्दाम उलट रस्त्याने राधीच्या घराजवळून गेलो. घराला खरेच कुलूप होते. समोरच्या कट्ट्यावर चारपाच माणसे, पोरे बसून होती व मधूनमधून विड्या ओढत होती. मी खिडकीजवळून जाताना वर पाहिले व घाबरून माझ्या हातातील बाटलीच खाली पडून फुटली. खिडकीत राधीचा चेहरा होता; पण त्या खिडकीत तो दिसला म्हणूनच तो राधीचा म्हणायचा. नेहमी कपाळभर लांब आडवे असणारे कुंकू पुसून गेले होते, चेहरा सुजला होता व डोळे काचेचे असल्याप्रमाणे दिसत होते. ''राधी! राधी! मी आलो परत सुटीहून!'' न राहवून मी एकदम म्हणालो. तिने माझ्याकडे मान तिरपी करून पाहिले; पण एक नाही की दोन नाही. 'परत आल्यावर तू मला ओळखणार नाहीस' असे तिने मला म्हटले होते; पणआता खुद्द तिलाच माझी ओळख लागेना.

कट्ट्यावरची माणसे फिदीफिदी हसली. 'राधी! राधी! मी आलो परत सुटीहून!' हे शब्द एकाने ताल धरून गाण्याप्रमाणे म्हटले आणि मग बाकीचे सगळे मिळून त्याचे गाणे

करून घोळूनघोळून म्हणू लागले. मला एकदम रडू कोसळले व दुकान, रॉकेल, फुटकी बाटली सारे विसरून मी धावत घरी आलो नि माडीवर एका बाजूला जाऊन पडलो.

संध्याकाळी राधीचे ओरडणे वाढले. अगदी धोपेश्वराच्या घरापर्यंत ते कर्कश घोगरेपणाने ऐकू येत होते. तिच्या शेजारच्या ग्रामोपाध्येमास्तरांनी तर कालच आपली मंडळी गावात पाठवून घर बंद केले होते. माणसांची गर्दी वाढू लागली. संध्याकाळी मी त्या गर्दीत सारखा नवस करीत उभा राहिलो. राधीचे ओरडणे ऐकले की अंगाच्या चिंध्या होत आहेत असे वाटे. मी थोडा पुढे गेलो व आबांचा हात घट्ट धरून उभा राहिलो. ते फुटल्या आवाजात म्हणाले, ''आता ही टिकेलसं वाटत नाही.'' मी माणसे मेलेली पाहिली होती; पण मरताना पाहण्याची ही पहिलीच खेप होती.

– आणि तेही राधीलाच!

''ती आता रात्रभरही टिकणार नाही. तू जा आता घरी. इकडे येऊ नकोस,'' आबा पुन्हा म्हणाले. त्यांनी माझा हात सोडला नि मला घराकडे ढकलले; पण मी मागेच रेंगाळत राहिलो. आता समोरच्या कट्ट्यावर नाऱ्या आपली टोळी घेऊन बसला होता व मधूनमधून कुत्र्यासारखा ओरडत होता. त्याचा आवाज झाला की खोलीतून राधीचाच आहे हे न ओळखू येणारा, भीषण घोगरा आवाज फुटत होता. नाऱ्याने मग कुठूनतरी तांब्याभर पाणी आणले व खिडकीसमोरच पाण्याची धार धरली. तेव्हा तर ओरडणाऱ्या राधीची हाडे ताणून खोलीभर उधळली असतील असे मला वाटले व मला साऱ्या अंगाला झटकन मुंग्या आल्या असा भास झाला.

एकदोघांना बाजूला ढकलून आबा पुढे गेले आणि त्यांनी नाऱ्याच्या हातातील तांब्या हिसकावून घेऊन गटारात फेकला. आबा दिसायला अगदी बारीक, सोवळ्याच्या काठीसारखे होते; पण त्यांनी ढकलताच नाऱ्या बाजूला कलंडला.

''पुन्हा जर असं काही केलंस, तर वेतानं फोडून काढीन!'' ते संतापाने म्हणाले. त्यांचे हात एकसारखे थरथरत होते. आबांना इतके संतापलेले मी कधीच पाहिले नव्हते. तोच माझ्या मागून मला जोराने बाजूला ढकलत गणेशवाडीभट पुढे गेला. आता तरी त्याच्या अंगावर उपरणेही नव्हते व कपाळावरील शीर सापाच्या पिल्लाप्रमाणे ताठ झाली होती. तो आबांपेक्षा चांगला हातभर उंच होता. त्याने पुढे जाऊन नाऱ्याचे मानगूट धरले व त्याला जवळजवळ तसेच वर उचलले.

''आब्या! तू पहिल्यापासून अगदी शेंबूडकिडा आहेस बघ!'' तो चिडून म्हणाला, ''म्हणे वेतानं फोडतो! असल्या वेळी बोलायचं नसतं, करायचं असतं. माझ्याकडे बघ आता.'' त्याने बोटे रुंद केली व आपला तुळईसारखा जाड काळा हात फिरवत नाऱ्याच्या थोबाडीत एक ठेवून दिली. वाळूच्या पोत्यासारखे ते कार्टे; पण चक्क आडवे पडले व त्याचे दोनतीन दात चुरमुऱ्यासारखे बाहेर पडले. आबांनीच जर आवरले नसते तर गणेशवाडीभटाने आपला पोह्याच्या लाटेसारखा पाय नाऱ्याच्या छातीवर घातला असता.

''असं शिकवायचं असतं!'' तो आबांना म्हणाला. तो कट्ट्यावर चढला व एकेका पोराचे मानगूट पकडून त्याने त्या सगळ्यांना खाली ढकलून दिले. ''आता इथं दिसलात हरामखोरांनो, तर याच्यासारखं होईल!'' नाऱ्याकडे बोट दाखवत तो ओरडला. नाऱ्या व त्याची पोरे गपगार नाहीशी झाली. गणेशवाडीभट भिंतीला टेकून उकिडवा बसला; पण त्याची नजर माझ्याकडे गेली.

''चल रे, तूही चालता हो! जा घरी जाऊन पड!'' तो गरजला.

मी घरी परतलो त्या वेळी आई दारातच होती. तिने माझ्या पाठीवर आटवलासारखा मऊ हात फिरवला व काही न बोलता ती आत गेली. आज तिने काही स्वैपाक केला नव्हता. येताना काय आणले होते, तेच तिने माझ्यापुढे ठेवले; पण माझी भूकच मेली होती. कानात सारखे राधीचे ओरडणे ऐकू येत होते, तिचा कुंकू नसलेला भकास चेहरा दिसत होता. तिने मला ओळखलेही नाही, हेच सारखे मनात डाचत होते.

रात्री अंथरुणावर पडलो, तेव्हा आबा घरी आले. त्यांनी आईला काहीतरी सांगितले व एक जुना पंचा बरोबर घेतला. ते मला म्हणाले, ''राधी मेली रे. सुटली बिचारी. आता त्या यातना काही मला बघवत नव्हत्या.''

ते बाहेर जाताना आई दारापर्यंत गेली. नंतर तिने चुलाण्यात लाकडे घातली व पाणी तापायला ठेवले. मग ती अंथरुणावर पडली व भिंतीकडे वळली.

मला माझे अंग निर्जीव झाल्यासारखे वाटत होते. मला सारखे काही ना काही आठवू लागले व डोळ्यांतील पाणी थांबेना. राधीच्या खांद्यावर चढून मी रायआवळे काढले, तिच्याकडून किती वेळा तरी गाय-वाघाचे गाणे ऐकले, काळवंडलेल्या पातेल्यातील गुळाचा चहा... फाटून गेलेले लुगडे... 'तुझ्या आईचं तुझ्यावर फार प्रेम आहे, नाही?... तुझी आई देवी आहे... माझी ओळख विसरू नका हं!... मारलं? कुणी मारलं?...'

माझे डोके तर गच्च आवळल्यासारखे झाले. आईने माझा हुंदका ऐकला असावा. ती जवळ सरकली व तिने आपला हात माझ्या अंगावर टाकला.

मी दचकून जागा झालो. आई मला हलवून उठवत होती. ''चल, राधीला नेत आहेत,'' ती म्हणाली. आई अशा इतर वेळी मला कधी बाहेर यायला देत नसे; पण आज मात्र तिने मला मुद्दाम उठवले. मी तिच्याबरोबर जाऊन दारात उभा राहिलो. दोनचार कंदील घेऊन माणसे जात होती. आबांनीही खांदा दिला होता. आमच्या घरावरून जाताना न पाहता, न हसता जायची राधीची ही पहिलीच खेप आणि आता यापुढे तर ती या रस्त्याने जाणारही नव्हती. कधीच जाणार नव्हती.

मी परत अंथरुणावर येऊन पडलो. आबांनी राधी मेल्याचे सांगितल्यापासून मला राधीची आठवण येताच सारखी सुताराच्या लक्ष्मीची आकृती डोळ्यांसमोर दिसू लागली होती. ती लक्ष्मीची मूर्ती लाकडाची असून ओबडधोबड होती. ती उंच होती, उग्र होती व ती लालभडक रंगाने रंगवलेली होती. तिचेही चिकटवलेले केस खरबरीत वाटत आणि

तिच्याही कपाळावर कुंकवाचा आडवा पट्टा असे. तिला सहा हात होते. त्यांत तलवार, धान्याचे कणीस, फूल या वस्तू होत्या. एका हाताच्या तळव्यावर चांदीचे नाणे खिळा ठोकून बसवलेले होते. एका हातात पितळी तामले होते व सुतार दर शुक्रवारी त्यात चार थेंब दूध टाकी. उरलेला हात रिकामा होता; पण तो आशीर्वादासाठी वर उचललेला होता.

मला वाटले, राधीने देखील असेच सगळे मला सहा हातांनी दिले. तिच्या ज्याज्या आठवणी मला येत, त्यात्या साऱ्या तिने मला दिलेल्या, केलेल्या गोष्टींच्याच होत्या. मी मात्र तिला काहीसुद्धा दिले नाही. मी तुळशीचे झाड आणले, ते वाळून गेले; पण मी ते तिच्यासाठी आणले होते हे देखील तिला कळले नाही. मी तिला कधी काही विचारून घेतले नाही. ती पूर्वी कुठे होती, तिची आई कशी होती, तिच्या लहानपणी कायकाय घडले यांबद्दल मी कधी आपुलकीने चौकशी केली नाही. तिनेही काही आपण होऊन मागितले नाही, सांगितले नाही आणि आता तर ती निघूनच गेली होती. हा माझा अप्पलपोटेपणा आठवून मला माझे सारे अंग पोकळ होत आहे असे सारखे वाटत होते. खरेच माझे चुकले. तिला विड्याचे पान पाहिजे होते, ते तरी त्या दिवशी घरातून नेऊन दिले असते, तरी मला आता थोडे बरे वाटले असते. तेवढेच समाधान माझ्याजवळ राहिले असते.

आबा आले, त्या वेळी उजाडले होते. त्यांचा चेहरा अगदी दमून गेला होता व तो इतका हताश झालेला मी पूर्वी कधी पाहिला नव्हता. त्यांनी कट्ट्यावरच सदरा काढून ठेवला व पंचाचे मुटकुळे करून बाजूला ठेवले. आई जागीच होती व तिने चुलवणावर पाणी तापवून ठेवले होते. तिने आबांवर दोनचार तांबे पाणी ओतले व आबा शुद्ध झाले. गणेशवाडीभटही आबांबरोबर होता. त्यानेही दोन तांबे पाणी घेतले व पिळून टाकलेल्या पंचानेच अंग टिपले. जाताना तो आबांजवळ थांबला व म्हणाला, ‘‘आबा, जा आता थोडा वेळ पड. नाहीतर तू अंथरूण धरशील उद्या. आता झाल्या गोष्टी मनाला लावून घेत बसू नकोस. अरे हे चालायचंच. तू काही कमी केलं नाहीस तिच्यासाठी. इतके दिवस खोटं देखील बोलत आलास!’’

आबा एकदम चपापले व त्यांनी अविश्वासाने गणेशवाडीभटाकडे पाहिले; पण नंतर मात्र त्यांची मान खाली गेली.

‘‘त्यात शरमायची काही जरुरी नाही. मला माहीत होतं सारं. मी दोन अडीच वर्षांमागं तिकडं एकदा गेलो होतो आणि तू केलंस तेच मीही केलं असतं; पण केल्यानंतर असा खून केल्यासारखा चेहरा मात्र केला नसता. पण तू लेका, पहिल्यापासूनच शेपूटसिंहच म्हणा. झालं ते झालं! काही गोष्टी पुष्कळदा अशा घडतात, की त्या गप्प गिळून बसावं लागतं. तुला माहीत आहे? मी एका खेड्यात राहात होतो त्या वेळी बहिणीला दिवाळीला आणायला मी चौदा मैल चालत गेलो. येताना गाडी केली,

बहिणीला हौसेनं आणलं. तेव्हा माघारी बाहेरून कडी लावून कुणीतरी आमचं घरच जाळून टाकलं होतं. बहीण आली दिवाळीला आणि तिला पाहायला मिळाली दादा-आईची जळालेली प्रेतं! हे असं चालायचंच!'' गणेशवाडीभटाने जाताजाता आबांच्या पाठीवर थाप मारली. तिच्या दणक्याने आबा वाकलेच.

आता थंडी होती म्हणून आबांनी सदरा घातला व विड्यांचा जुडगा घेऊन कुणाशी न बोलता ते माडीवर चालले.

''अर्धा कप चहा करून देऊ का?'' आईने विचारले; पण आबांनी चहा नको म्हटलेले पाहून तर मला फार आश्चर्य वाटले. चहाला ते कधी नको म्हणत नसत; पण आई देखील नेहमी प्रथम चहा करूनच त्यांना विचारत असे. पण आज चूल थंड होती; पण आबांनीही नको म्हटले होते. आबा वर जाताच मीही त्यांच्याबरोबर गेलो. मला खूप बोलायचे, विचारायचे होते; पण आबा गुडघे उंचावून भिंतीला टेकून बसले व त्यांनी विड्या ओढायला सुरुवात केली. एक झाली, दोन झाल्या, चार झाल्या; पण त्यांनी एक शब्दही काढला नाही. मग मात्र मला राहवेना. मी त्यांच्याजवळ सरकलो व म्हणालो, ''मरताना राधी कशी दिसत होती, नाही आबा? मला तर प्रथम ती ओळखलीच नाही.''

त्यांनी एक दीर्घ निःश्वास सोडला व ते म्हणाले, ''म्हणजे आता उरलंसुरलं देखील संपून गेलं म्हणायचं. परमेश्वराची इच्छा. झालं! हे सगळं पुढं असं होणार हे माहीत असतं तर गोपाळाला मी माझ्याबरोबर चल असं म्हटलंच नसतं.''

''पण त्याला आता हॉस्पिटलमध्ये कसं कळवायचं सारं?''

आबांनी चमकून पाहिले व नुकतीच पेटवलेली विडी तशीच कोपऱ्यात टाकून दिली. ''कुणाला कळवायचं आणि कसलं काय घेऊन बसलास!'' ते हताशपणे म्हणाले, ''तिला आहे कोण कळवायला?''

''पण आबा, तुम्हीच म्हणत होता ना, की गोपाळभटाला खूळ लागलंय म्हणून त्याला हॉस्पिटलमध्ये ठेवलंय म्हणून?'' मी आश्चर्याने विचारले. आबा उठले व मागे हात बांधून उगाच येरझाऱ्या घालू लागले.

''होय रे. ते बारा-तेरा वर्षांपूर्वी. मी, गणेशवाडीभट, धोपेश्वरमास्तर या सगळ्यांनी मिळून त्याला तिथं ठेवलं. नंतर काय झालं, माहीत आहे? तो तीन वर्षांपूर्वीच मेला. मला दोन दिवस जेवण गेलं नाही. मी शब्द टाकताच भाबडा गोपाळ आपला सारा संसार दोन गाठोड्यांत घेऊन माझ्याबरोबर आला. कुठं जायचं, काय करायचं याबद्दल एक शब्द त्यानं विचारला नाही. रक्ताचा नव्हे, गोताचा नव्हे; पण तुला कल्पना येणार नाही, माझ्यासाठी तो गुरासारखा राबला! पाठचा भाऊ इतकं करणार नाही! तो मेला हे मी इथं सांगितलं असतं तर राधीचे काय हाल झाले असते, माहीत आहे तुला? तिला कुत्र्यांनी जवळ केलं नसतं!''

हे सारे ऐकून तर मी गप्पच झालो. तिचा नवरा मरून इतके दिवस झाले; पण

आबांनी राधीला ती गोष्ट सांगू नये हे मला फार विलक्षण वाटले. ''पण आबा, हे खोटं सांगितल्यासारखं नाही का?'' न राहवून मी एकदम म्हणालो.

आबा एकदम थांबले व किंचित खाली वाकून माझ्याकडे उग्रपणे पाहू लागले. ते थोडे चिडून गणेशवाडीभटासारखा आवाज चढवत म्हणाले, ''वेड्या! भुईतून अजून वर आला नाहीस, तुला अजून लंगोटी देखील अडकली नाही आणि मला खरंखोट्याचा उपदेश करतोस? आणखी पन्नाससाठ वर्षं जगून झाल्यावर असल्या गप्पा मार! मी त्या वेळी इथं तुझ्यासमोर नसणार. माझ्या हाडांचं खत होऊन गेलं असणार त्या वेळी. त्या वेळी जगून, म्हातारा होऊन, स्वतःशीच विचार करून बघ कधीतरी, खोटं बोलल्याखेरीज तुला जगता आलं असतं का ते! मोठ्या गप्पा मारतोस आता जीभ लांब करून! मी त्या वेळी नसलो म्हणून काय झालं! तू आठवण करून तुझ्या मनालाच सांग म्हणजे झालं!''

आबांच्या आवेशाने तर मी भेदरूनच गेलो व त्यांच्याकडे पाहतच राहिलो; पण मी त्यांना तसे कधी पूर्वी पाहिले नव्हते.

कधी नाही ते आबांचे डोळे पाण्याने भरले होते!

हंस दिवाळी १९६५

# पुरुष

विश्वनाथने टेबलाकडे पाहिले व त्याच्या कपाळावर एक आठी चढली. उदबत्ती लावायची चांदीची सोंगटी कुणीतरी डाव्या बाजूकडून उजवीकडे ठेवली होती. त्याला ताराचा राग आला. इतके दिवस त्याच्या जवळ राहून तिला अद्यापही लिहिण्याचे टेबल म्हणजे एक उघडे मंदिर असते, लेखन म्हणजे एक पूजन असते ही साधी गोष्टसुद्धा कशी समजली नाही, कुणास ठाऊक! दररोजची वर्तमानपत्रे, आपले विणकाम, केसांच्या पिना, मळकी रिबने ती खुशाल टेबलावर टाकीत असे. हे आठवल्यानंतर, केसांची गुंतवळ पाहिल्यावर काहीतरी ओंगळ वाटते, त्याप्रमाणे त्याला वाटले; पण हे सारे आता असाध्य असल्याप्रमाणे त्याने तो विषय विसरण्याचा प्रयत्न केला. तिला रानवट रंगाचे भडक कपडे आवडत. चहा घेताना इतरांना मळमळावे अशारितीने ती तो भुरकत असे. लग्न होऊन पाच वर्षे झाली. प्रथम तो तिच्यासाठी मासिके-पुस्तके आणीत असे; पण चार ओळी वाचताच जांभई देऊन ती म्हशीसारखी आडवी होत असे. तो उत्साहाने एखाद्या पुस्तकाचे वर्णन करीत असताना ती एकदम आठवल्यासारखे करून म्हणे, 'हो, प्यार की कहानीचा शेवट दिवस आहे आज. जाऊ या आपण?' आणि पाच वर्षांच्या आयुष्यात तिने आपणाला दिले काय, तर शंकरपाळे विणीचा सैलसर लालभडक स्वेटर, कुठल्यातरी मसण्या सिनेमानटासारखे केस वळवलेला तीन वर्षांचा मुलगा रमेश आणि अगदी पक्व फळासारख्या शरीराचा साऱ्या घराला दिलेला, काही वेळा नकोसा वाटणारा, काही वेळा धुंद करणारा उष्ण वास. आपल्या लेखनाबाबत एकच जाणीव तिने दाखविली होती. आपण लिहिताना आपल्याला त्रास होऊ नये म्हणून ती जिन्याचे दार लावून घेत असे. अनेकदा ते रमेशने उघडू नये म्हणून ती बाहेरून कडीही लावून घेत असे. बस्स, इतकेच. पाच वर्षांच्या आयुष्यात इतकेच.

पण हा राग फार वेळ टिकला नाही. त्याने सोंगटी उचलून डाव्या बाजूला ठेवली व तिच्यात एक उदबत्ती खोचून पेटवली. तिच्यातून निघणाऱ्या तरल, निळ्या वासाने त्याला

इतर साऱ्या गोष्टींचा विसर पडला. त्याने कागद पुढे घेतला. वर 'श्रीशारदा' असे लिहिले; पण तो शब्द लिहून तो क्षणभर थांबला. प्रथम कशाला शब्दाकार द्यावा हे त्याला समजेना. कविता, निबंध, कथा? कालपासून पाचसहा विषय त्याच्या मनावर सतत बुडबुड्याप्रमाणे फिरत होते. काल बसमधून येताना त्याने एक अत्यंत दीन, अशक्त मुलगा भीक मागताना पाहिला होता. कथेला हा विषय चांगला होता. दोनतीन आठवड्यांत तो भुकेने मरेल, त्याचे प्रेत सिमेंट रस्त्यावर दिसताच कुणीतरी उचलून मेल्या जनावराप्रमाणे त्याची विल्हेवाट लावील आणि हा जन्माला आला त्या वेळी त्याच्या आईने मुलगा झाला म्हणून आनंदाने बारसे साजरे केले असेल. त्या प्रेताची निस्तर होत असता आईची आकृती अस्पष्ट, असहाय उभी असल्यासारखी दिसते. कथेला विषय चांगला होता; पण डायरीत लिहून ठेवलेला दुसरा विषय जास्त जिवंत होता. बसमध्ये समोर एक शीख बसला होता. त्याच्या बाजूला एक कानडी माणूस, आपण मराठी. बस ड्रायव्हर मुसलमान होता. या चित्रात भावैक्याचे अत्यंत बोलके प्रतीक तयार होते. 'गंगा माझी, गोदा, कृष्णा तशीच कावेरी; आम्ही सारे एक, दुष्टा, घे पाऊल माघारी!' आज काय लिहावे याबद्दलचा गोंधळ फारच थोडा वेळ टिकला. कारण नंतर त्याच्या ध्यानात आले, की आपण लिहायला घेतलेला कागद गुलाबी आहे. गुलाबी कागद म्हणजे कविताच. जणू शारदेने कौल दिल्याप्रमाणे त्याने तारीख लिहिली आणि उत्साहाने मोठ्या अक्षरात कवितेचे नाव लिहिले, 'आव्हान आणि आवाहन'.

नाही. तो पुन्हा थांबला. आज तारीख अठरा म्हणताच सकाळपासून सतत मनात असलेली हुरहुर एकदम समोर खिडकीपाशी येऊन उभी राहिल्याप्रमाणे स्पष्ट झाली. आता कुठे चार वाजले आहेत. पोस्टमन यायला अद्याप दोन तासांचा अवधी आहे; पण निदान आज तरी लवकर यावा तो. तो येण्याच्या वेळी सरही यावेत, कुमी पिक्चरहून यावी. म्हणजे सारे सहजच जमून जाईल.  मग एक खास जेवणाचा कार्यक्रमही घडवून आणता येईल. त्याने ड्रॉवर उघडून आतल्या पेटीत पाहिले. तिच्यात पंचेचाळीस रुपये चार आणे होते. ते पाहताच त्याला हायसे वाटले व त्याने ड्रॉवर बंद केला. तेवढे खास पुरतील, शिवाय सरना एखादी सिगारेट केसही भेट देता येईल. पण पोस्टमनने आज लवकर यावे, नेहमीपेक्षा. निदान आपल्या घरी प्रथम येऊन मग इतरत्र जावे...

लिहायला सुरुवात करताच मन असे भरकटू दिल्याबद्दल त्याला अपराधी वाटले. त्याने पुन्हा पेन उचलले व निश्चयाने लिहायला सुरुवात केली. उदबत्तीचा मंद सुवास, वाऱ्याच्या झुळकीने मध्येच हलणारे अठरा तारीख दाखविणारे कॅलेंडर, समोरच्या छोट्या आरशात दिसणारे त्याचे प्रतिबिंब...

ही त्याची चारशे दहावी कविता असावी. नक्की आकडा नंतर टिपून ठेवावा लागणारच. टेबलाच्या बाजूला शेल्फमध्ये गुलाबी, पोपटी आणि पिवळसर कागदांच्या अनेक वह्या कव्हर घालून व्यवस्थित मांडल्या होत्या. वरच्या गुलाबी रंगेला शेल्फच्या फळीवर नाव लिहिले होते, 'तारा'. कथांकरिता पोपटी रंग होता व त्या वह्यांना कुमीचे नाव होते. उरलेले सारे साहित्य, बालकविता, परीकथा, प्रवासवर्णन सारे रमेशच्या नावाने होते. शेल्फवर ठेवलेला, मान वळवून कोपऱ्यात पाहणाऱ्या, कुरळ्या फुगीर केसांच्या व्यक्तीचा फोटो होता तो प्राध्यापक निकमचा. विश्वनाथची सारी वाङ्मयसेवा हस्तलिखित स्वरूपात होती. आतापर्यंत त्याने अनेक ठिकाणी कथा-कविता पाठविल्या; पण दारूबंदीवरील एक कविता आणि 'सायकलीची काळजी कशी घ्यावी?' हा लेख यांखेरीज काहीही प्रसिद्ध झाले नाही. प्रथम लेख परत येत त्या वेळी दोनतीन दिवस थिजलेल्या गोंधळात तो विमनस्क हिंडे. त्याला संताप येत नसे; पण इतक्या उघड गुणांची जाणीव या लोकांना कशी नाही याचा त्याला विषाद वाटे. कुमीचा विषय मराठी; पण तिने आपण होऊन कधी त्याची एकही वही उघडली नव्हती. तिला ते अंगच नव्हते. या सगळ्यांत त्याला आधार वाटे तो निकमचा. त्यांनी त्याच्या एका कवितेची चर्चा केली की त्याला तासन्तास ऐकत बसावेसे वाटे व कृतज्ञतेने त्याच्या तोंडून शब्द बाहेर पडत नसे. त्यांचे काही शब्द तर त्याच्या मनावर गोंदल्याप्रमाणे उमटले होते. 'प्रसिद्ध झाले नाही म्हणून, लेखन काही कमी प्रतीचे ठरत नाही. झाड वाढते, कारण वाढणे हा त्याचा स्वभाव आहे. वारा आला की चक्र फिरते ते अनिवार्यपणे, स्वभाव आहे म्हणून. तसे माणसाने लिहावे.' तेव्हापासून विश्वनाथला टेबलासमोर खरी शांतता लाभली. कथेची प्रत करणे, नंतर उत्तराची वाट पाहत दिवस काढणे व शेवटी कधीतरी, नाकारलेला मनाचा तुकडा हातात घेऊन त्याकडे शून्यपणे पाहणे हा सारा बोचरा ताण नाहीसा झाला. आता बाहेरचे जगच पुसल्यासारखे झाले आणि पानावरून पाणी गळावे तसे त्याचे शब्द ठिबकत गुलाबी, पोपटी, पिवळसर डबक्यांत साचू लागले. पावसाळ्यात मळक्या कपड्यावर भाजी मांडून गिऱ्हाइकाची वाट पाहत बसलेली थरथरणारी म्हातारी, चार अजस्र कुत्र्यांच्या मध्ये भीतीने अर्धमेले झालेले एक हडकुळे कुत्र्याचे पिल्लू, तुळशीपुढे लावलेली समई, रमेशचा पाऊसनाच, ताराने घातलेली गच्च साटीन चोळी, कुमीने नेसलेले पहिले पातळ, नव्या युगाचे गंगास्तोत्र, तू नव्या नभातील शीतल तारा, गांधी... विश्वनाथचे आयुष्य बोथट घोट्याप्रमाणे त्याच पातळीवर संथपणे हलत होते आणि हिरव्यापिवळ्या पोतावर अक्षरांच्या आकृती काढीत होते.

विश्वनाथ तीनदा परीक्षेला बसूनही बी.ए. झाला नाही. दर खेपेला तो इंग्रजीमध्ये अडखळत असे व त्या विषयात त्याला कधीही विसापलीकडची मजल गाठता आली नाही. रिझल्ट झाल्यावर दोनतीन दिवस तो गोंधळलेल्या मडक्याप्रमाणे हिंडे आणि मग

उन्हाळ्याच्या सुट्टीतच मान मोडून नवे गाईड पाठ करू लागे; पण कॉलेजमध्ये आल्यापासून तो नियमितपणे काहीतरी लिहीत असे. उनाड, केसाचे झुबके ठेवणाऱ्या, लालभडक पायमोजे घालणाऱ्या पोरांत तो बाधा झाल्याप्रमाणे हिंडे. आपल्याला लोक बैलोबा म्हणतात, हे देखील त्याला दोनचार वर्षे माहीत नव्हते. आधीच त्याचे अंग ओबडधोबड वाढलेल्या बटाट्यासारखे होते आणि त्यातही त्याचे कपडे ऐनवेळी अर्धावार कापड कमी पडल्याप्रमाणे आवळ असत. तो वर्गात बसला, की मुली एकमेकीला डिवचून 'पुरुष' म्हणत व निर्लज्जपणे हसत; पण तो मात्र 'मंजूषा' नाव दिलेल्या वहीत तुटक वाक्ये लिहिण्यात हरवलेला असे... 'सरनी आपल्या बायकोला विहिरीत ढकलले असा प्रवाद आहे. अशक्य, केवळ अशक्य. त्यांचे हात मूर्तिकाराचे आहेत... भिंतीवर पावसाचे पाणी मुरून प्रिय भारत देशाची आकृती उमटली आहे... खिडकीतून बागेतला चाफा दिसतो आहे. चाफ्या, इतरांप्रमाणे तुझे आयुष्यही सफूल होईल; पण तुला भुंग्यासारखे रसिक मात्र मिळणार नाहीत.'

त्याच वेळी त्या वयात त्याने हस्तलिखित मासिक चालू केले. सगळे लेख त्याचेच असत. कवितांच्या वर स्थळकाळ दिलेला असे. त्यात संक्रांतीवर कविता होत्या, सत्याचा जय कसा होतो यावर कथा होत्या आणि मातेचे प्रेम – त्यावर तर क्रमशः कादंबरी होती. त्याची अगदी लहानपणी वारलेली, कर्कश आवाजाची अशक्त आई त्या पिवळ्या पानांवर पुन्हा अशक्त पिवळी जगू लागली. तिला शिवणकाम काही येत नसे, तो शाळेहून आला की क्वचितच त्याला काही खायला मिळे, तिच्या अंगाला कुळवाड्यांच्या बायकांना येतो तसा उग्र वास येई, ती शेजाऱ्यांशी सतत भांडत असे व त्यामुळे लहानपणी आपल्याशी खेळायला कुणीही येत नसत या साऱ्या गोष्टी त्याने रांगोळीतील ठिपके पुसून टाकावेत त्याप्रमाणे पुसून टाकल्या; पण ती ओव्या सुरेख म्हणे, तिची पावले केळफुलातील अगदी आतल्या पानासारखी होती आणि ती झोपली की झोपेत हसल्याप्रमाणे दिसे हे सारे त्याने टिपून ठेवले. कुणीतरी सहज पाहायला मागावे म्हणून तो ते मासिक हातात धरून भटके; पण काहीजण कुत्सिततेने, "अहो विद्वान, काय म्हणतं तुमचं मासिक?" एवढेच विचारते झाले. मराठीच्या वर्गात इंदू देसाई होती. तीही अशीच एकाकी, सतत जाड चाळिशीमधून खिडकीबाहेर पाहत बसे. ती स्वतः मुलगी नसून एखाद्या मुलीने टाकून दिलेल्या कातेप्रमाणे ती दिसे. ज्या पुस्तकांकडे इतर ढुंकून पाहत नसत, तसली पुस्तके ती सारखी वाची. काळसर, अशक्त अशी ती मुलगी जोड दिलेले सँडल्स घालून चालू लागली, की चिकट गोगलगाय सरकत असल्याप्रमाणे वाटे. तिने एकदा ते मासिक त्याच्याकडून घेतले व दुसऱ्या दिवशी परत केले. परत देताना तिने शुद्धलेखनाच्या सात चुका दाखविल्या. विश्वनाथचे बटबटीत डोळे जास्तच बटबटीत झाले व कृतज्ञतेने त्याला भारावल्यासारखे झाले. त्याने मासिकाला नवी प्रस्तावना लिहिली, मोठ्यांच्या पुस्तकात असते त्याप्रमाणे. आपल्या पंचांगाप्रमाणे तारीख

घातली, भाषांतराचे सर्व हक्क स्वाधीन ठेवले आणि मुद्रिते तपासल्याबद्दल वाङ्मयप्रेमी आणि रसिक सहाध्यायी इंदू देसाई यांचा अगत्यपूर्वक उल्लेख केला.

ते कोणाच्यातरी ध्यानात आले आणि दोनचार दिवस कॉलेजमध्ये अगदी फाल्गुनमास झाला. बोर्डावर, भिंतीवर, सायकल स्टँडच्या पत्र्यावर गोगलगाय आणि बैलोबा यांच्या लग्नाच्या जाहिराती लागल्या. एकाने तर स्वतःच्या खर्चाने आमंत्रणपत्रिका काढल्या आणि अत्यंत अनुरूप अशा गोरज मुहूर्तावर होणाऱ्या या लग्नास सगळ्यांना जाहीर आमंत्रण दिले. आवळसर कपडे घालून धपाधपा पावले बडवत विश्वनाथ कॉरिडॉरमधून गेला, की मागे कर्कश सनया वाजू लागल्या. त्याने इंदू देसाईचा शोध केला; पण मराठी, तत्त्वज्ञान, समाजशास्त्र कोणत्याच खोलीत तिचा पत्ता नव्हता. शेवटी ती फिजिक्स स्टोअररूमसमोर एका खोक्यावर रडत बसलेली त्याला दिसली.

''मिस देसाई, माफ करा हं,'' तो कुसकरलेल्या चेहऱ्याने म्हणाला, ''माझंच चुकलं. ही पोरं अगदी अडाणी आहेत.''

मिस देसाई ताडकन उठली व संतापाने म्हणाली, ''म्हणे मॅफ करा हं! बैलोबा कुठला! एवढं शरीर वाढलं, तुकडे केले तर तीन डुकरं जेवतील; पण पोराची अक्कल नाही त्यात! या वयात शाळकरी पोरासारखं हस्तलिखित मासिक काढतो आणि मुद्रिते तपासल्याबद्दल आभार मानतो! जरा तरी बुद्धी असायची होती.''

काडकन मुस्कटात मारल्याप्रमाणे विश्वनाथ दचकला. त्याचा चेहरा आवाक्याबाहेर गेल्याप्रमाणे थरथरू लागला. आपल्या हाती हे नवीन काय, कोठून आले? अशा नजरेने हातातल्या मासिकाकडे पाहिले आणि खाली मान घालून गाठीगाठीच्या गाठोड्याप्रमाणे असलेले शरीर उचलत तो निघून गेला.

त्या दिवशी त्याचे कॉलेज संपले, संध्याकाळी त्याने गाईड्स जुन्या पुस्तकांच्या दुकानात विकली, वह्या जाळून टाकल्या आणि तो आपल्या काकांना भेटला. त्यांची नांगर आणि ट्रॅक्टर यांची मोठी एजन्सी होती, तेथे एक आठवड्यातच तो आवकजावक रसीदा करू लागला. प्राध्यापक निकम मधूनमधून भेटत, त्याच्या लेखनाची स्तुती करीत, कसे काय चालले आहे याची विचारपूस करीत. विश्वनाथच्या मालकीचे एक घर आणि तीन दुकाने आहेत हे समजताच त्यांच्याच ओळखीने विश्वनाथचे लग्न झाले आणि उफाड्याने वाढलेले, उत्सुक शरीर घेऊन तारा त्याच्या आयुष्यात आली. परंतु पाच वर्षे झाली तरी, लिहिण्याची जागा पवित्र असते, ही साधी गोष्टही तिला कधी समजली नाही आणि त्यामुळेच उदबत्तीची सोंगटी ही अशी डावीकडून उजवीकडे गेली...

विश्वनाथ समाधानाने थांबला. 'आव्हान आणि आवाहन' आणि 'हा वसंत भिकारी' या कविता अगदी मनासारख्या साधल्या होत्या. म्हणजे आजचा दिवस चांगलाच गेला! निदान आज तरी तो तसाच जायला हवा. आज जर पोस्टमन यायच्या

वेळी निकम आले तर मग सारेच जमल्यासारखे होईल. कुमी पिक्चरला म्हणून बाहेर पडली, त्या वेळी तिच्याकडून त्यांना निरोप कळवला असता तर बरे झाले असते, याची त्याला चुटपुट लागली. पण 'आव्हान आणि आवाहन' ही कविता त्यांना वाचून दाखवायची कल्पना येताच विश्वनाथला हसू आले. ते कसे चिडून उठतील याचे हुबेहूब चित्र त्याच्या दृष्टीसमोर आले. कुठे काहीतरी खुट्ट झाले, की ताबडतोब कविता पाडणाऱ्या राष्ट्रीय कवींवर त्यांचा राग होता व त्यांना ते पंचांग पाहून संकष्टी, एकादशी करणाऱ्या लोकांप्रमाणे पंचांगी कवी म्हणत. पण 'हा वसंत भिकारी' ही कविता त्यांना आवडेल. आव्हानही चांगली कविता आहे. ओंजळभर स्वच्छ, ताज्या पाण्यासारखी; पण निकम मात्र फार अस्वस्थ होतील... फारच.

...निकम आता खरोखरच अस्वस्थ होऊ लागले होते. त्यांनी चिडून कुमीकडे पाहिले व ती आता केव्हा एकदा जाते कुणास ठाऊक असा त्रासिक चेहरा केला, कारण आता चार वाजून गेले होते.

"तू पिक्चरला जाणार आहेस ना, तुला उशीर होईल," जांभई देत ते म्हणाले, "शिवाय आता मलाही बाहेर जायचं आहे."

दोन्ही हातांनी दाबून धरलेले डोके कुमीने वर केले. अत्याधुनिक घाणेरड्या फॅशनप्रमाणे तिने कपाळावरचे केस कापून घेतले होते व उरलेले लांडे तुकडे कपाळावर अव्यवस्थित झालरीप्रमाणे पसरले होते. तिचे डोळे रडल्यामुळे लालसर झाले होते. खांद्यावरचा पदर सरकला होता; पण तिने तो सावरला नाही. तिने तो सावरावा असे निकमनाही वाटले नाही. गळ्यापासून खाली पसरलेल्या उठावावर ते खूष झाले. त्याचा मखमली, उष्ण स्पर्श त्यांना आठवला व क्षणभर लालसा जागी झाली. पण आता समोरची कुमी धडधडत्या हृदयाने येणारी उन्मादक मुलगी राहिली नव्हती. तिचे उत्कट नावीन्य आता संपले होते व हाताळलेल्या फुलावर येणारी दबलेली मळकी कळा तिच्यावर आली होती. त्यांच्या लालसेची कड विरली व त्यांनी एक सुस्कारा सोडला. त्यांना वाटले, आपल्या सगळ्यांचेच हे असे आहे. स्वप्नाला स्पर्श झाला, की त्याचे रंग उडतात, त्याचे किडके दात दिसतात. वासनेला ओठ लावले, की तिची धुंदी उतरून ती पायांत घोटाळणारी एक कंटाळवाणी सवय होते. ही धगधगीत शरीराची, ज्योतीप्रमाणे पोरगी, आता फक्त गळके डोळे आणि चिरचिरणारा तक्रारी आवाज होऊन बसली आहे. हे आपले असेच असायचे. नाहीतर त्या ग्रीक पात्रावरील तरुण-तरुणीचे पाहा. ते हिरवे झाड सतत हिरवे आहे आणि तेथल्या वसंत ऋतूला अंत नाही. "पिक्चर गेलं खड्ड्यात, माझं पुढं कसं होणार सांगा," कुमी म्हणाली, "आपण झट्‌दिशी लग्न करून टाकू म्हणजे मग..." पण तिचा रडवेला आवाज एकदम संपला.

आता पुन्हा सारे पहिल्यापासून सुरू करायचे याचा कंटाळा आल्याप्रमाणे निकमचा चेहरा त्रस्त झाला. ''पण मी तुला हज्जारदा सांगितलं ना, ते सध्या तरी शक्य नाही म्हणून?'' ते चिडून म्हणाले, ''माझं लग्न झालं आहे, माझी बायको वेड्यांच्या हॉस्पिटलमध्ये आहे गेली दहा वर्षं. जर तिचं काही बरंवाईट झालं तर बघू.''

''मला नाही ते खरं वाटत,'' कुमी उसळून म्हणाली, ''सारं जग म्हणतं ती विहिरीत पडून मेली म्हणून.''

''होय, इथं आल्यावर मीच तसं सगळीकडे सांगितलं. मग काय माझी बायको वेडी आहे म्हणून सांगत सुटू?'' उठून हँगरवरचा शर्ट घेत निकम म्हणाले, ''तू जा आता, तुला वेळ होईल.''

''मग आधी तुम्हांला समजलं नाही ते?'' संतापाने थरथरत कुमी म्हणाली, ''मला फसवून तुम्ही काय मिळवलंत? माझं साधं, सरळ आयुष्य तुम्ही नासवून टाकलंत!''

निकमनी वळून तिच्याकडे शांतपणे पाहिले. ''छान. पाठांतर चांगलं केलंस. नक्कल अशी पाठ व्हावी लागते नाटकात. एखाद्या फडतूस कादंबरीतील नायिकेप्रमाणे बोललीस. तसल्या कादंबऱ्या वाचून तुम्हा उनाड पोरींची समजूत झालेली असते, की आपण भानगड केली, की तो दुष्ट, पाषाणहृदयी पुरुष जबाबदार असतो! मी तुला एकही पत्र कधी लिहिलं नाही; पण तुझ्या पत्रांचा ढिगारा काढून माझे हात दमले. तू भेटायला ये, असं मी तुला कधी सांगितलं नाही. मग कशाला ढोंग करतेस हे? आधी समजलं नाही असं तू विचारतेस. तू काही लहान नाहीस. असल्या गोष्टी केल्या पाहिजेत हे समजण्याजोगी तू मोठी आहेस, मग तुला समजलं नाही आधी?'' निकमनी शर्ट अडकवला व बटने लावीत ते थोडे हसले. ''हे बघ कुमे, आणि आता ते निष्पाप, निर्व्याज आयुष्याचं नाटक पुन्हा माझ्यासमोर करू नकोस. हसून माझं पोट दुखतं. तू कोणाकोणाबरोबर हिंडतेस हे साऱ्या जगाला माहीत आहे. गायनाचा कार्यक्रम आहे, म्हणून तू देशपांड्याच्या घरी गेलीस आणि रात्रभर तेथे राहिलीस हे काय मला माहीत नाही?''

''पण मी खरोखरच कार्यक्रमाला गेले होते,'' भेदरून कुमी म्हणाली.

''आणि तो कार्यक्रम ऐनवेळी रद्द झाला, तरी राहिलीस!''

''पण रात्री एवढ्या अंतरावरून मी एकटी कशी येणार?''

''का? साऱ्या गावात टांगे-रिक्षा मिळाले नसते? शिवाय तुमच्या शेजारची बापट होती. तिच्या गाडीमधून तुला सहज परतता आलं असतं, नाही?''

कुमी एकदम खाली मान घालून रडू लागली. निकमनी केसांवरून फणी फिरवली व हातात सिगारेट घेऊन ते अस्वस्थपणे येरझाऱ्या घालू लागले. थोड्या वेळाने कुमी उठली. तिने रुमालाने डोळे पुसले व त्यांच्याकडे न पाहता ती ताडताड चालू लागली.

''आणि हे बघ, तासाभरानं घरी जा, नाहीतर तुझ्या त्या वहिनीला संशय यायचा. तिचे डोळे मोठे कडक आहेत,'' ती बाहेर पडताना निकम म्हणाले.

कुमीच्या मनातील हताशता कमी झाली नाही; पण अजूनही निकमचे मन वळवता येईल अशी अंधूक आशा होतीच. पण आता तसे झाले नाही तर काय, ही भीती देखील बळावली. इतक्यात देशपांडेला तोडून टाकायचे नाही हे तिला पटले. फताड्या एरंडासारखा तो माणूस; पण त्याची मोटरसायकल, बंगला आहे. तेही नाहीच जमले, तर सुधाकर नाईक हा अनेकदा तिची वाट पाहत कॉलेजसमोर उभा राहायचा, थोड्या किमतीची पुस्तके तिला भेट द्यायचा. एकदा त्याने तिच्यासाठीच काव्यगायन केले होते. हा शाळामास्तरचा मुलगा, एकच वूलन पँट घालून वाट पाहणारा. पण चालेल, काहीच नाही त्यापेक्षा हा सुधाकर देखील चालेल. पण निकमना पुन्हा एकदा गळ घातली पाहिजे. पण तोपर्यंत सुधाकरकडे पाहून हसणे थांबवून चालायचे नाही. तिला या विचाराने हायसे वाटले. तिने तोंडावरून पुन्हा एकदा हातरुमाल फिरवला व ती कॅफेकडे वळली.

ती निघून गेल्यावर निकम उतावीळ झाले. तिच्या वहिनीच्या डोळ्यांची आठवण येताच मद्याच्या पेल्यात प्रकाशाचा किरण पडावा, त्याप्रमाणे त्यांचा देह सुखावला, समाधानाने सैलसर झाला व ते शीळ वाजवू लागले. आपल्या निळसर शर्टाला शोभेलसा टाय शोधण्यासाठी त्यांनी आपल्या वीसपंचवीस टायवरून रसिक नजर फिरवली. त्यांना एकदम तर्कशास्त्राच्या प्राणेशनची आठवण झाली. फाटके कॉलर फाकलेले, अजीर्ण झालेल्या माणसाच्या जिभेसारखा टाय घातलेला हा तेलकट माणूस स्टाफरूममध्ये निव्वळ समोर बसला, की निकमना भणभणत असे. काळ्या बुटावर तपकिरी मोजे घालू नयेत, नाकाबाहेर वाढलेले केस आखूड करावेत, पायजम्याची कड पँटबाहेर दिसणे घाणेरडेपणाचे आहे या साध्या गोष्टी देखील त्याला माहीत नव्हत्या. ही वाढलेली माणसे अशी कशी चरबट गावंढळ असू शकतात? निकमनी काळ्या पार्श्वभूमीवर ग्रहतारे यांच्या गोलाकृती असलेला टाय काढला आणि आरशात एकदा पाहून घराला कुलूप लावून ते बाहेर पडले. थोडे गेल्यावर ते क्षणभर थबकले. त्यांना आठवण झाली. आज आपण हातरुमालावर कोलोन टाकले नाही. त्यांना थोडी चुटपुट लागली. पुन्हा परत जावे असा विचारही आला; पण आधीच उशीर झाला आहे हे ध्यानात घेऊन ते विश्वनाथच्या घरी आले.

घरी अंगणात खडे गोळा करीत रमेश खेळत होता, त्याच्या कपड्यांवर ठिकठिकाणी मातीचे डाग पडले होते. आत येताना त्याची मळकी बोटे कपड्यांना लागतील म्हणून अंग चोरत निकम आत आले व सरळ बूट घालून आतल्या खोलीत कोचावर जाऊन बसले. तारा तेथेच एका खुर्चीवर एका फिल्मी मासिकाची पाने पाहत बसली होती. तिने तलम पातळाचा पदर हाताभोवती गुंडाळला होता; पण त्यातूनही तिचा गोरा दंड निकमना दिसला. त्यामुळे ते चाळवल्यासारखे झाले.

‘‘कुमी नाही आली अजून?’’ सिगारेट पाकीट काढताकाढता त्यांनी विचारले.

ताराने मासिक टेबलावर टाकले व मानेनेच नाही म्हणून सांगितले. ती उठली व जिन्याजवळ आली. तेथूनच तिने विश्वनाथला सांगितले, ‘‘सर आले आहेत हं –’’

वर विश्वनाथ डिवचल्याप्रमाणे चमकला; पण स्वतःशीच हसला. आता ते आले ठीकच झाले. सहा वाजता पोस्टमन येईल, त्या वेळी ते अगदी बोलावल्याप्रमाणे आले.

‘‘बसा म्हणावं त्यांना, मी आलोच अर्ध्या तासात,’’ तो उत्साहाने म्हणाला.

तारा परतली त्या वेळी तिने जिन्याच्या दाराला हलकेच कडी लावली. ती आत टेबलाकडे वळताच निकमनी तिचा हात घट्ट धरला व तिला जवळ झटकले. हे तिला अपेक्षित, परिचित होते तरी तिने मान वर खुणावून हात सोडवून घेण्याचा प्रयत्न केला; पण नंतर तो दुबळा झाला व लाटेवरून पांढरी किनार यावी त्याप्रमाणे ती पूर्णपणे त्यांच्याकडे आली. थोडा वेळ तिचा चेहरा धुंद होऊन शांत झाला व ती विसकटलेले केस सावरीत पुन्हा खुर्चीवर जाऊन बसली. निकमनी सिगारेट पेटवली व काडी खांद्यावरून मागे फेकली. कुसकरून टाकलेल्या ताराकडे आता त्यांनी तिऱ्हाइताप्रमाणे पाहिले, व्यथित होण्यास उत्सुक असलेल्या मांसास अपेक्षेपेक्षा जास्त वेदना देण्याचा क्रूर आनंद त्यांनी आठवणीने जागा केला; परंतु त्यात कुमीचा रडवा चेहरा दिसताच विटून त्यांनी तो पुसून टाकण्याचा प्रयत्न केला. तारा उठली व त्यांच्याजवळ येऊन उभी राहिली आणि तिने आपली बोटे त्यांच्या खांद्यावर पसरली.

‘‘मला चाळीस रुपये हवेत,’’ ती म्हणाली, ‘‘उद्या माझा वाढदिवस आहे. मला एक नायलॉनचं पातळ हवं.’’

निकमनी त्या बोटांवर हलकाच हात फिरवला. तिसऱ्या बोटावरची ती डाळिंबी खड्याची अंगठी, पेटीमध्ये कुठेतरी पडली होती ती थोडी घासूनपुसून त्यांनी तिला गेल्या वाढदिवसाला दिली होती. पुन्हा लगेच सहा महिन्यांनी तिचा वाढदिवस म्हणताच त्यांना मोठी गंमत वाटली.

ती अंगठी आपल्या पत्नीची. उंच, रुंदट चेहऱ्याची ती बाई पत्नीची भूमिका फारच गंभीरपणे करीत असे. यायला उशीर झाला की तिष्ठत बसे, थोडी सर्दी झाली, की आपल्या अंगभर निलगिरी तेल ओतीत असे. हा जाचही थोड्या दिवसांत अंगवळणी पडला असता; पण आपण पतीची भूमिकाही तितक्याच नाटकीपणाने करावी हे जिकिरीचे होते. ती सिंधी मुलगी नयना अलिमचंदानी गाडी घेऊन घरी बोलवायला आली, त्या वेळी तिने सारी चाळ डोक्यावर घेतली. रात्रीच्या रात्री ती भावाकडे निघून गेली. नंतर थोड्या दिवसांनी तिने मंगळसूत्र पोस्टाने पाठवून दिले आणि विहिरीत उडी घेतली. त्या बातमीने थोडे दुःख वाटायला हवे होते; पण वाटले नाही हे खरे. वाटली ती सुटकेची भावना. तिने मरावे अशी आपली इच्छा नव्हती; पण किती ताण द्यावयाचा

दुसऱ्या जीवाला! मी अगदी एकपत्नी राम आहे, असे कधीसुद्धा म्हटले नाही. मद्याविषयी आपण झुरत नव्हतो; पण त्याविषयी घृणाही नव्हती. आपण तिला कसलाच आग्रह धरला नाही. एकमेकांच्या मर्यादा ओळखून राहता आले नसते? गेली ती गेली; पण अशा वेळी तिची सावली पडते. डाळिंबी खड्यात तिचा चेहरा दिसतो, And on it, the shadow falls...

''नायलॉन ते कशाला? छे, तुझ्या शरीराला जे नैसर्गिक नायलॉन मिळालं आहे, तेच शोभतं. त्यावर ते कृत्रिम नायलॉन कशाला?'' हसून ते म्हणाले.

तिने लाडिकपणे त्यांचा हात दाबला व तिचा चेहरा आनंदाने खुलला. ग्लॅडिओलाच्या कळीसारखे तिचे अंग, त्याचा तिला फार अभिमान वाटला. आपल्याला शरीर आहे हे तरी कधी विश्वनाथला समजले की नाही कुणास ठाऊक! आंधळ्या फुंकरीने पाकळी उमलावी तसा रमेश जन्मला इतकेच.

रमेश अंगणातून आत आला. त्याने दारावरचा पडदा बाजूला करताच तारा चटकन खुर्चीवर बसली आणि निकमना हायसे वाटले. आता त्यांना तिचा स्पर्शही नको होता. तिच्या बोटांना हात लावताच तार आलेल्या शिळ्या भातात बोटे खुपसावी तशी बुळबुळीत शिसारी त्यांना आली होती. रमेशने ती तार तोडली होती. त्यांना एकदम मोकळे वाटले. त्यांनी सिगारेट दुसऱ्या हातात घेतली व रमेशला जवळ बोलावून त्याच्या गालाचा चिमटा घेतला; पण तो उत्सुक नजरेने सिगारेटकडे पाहत होता हे त्यांच्या ध्यानात आले व ते मोठ्याने हसले.

''छान! म्हणजे जे आपण उद्या करणारच, ते आजच हवं का?'' ते म्हणाले. त्यांच्या मनात एक कल्पना आली व त्यांनी पेटवलेली सिगारेट रमेशच्या तोंडात धरली. रमेशने ती झटकली व तो खोकू लागला. त्याच्या डोळ्यांत पाणी आले आणि बावरा होऊन तो ताराकडे आला.

''हे काय नसतं!'' ताराने चिडून म्हटले.

पण निकम जास्तच हसू लागले, ''तसं होतंच प्रत्येकाला! तू देखील तसंच तासभर खोकत बसली होतीस की एकदा!'' ते म्हणाले. ताराने रमेशचे डोळे पुसले; पण तिला त्या गमतीची आठवण झाली आणि ती देखील थोडी हसली.

निकमना आता तेथे कंटाळा आला व ते उठले. आता त्या वातावरणातील प्राणच नाहीसा झाला होता व तेथे त्यांना कोंदल्यासारखे वाटू लागले होते. त्यांनी हलकीच जिन्याची कडी काढली व, ''अहो लेखक –'' अशी हाक मारत ते वर विश्वनाथकडे आले. ते जिना चढून वर येताच विश्वनाथ लगबगीने उठला व त्याने आपली खुर्ची त्यांच्याकडे सरकवली; पण निकम बाजूच्या खुर्चीवर बसताच तो पुन्हा बसला.

''माफ कर हं, मी तुझ्या लेखनात व्यत्यय आणला,'' खिशातून सिगारेटपेटी काढत ते म्हणाले. खोलीत शिरताच उदबत्तीच्या कोंदलेल्या धुराने त्यांना मळमळू लागले होते व त्यांना विश्वनाथचा थोडा रागही आला. माणसाला काय आवडावे यालाही मर्यादा हवी. उदबत्तीचा वास, ताज्या दुधाचा वास, खाताना हात राडेराड करणारे ते थबथबीत कुरूप फळ आंबा, उसाचा रस, एखाद्या सभेला जाऊन घाणेरड्या घोळक्यात मढ्याप्रमाणे उभे राहणे, चिकट, गुळचट बासुंदी मोठ्या चवीने ओरपणे, अरबिंदोचे पिठाळ लेखन, शेंगदाणे, चुरमुरे खाणे, असल्या गोष्टी माणसांना आवडतात तरी कशा? त्यांनी सिगारेट पेटवली व तिचा धूर खोलीत पसरला त्या वेळी त्यांना अंमळ बरे वाटले. शेल्फमध्ये बांधीव वह्या व्यवस्थित ठेवल्या होत्या, दोरीवरील कपड्यांच्या घड्या रेखीव होत्या, कॅलेंडरवरची तारीख आजचीच बरोबर होती. अंगावर एखादा निरुपद्रवी पांढरा डाग असावा तशी ती खोली, तिला व्यक्तिमत्त्वच नव्हते आणि शेल्फवरचा तो आपला सतरा वर्षांपूर्वीचा फोटो. नाटकी, पोकळ डौलाचा! आता त्या चेहऱ्यावर डोळ्यांखाली जाड सुरकुत्या उमटल्या आहेत. कपाळावर बारीक जाळी आहे. ती आपल्या बायकोची देणगी असावी. पण डोळ्यांखालच्या त्या काळसर सुरकुत्या त्या – त्यांनी एक झुरका घेतला व तो विषय विसरण्याचा प्रयत्न केला. पण नाही; नकळत त्या वेदनेला स्पर्श झाला होता व लालभडक कुंकू अंगावर पडताच फणा काढणाऱ्या सर्पाप्रमाणे ती जागी झाली होती. मंदाकिनी अशीच वाऱ्यावरच्या रातराणीच्या सुगंधासारखी आली. या विश्वनाथप्रमाणे सुगंधी, व्यवस्थित टेबलावर आपण वेड्यासारखी पत्रे लिहिली; पण त्याच वेळी ती इनामदाराबरोबर हिंडे. शेवटी ती, ''बावळट! खेळ इतक्या गंभीरपणे खेळायचे नसतात!'' असा उपदेश करून चेहऱ्यावर सुरकुत्या ओरखडून निघून गेली. डोरियन ग्रेप्रमाणे त्या सुरकुत्या या फोटोवर उमटायला हव्या होत्या. आपला चेहरा तसाच राहायला हवा होता. तो दंश घेऊन, ते विष पचवून.

''नाही सर, व्यत्यय कसला?'' विश्वनाथ म्हणाला, ''माझं आजचं लेखन मी आताच संपवलं. खाली तारीख घातली तोच तुम्ही आलात. मी आज एक कविता लिहिली आहे सर. रंगगंध जीवनाने नटून वसंत ऋतू वैभवात येतो, आपली दौलत वाटीत खूप फिरतो; पण त्याचं सारं वैभव दानातच नाहीसं होतं. तो जळत्या डोळ्यांचा, पांढऱ्या केसांचा ग्रीष्म होतो आणि स्वतःच निर्माण केलेल्या रंगप्रासादासमोर भिकारी होऊन बसतो अशी कल्पना आहे.''

डोळे मिटून निकम ऐकू लागले, विश्वनाथ वाचू लागला. त्याचे शब्द मातीच्या चिकट गोळ्याप्रमाणे खाली पडू लागले...

मंदाने फसवायला नको होते; पण आपणही इतके बावळट, भळभळीत असायला नको होते. आपण आपले आयुष्यच तिच्या पायाखाली पायघडीप्रमाणे घातले. निकमला

स्वतःविषयीचा संताप एकदम उसळून आला. त्या वेळच्या त्या सोललेल्या कोंबासारख्या माणसाला आसूडाने फोडून काढायला हवे होते. वेदना अगदी असह्य होईल अशी शिक्षा करायला हवी होती. मग कदाचित डोळ्यांखाली त्या सुरकुत्या आल्या नसत्या. मन असे भिकाऱ्याच्या भांड्याप्रमाणे रिते, दीन होऊन गेले नसते.

भिकारी दीन होऊन, मागत दिले दान, बसला वसंत धनवान, ग्रीष्म भिकारी दीन होऊन...

नंतर निकमच्या ध्यानात आले, की विश्वनाथची कविता वाचून संपली आहे. त्यांनी डोळे उघडले. जणू अधांतरी लिहिल्याप्रमाणे विश्वनाथ उत्सुकतेने त्यांच्याकडे पाहत होता. ते हसले व म्हणाले, ''कल्पना नवी आणि चांगली आहे. बरं का विश्वनाथ, तुला शब्दांची देणगी आहे. मलाही शब्दांची देणगी होती. रात्री एकाकी बसून मी खूप काव्यमय पत्रे लिहिली; पण त्या देणगीवरूनच लोक मळक्या पायांनी गेले. हाताळून बोंदरी झालेली सर्टिफिकिटे दारोदारी मी ग्रीष्म भिकारी हिंडलो. छान, शब्दांची निवड रसिक आहे. बरं का विश्वनाथ, तुला शब्दांची देणगी आहे.''

''हो, मुख्य राहिलंच,'' चिंताग्रस्त चेहरा करून निकम म्हणाले, ''अरे, मला थोडे पैसे हवेत बुवा. माझ्या बहिणीची मुलगी आजारी आहे. तिला ताबडतोब पैसे हवेत. आमचं काम तरी तुला माहीतच आहे. हजार ठिकाणाहून पैसे यायचे आहेत; पण ऐनवेळी नशीब पाहायला एक नाणं जवळ असत नाही.'' आता आपले सत्त्वहरण होणार या भीतीने विश्वनाथचा ओबडधोबड चेहरा कावराबावरा झाला. ''कितीसे पाहिजे होते? त्याचं असं आहे सर, आमच्या त्या दुकानाचं अद्याप भाडं आलं नाही. त्यामुळे थोडी पंचाईत झाली आहे –'' तो चाचरत म्हणाला.

''छे रे, मला अगदी थोडे पाहिजेत. चाळीसपन्नास रुपये पुरतील,'' सिगारेट हलवत निकम म्हणाले. स्वतःला पुन्हा अब्रूने भरत असल्याप्रमाणे विश्वनाथने श्वास घेतला व ड्रॉवर उघडला. चाळीस रुपये दिल्यावर पाच रुपये चार आणे राहिले. म्हणजे Celebration पुढे ढकलावे लागणार इतकेच. निकमनी नोटा घेतल्या व ते म्हणाले, ''थँक्स हं. मागचे तीस धरून सारे या एक तारखेला देऊन टाकीन. नाहीतर तू एक दिवस रस्त्यात कोट काढून घेशील माझा –'' विश्वनाथने छे छे म्हणत घाईने मान हलवली व त्या आधीचे पस्तीस रुपये आहेत, हे सांगायला त्याला विलक्षण संकोच वाटला.

''सर, आज तुम्हांला जायची घाई नाही ना?'' विषय बदलत घाईघाईने विश्वनाथ म्हणाला, ''आज राहा जरा वेळ. माझं काम आहे.''

निकमनी प्रश्नार्थक पाहिले; पण उत्सुकतेच्या तवंगाखेरीज विश्वनाथच्या चेहऱ्यावर त्यांना काहीही दिसले नाही. पण अशातऱ्हेची उत्सुकता केव्हा दिसते? प्रिय व्यक्तीला भेटताना? अपेक्षित यश स्वीकारताना? जणू आपणच विश्वनाथ असल्याप्रमाणे त्यांनी

त्या चेहऱ्यात आपले रूप पाहण्याचा प्रयत्न केला; पण काहीही हाती लागले नाही. खांदे उडवून त्यांनी आणखी सिगारेट पेटवली. एक गोष्ट मात्र नक्की होती. विश्वनाथकडून नोटा घेताना त्यांना अगदी लहानपणी राहात असलेल्या घराच्या मालकाला इतक्या वर्षांनी इतक्या दूर एक लाथ मारल्याचे समाधान मिळाले होते, विश्वनाथची उत्सुकता गेली खड्ड्यात!

''मला घाई नाही, मी थांबेन अर्धा तास,'' ते म्हणाले.

ते जिना उतरत असता विश्वनाथ दारापर्यंत आला. त्याला पाहून निकमना कोणतीही सहानुभूती वाटली नाही. वाटली ती वेदना, खूप खोलवर, अगदी जिव्हाळ्याच्या जागी. तो जणू त्यांच्या आयुष्याच्या सुरुवातीला असलेला आडदांड, पांढरा पहिला कोंब होता. त्याच भाबडेपणाने त्यांनीही विश्वास टाकला होता. कुणी वशिल्याचे नाही म्हणून फडतूस कॉलेजांच्या पायऱ्यांचे बेवारशी कुत्र्याप्रमाणे चढउतार केले. जीव तोडून काम केले आणि यश नेहमी पाठ वळवून वारांगनेप्रमाणे दुसऱ्याच्या गळ्यात पडले. ताराप्रमाणे निर्लज्ज लाडिकपणाने, लाचार कुमीप्रमाणे, आपण होऊन पैसे देणाऱ्या या आकारहीन पुष्ट अळीप्रमाणे दिसणाऱ्या विश्वनाथप्रमाणे. हे सारे त्या संतापाने त्या अननुभवी, भोळ्या पूर्वचित्रावर केलेले क्रूर आघात होते. तारा, विश्वनाथ, कुमी ही सारी खेळातली प्यादी. हसणारी, रडणारी, नम्र होणारी. खेळ आहे तो त्या वेदनेत आहे, स्वतःच्या भाबडेपणाबद्दल दिलेल्या त्या डागात खरी धग आहे.

ते खाली उतरून जाईपर्यंत विश्वनाथ अदबीने थांबला व मग तोही खाली उतरून आला. त्याच वेळी कुमी बाहेरून आली. खालच्या मानेने तिने छत्री खिळ्याला अडकवली व काही न बोलता आत चालू लागली. निकम मुद्दामच बाजूला सरकले नाहीत.

''काय कुमी, आत्ता संपलं वाटतं पिक्चर?'' त्यांनी विचारले.

तिने उत्तर देण्यासाठी चेहरा उचलला; पण तिचे शब्द विरले. तिच्या डोळ्यांच्या कडा अद्याप लालसर होत्या आणि सारा चेहरा मागे ओढून एक अदृश्य गाठ मारल्याप्रमाणे, ताणल्याप्रमाणे तकतकीत झाला होता. तिने खाली पाहत मान हलवली व ती जाऊ लागली.

''कुमे, पोस्टमन पाहिलास का ग तू?'' विश्वनाथने विचारले.

''होय, तो शेजारच्या कंपाऊंडमध्ये आहे. येईल तो आता,'' ती म्हणाली व आत गेली.

विश्वनाथचा चेहरा खुलला. तो किंचित हसला; पण कुमीचा स्वर त्याला जाणवला. फुटका नाजूक कप तडकतो तसला.

''सर, या कुमीला झालं आहे तरी काय? अशी उत्साही मुलगी; पण अगदी आकसून गेली आहे,'' त्याने काळजीच्या स्वरात विचारले.

“अरे, हे चालायचंच. हे वयच मुळी moodsचं असतं,” निकम म्हणाले.

कुठेतरी बोचणी असायला हवी होती; पण ती सलली नाही. मला काय विचारतोस त्याचे कारण? तू त्या मंदाकिनीला विचारायला हवेस. मोटारीतून हिंडणाऱ्या, बॅडमिंटन रॅकेट फिरवत सुखावलेले स्थूल शरीर हिंदकळवणाऱ्या, खेळ इतक्या गंभीरपणे खेळायचा नसतो असे सांगणाऱ्या मंदाकिनीला. चेअरमनला नमस्कार केला नाही म्हणून नालायकीचा शिक्का मारून आपणाला लाथ मारून कुत्र्याप्रमाणे हाकलून घालणाऱ्या त्या दीडदमडी कॉलेजच्या काळ्या लट्ठ प्रिन्सिपॉलला विचार. नाहीतर मी लहानपणी राहत होतो त्या घराच्या मालकाला विचार. वाढवलेले भाडे दिले नाही म्हणून त्याने पाऊस ओतत असता घरावरची कौले काढून टाकली. रडत आईने चुलीवर छत्री धरून त्या रात्रीचा स्वयंपाक केला. दुसऱ्या दिवशी मी आणि लिव्हरने टमाम पोट फुगलेला धाकटा भाऊ गणूने सामानाची गाठोडी एकेक उचलून, कुत्री पिले एकेक तोंडात धरून दुसरीकडे जाते, तसा संसार हलवला व एका शेडमध्ये मांडला. तेथे जमिनीवर पाऊलभर पाणी होते आणि वारा आला की भिंतीचे लचके पडत. त्या घरमालकाला विचार किंवा तूही घरमालक आहेस, तुझे तुलाच विचार. अरे, मला विचारून काय फायदा? मी आपला माझ्या झोळीत तुम्ही लोकांनी जेजे टाकले तेते परत वाढत बसलो आहे इतकेच.

विश्वनाथचे लक्ष एकदम उडाले व तो समोर धावला. हातात एक पार्सल घेऊन पोस्टमन आला होता. धडपडत विश्वनाथने खिशातून मुद्दाम आणलेले पेन काढले व तो सही करू लागला. निकम किंचित बाजूला वळले. त्यांनी खिशातून नोटा काढल्या व त्यांची घडी करून त्यांनी त्या ताराच्या गळ्याजवळ ब्लाऊजमध्ये ढकलल्या... त्यांच्या बोटांनी परतताना एक रसिक स्पर्शही वेचून घेतला.

“हा काय चावटपणा, रमेश, मला चिमटा काढतोस?” तारा नोटा आत ढकलत मोठ्याने म्हणाली; पण तिने निकमकडे रागाने पाहिले. पण त्याही वेळी तिच्या मनात धूर्त विचार आला, निकम झाले तरी पुरुषच आणि सारे पुरुष थोडे बावळटच. सहा महिन्यांपूर्वी वाढदिवस झाला हे कुठले त्यांच्या ध्यानात राहणार!

पार्सल घेऊन विश्वनाथ आत आला व त्याने थरथरत्या हाताने ते सोडण्याचा प्रयत्न केला. शेवटी निकमनी जळती सिगारेट सुतळीला लावली व थोड्या वेळात पार्सल मोकळे झाले.

“कुमी बाहेर ये जरा!” विश्वनाथने भरल्या आवाजाने हाक मारली व गुंडाळलेले कागद सोडून पार्सलमधून दहाबारा पुस्तके काढली आणि ती त्याने बोटे दाबून अविश्वासाने हातात घट्ट धरली. तोंड धुऊन चेहरा पुसतच कुमी बाहेर आली. तिचा चेहरा जुन्या ओलसर फोटोसारखा दिसत होता. ती आली व दाराच्या चौकटीत मुकाट उभी

राहिली. पुन्हा आणखी पुस्तकेच म्हणताच ताराने स्वतःशीच नाक मुरडले व ती तिऱ्हाइताप्रमाणे उभी राहिली.

विश्वनाथला काही क्षण बोलवेना. तो वेड्यासारखा हसला आणि बावळटपणे म्हणाला, ''सर, माझ्या काव्यसंग्रहाच्या या पहिल्या प्रती आहेत. गंधपुष्प हे नाव कसं काय वाटलं तुम्हांला? तुम्हांला सगळ्यांना आश्चर्य वाटावं, म्हणून हे मी कुणालाच सांगितलं नव्हतं. आईचे दोन दागिने मोडून मी हे पुस्तक मुंबईला छापवून घेतलं. पण सर, गंधपुष्पाची अर्पणपत्रिका तरी पाहा –''

निकमनी निर्विकार चेहऱ्याने पान परतवून पाहिले. तो कवितासंग्रह विश्वनाथने त्यांनाच अत्यंत कृतज्ञतापूर्ण शब्दांत अर्पण केला होता. विश्वनाथच्या चेहऱ्यावर बाहेरून ओतल्याप्रमाणे आनंद सांडत होता आणि त्याच्या बारीक, बावळट मिशा त्यांना स्वतंत्र जीव असल्याप्रमाणे चाळवत होत्या.

पुन्हा तेच सारे. इनामदाराने दिलेले पातळ नेसून त्याचे चॉकोलेट चघळत असलेल्या मंदाकिनीपुढे वाचलेली दीर्घ कविता. दोनतीन महिन्यांचा पगार खर्च करून छापलेली पहिली कादंबरी, त्या कादंबरीची एक प्रत प्रिन्सिपॉलला देताना कोरडे अभिनंदन आणि त्याच वेळी त्याच हातात हाकलून घातलेली नोटीस. सारे काही तेच. हे आपले भूत इतक्या डागांनी शमले नाही, यापेक्षा प्रखर डाग हवा, नाहीतर त्या पापाचा ससेमिरा चुकणार नाही. लांबलचक, निळ्या धारेची सुरी घ्यावी आणि त्या आकारहीन चेहऱ्यावर कचाकचा ओरखडे उठवावेत! निकमच्या गळ्याच्या शिरा ताणल्या गेल्या; पण तो क्षण संपताच ते सराईत हसले.

''अभिनंदन, विश्वनाथ,'' ते म्हणाले, ''आज तुझं पहिलं पुस्तक आहे. ही तर नुसती सुरुवात आहे.''

विश्वनाथ, तारा, कुमी यांच्याकडे आनंदाने व्याकूळ झालेल्या डोळ्यांनी पाहत होता. ''सर, तुम्ही मला उत्तेजन दिलंत, मार्गदर्शन केलंत, म्हणून त्या बीजाचं झाड झालं,'' तो गदगदून म्हणाला, ''आणि आणि –'' पण पुढे त्याचा आवाज भरला व शब्द गुदमरले. त्याने हातातील इतर प्रती टेबलावर ठेवल्या. तो निकमपुढे आला आणि सगळ्यांसमोर त्याने ओलसर डोळ्यांनी त्यांच्या पायांवर डोके ठेवले.

ती बैलासारखी पुष्ट आणि निर्बुद्ध मान पाहताच निकमना आपल्या पूर्वायुष्याची उबळ आली. पायांखाली ठिसूळ कवच चिरडत ओलसर, लिबलिबीत गोगलगाय चेंगरत असल्याप्रमाणे निकम एकदम मागे सरकले. तावडीतून निसटत असता एकदम हात लांब करून भुताने मान धरावी त्याप्रमाणे ते आकसले. हाच तो भाबडा माणूस, हाच आयुष्याला फुटलेला भळभळीत, पांढरा कोंब, आपल्या गतायुष्यातील या भुताचा आपल्या जीवनातून पूर्ण गर्भपात झाल्याखेरीज आपली सुटका नाही, हे त्यांना जाणवले.

जास्त प्रखर डागण्या हव्या. लांब, निळ्या धारेची सुरी हवी. ती बरोबर त्या जाड मानेत रुतायला हवी आणि ती सुरी हाताळणारी बोटे असली दुबळी असून चालणार नाही. ती याहीपेक्षा क्रूर हवीत. आखूड, जाड, पसरट, केसाळ, केसाळ गोरिलासारखी...

निकमनी पुस्तक झटकन मिटवून टेबलावर टाकले. मग घड्याळाकडे पाहिल्यासारखे करून ते तुटकपणे म्हणाले, ''बराय, उशीर झाला रे विश्वनाथ,'' आणि ते दडपलेले, पराभूत झालेले बाहेर पडले.

सुगंध दिवाळी १९६३

# लई नाही मागणे

धडल् बंडाचार्याने मळक्या सुतळीसारखा रुमाल डोक्याभोवती गुंडाळला, मानेवर काळसर झालेला बोंदरा कोट अंगावर टाकला आणि बटणाऐवजी दोन पिना अडकवून तो दारात घुटमळला. खरे म्हणजे या वेळी पोटात फक्त एकच कप चहा गेला असल्यामुळे तो वखवखून उठायचा; पण आज मात्र त्याला ते विशेष जाणवले नाही. आज त्याला सारे अंग पोखरलेल्या लाकडाच्या तुकड्याप्रमाणे हलके वाटत होते व त्याचा खालचा ओलसर लुळा ओठ मधून अकारण थरथरत होता. आपण बाहेर जाणार हे सावित्रीबाईला सांगावे की नाही हे त्याला नीटपणे ठरवता येईना. तो उगाचच खोकला; पण सावित्रीबाई काहीच बोलत नाही हे पाहून तो जास्तच घाबरा झाला. सावित्रीबाई माजघरात पिशवीत कसल्यातरी वह्या भरत होती. ती बंडाचार्यापेक्षा ठेंगणी होती; पण तिच्या विस्तारापुढे तो एखाद्या बोरूप्रमाणे दिसे. ती शाळा नंबर नऊमध्ये मास्तरीण होती. सायकलच्या क्लिपा फणसासारख्या पिंढऱ्यांभोवती पातळाला लावून दणादणा पावले टाकत ती शाळेकडे आली, की त्या कंगाल वस्तीतील कल्हईवाले, खाटीक आणि पिंजारी देखील तिला वाट सोडत; पण शाळेतील मुली मात्र तिच्यामागे तिला बाई न म्हणता बाबा म्हणत.

धडल् बंडाचार्य घुटमळला याचे कारण निराळेच होते. आज सातआठ दिवस झाले, सावित्रीबाई एकदाही त्याच्यावर कडाडली नव्हती. तिचा घसा बसला आहे की काय असे शेजारच्या भाऊरावांनी धडल् बंडाचार्याला एकदा विचारले देखील. बंडाचार्याला तर तिच्या लाखोलीची इतकी सवय झाली होती, की वाक्ये कोणत्या अनुक्रमाने येतील याबाबत त्याने शारदाविलास हॉटेलच्या उडप्याशी केव्हाही पुरीभाजीची पैज मारली असती. प्रथम ती आपल्या दळभद्र्या नशिबाचे वर्णन करत असे, नंतर दुकान असताना घरात लक्ष्मी कशी मोलकरणीप्रमाणे राबत असे हे ती शेजाऱ्यापाजाऱ्यांना सांगत असे व नंतर लष्करच्या भाकऱ्या भाजत हिंडणाऱ्या बंडाचार्याला देव कसा विसरला कुणास ठाऊक, म्हणत ती फाडदिशी दरवाजा लावून टाकत असे. एकदा तर रात्री गिळायला

आलास तर पाय मोडीन अशी तिने बंडाचार्याला धमकी दिली होती. त्या दिवशी मराठेच्या घरच्या लग्नपत्रिका, संत तुकाराम सिनेमाच्या जाहिराती फुकट वाटून मरगळलेल्या पायांनी बंडाचार्य रात्री वेताळाच्या कट्ट्यावर बसून राहिला. तो आपल्या डुलकीतून एकदम जागा झाला, तेव्हा सावित्रीबाई त्याला आपल्या मुसळासारख्या हाताने गदागदा हलवत होती. शेजारच्या गोंदूला घेऊन ती त्याला शोधत आली होती. ''इथं काय आहे तुमच्या काकाचं गाठोडं? चला, इथं बसून मरणार की थंडीत?'' ती खेकसली. तो घरी गेल्यावर मग तिने आपले जेवण संपवले; पण लगेच दुसऱ्या दिवशी 'जा आता एकदा उलथून' असे बंडाचार्याला बजावायला तिने कमी केले नाही. तिचा सारा आवेग उतू येऊन जाईपर्यंत दारासमोर दोनचार पोरे जमत, एकदोन शेजारी एकमेकांकडे पाहत हसत आणि बंडाचार्य मात्र कोटाच्या दोन्ही खिशांत हात खुपसून डूग काढून तिच्यासमोर मख्खपणे उभा असे. कारण हे सारे झाल्यावर ती त्याच्या दररोजच्या खर्चासाठी चार आणे देत असे. मग तो दुपारी थंड भातभाकरी गिळून पुन्हा बाहेर पडला, की वेताळाच्या देवळात थंड फरशीवर आराम वामकुक्षी, संध्याकाळी कुठे असली तर फुकट धडल्कामे आटोपून रात्री बऱ्याच उशिरा परतत असे.

वास्तविक नेमक्या नऊ वाजताच घरातून बाहेर पडण्याची बंडाचार्याला आता काहीच गरज नव्हती; पण दुकान असल्यापासून त्याला जी सवय पडली होती, ती दुकानाचे वाटोळे होऊन गेले तरी राहिली होती. बंडाचार्याचे एके काळ भुसारी दुकान होते; पण त्या दुकानासमोरच केळकराचे भाजीपुरीप्रसिद्ध हॉटेलही होते ही फार दुर्दैवाची गोष्ट होती. बंडाचार्याचा सारा वेळ तेथेच जात असे. तेथील गल्ल्याजवळचे बाकडे त्याने जवळजवळ आपल्याच मालकीचे करून टाकले होते. हॉटेलमध्ये शिरणारा कुणी ओळखीचा निघाला, की बंडाचार्य त्याला हाताने धरून आग्रहाने शेजारी बसवत असे व त्याला चारत असे. त्या वेळी त्याला शोधत खूप लोक येत. त्यांच्यात बसून बंडाचार्य बोलू लागला की त्याच्या चेहऱ्यावर आनंद ओसंडत असे. असे त्याचे दुकान पुरीभाजीमध्ये गेले. प्रथम फाटक्या कपड्यांत त्याच्याकडे कामाला आलेल्या गुंडू गड्याने त्याच ठिकाणी आपले स्वतःचे दुकान घातले आणि बंडाचार्य त्याच बाकावर बसून ओळखीचे कुणी भेटते की काय हे हावरेपणाने पाहू लागला. सावित्रीबाईचा दर महिन्याला पगार येई, त्याला दररोज चार आणे मिळत. केळकराकडून कधीतरी बरीच देशभक्ती पाहिलेला एखादा खादीचा सदरा, ब्राह्मणसंस्थेकडून कधीतरी धोतर मिळे; पण त्याच्या फाटक्या आयुष्याला गाठी पडल्या त्या कायमच्याच.

बंडाचार्य रिकामा झाला, त्याच वेळी गावात चळवळ उसळली. शाळा-कॉलेजची तावदाने फुटली. फारशी प्रॅक्टिस नसलेले वकील, डॉक्टर तुरुंगात गेले व पंधरावीस पौंड वजन वाढवून देशभक्त होऊन बाहेर पडले. प्रभातफेऱ्यांमुळे सकाळची झोप अशक्य झाली आणि चौकाचौकांत आक्रस्ताळी सभा झाल्या. या साऱ्याने बंडाचार्य अगदी

झपाटून गेला. कसलातरी वास लागलेल्या कुत्र्याप्रमाणे तो दिवसभर वणवणा हिंडला. त्याने मळकट पत्रके वाटली. सकाळच्या थंडीत एक भडभुंजे उपरणे अंगावर पांघरून घरोघरी जाऊन त्याने प्रभातफेरीसाठी माणसे उठवली. गावात अमक्या ठिकाणी सभा आहे, तमक्या ठिकाणी परदेशी कापडाची होळी आहे, या बातम्या सांगायचा तर त्याने मक्ताच घेतला. हातातून तोफेचे गोळे निसटत असल्याप्रमाणे दात हवेत वर उडवत, तोंडाने 'धडल् धडल् धडल्' अशी आरोळी ठोकत, तो ठिकठिकाणी उभा राहून बातमी सांगत असे. तो गल्लीच्या कोपऱ्याला दिसला, की त्याच्यामागे पोरांचा घोळका धडल् धडल् म्हणत धावू लागला व त्याच्याप्रमाणे हवेत हात उडवू लागला आणि बंडाचार्य कायमचाच धडल् बंडाचार्य होऊन बसला. नंतर स्वातंत्र्यदिनाचे पहिले झेंडावंदन झाले. त्या वेळी खांबाच्या अगदी जवळ जाऊन वंदन करण्याचा त्याने प्रयत्न केला. त्या वेळी एका पोलिसाने त्याच्या पायावर लाठी मारली. लंगड्या कुत्र्याप्रमाणे पाय नाचवत बंडाचार्य दीड महिना हॉस्पिटलमध्ये पडला. त्याच्या औषधपाण्यासाठी सावित्रीबाईने एक बिलवर विकला आणि सारी गल्ली गोळा करून बंडाचार्यासकट सगळ्यांवर लाखोली वाहिली. चळवळ संपून गेली; पण धडल् बंडाचार्य अजूनही त्याच हातवाऱ्याने सिनेमा सांगतो, घरोघरी लग्नपत्रिका वाटतो, खानेसुमारीत उगाचच धडपडतो. हे सारे तो खालचा लिबलिबीत ओठ हलवत करतो आणि मागे लागलेल्या पोरांच्या घोळक्याला निव्वळ खूष करण्यासाठी खच्चून जोराने धडल् धडल् म्हणून ओरडून हात हवेत नाचवतो.

अखेर थोडे घुटमळल्यानंतर, जावे म्हणून तो पायरी उतरू लागला, तेव्हा त्याच्याकडे न वळताच सावित्रीबाई म्हणाली, "उगाच तरवाळासारखं भटकू नका. दुपारी गिळल्यावर घरीच पडा स्वस्थ –"

त्या शब्दांनी बंडाचार्याला गोंधळल्यासारखे झाले. कितीतरी वर्षांत त्याने तिच्याकडून असले सौम्य शब्द ऐकले नव्हते. नाहीतरी चार आण्यांसाठी काटेरी विषारी शब्द अंगाखांद्यावर पडायचे, कधीतरी आईबापांचा उद्धार व्हायचा. मग त्या विषाने तळमळत तो वैतागाने डॉक्टरकडे जाऊन बसे व मरायला कसलेतरी औषध द्या म्हणून धरणे धरून बसे. पण आजच्या शब्दांनी त्याला वाटत असलेली हुरहुर जास्तच वाढली, तो पायरी उतरून आला व पाय ओढत चालू लागला.

बंडाचार्य चालू लागला. एकदादोनदा गटारकडेला गोट्या खेळत असलेली पोरे खेळ थांबवून धडल् धडल् म्हणून ओरडली; पण नेहमीप्रमाणे त्याने त्यांच्याकडे पाहत हात वर उडवला नाही. सुतळीने बांधलेल्या वहाणा तुटू नयेत म्हणून तो काळजीपूर्वक सावकाश चालला होता; पण आपण घरी चहाचा एकच कप घेतला आहे हे मात्र तो विसरला नव्हता. त्यामुळे जाताना तो कावळ्याच्या नजरेने दोन्ही बाजूंच्या हॉटेलांकडे पाहत होता. श्रीकृष्ण कॅफेजवळ येताच त्याची पावले रेंगाळली. तेथे धगधगीत मसाल्याची उसळ फार मस्त होते आणि त्यात जर शेवचुरा घातला की पाहायलाच नको.

अगदी अर्धा तासभर पोटात अगदी गोविंद गोविंद भजन होते. बंडाचार्य दारात घुटमळला. तेथूनच त्याने नाक फुगवून मसाल्याचा वास भरून घेतला. त्याने खिशातून विडीचे थोटूक काढून तिथल्या फुकट दिव्यावर पेटवून घेतले. तरी देखील साधारण ओळखीचेसुद्धा कुणी दिसले नाही. तो कंटाळून पुढे गेला; पण कोपऱ्यावर क्षुधाशांतीच्या दारात गणपतराव मदलूर दिसताच वहाणांच्या जिवाची पर्वा न करता तो लगबगीने चालू लागला व बऱ्याच अंतरावरून हसून त्याने मदलूरांना नमस्कार केला. परंतु मदलूर आत जात नव्हते, ते बाहेर पडत होते. त्यांनी बंडाचार्याकडे सरळ पाहिले, अंगावरचे उपरणे सावरले आणि छत्री उघडून ते निघून गेले. बंडाचार्याने त्यांना एक बारीकशी शिवी दिलीच; पण कुठलेतरी एक जुन्या उशीसारखे दिसणारे पोर समोर उभे राहून धडल् धडल् म्हणत होते, त्याच्यावर देखील तो खेकसला. चरफडत त्याने लायब्ररीच्या घड्याळाकडे पाहिले. दहा वाजलेत, म्हणजे डॉक्टरांनी दवाखाना उघडला असेल. तेथे जाण्याची आठवण होताच वखवखलेल्या जिभेचा त्याला तात्पुरता विसर पडला आणि तो दवाखान्याकडे वळला.

डॉक्टरांनी नुकताच दवाखाना उघडला होता. त्यांच्याकडे येणारी वर्तमानपत्रे वाचण्यासाठी, जन्मतःच ते सहावे बोट असल्याप्रमाणे हातात सतत सिगारेट असलेले मास्तर, रेल्वेक्लार्क काळे ही मंडळी येऊन बसली होती. बंडाचार्याला येत असलेला पाहून डॉक्टर म्हणाले, ''आला बुवा आमचा प्रसिद्ध पेशंट! आज आता पुन्हा विष मागायला घरी काय भानगड झाली आहे कुणास ठाऊक!'' मास्तर, काळे यांनी वर्तमानपत्रे बाजूला केली व बंडाचार्याच्या दिशेने पाहत दोघेही हसले. कारण, पंधराच दिवसांपूर्वी बंडाचार्य आला होता, त्या वेळी ते दोघेही दवाखान्यात होते व त्यांना ती सारी गंमत आठवली.

त्या दिवशी बंडाचार्य आला. पायऱ्या चढताना तो नेहमीप्रमाणे एका पायरीला जोरात ठेचाळला आणि डॉक्टरांच्या बाजूला एक स्टूल होते त्यावर बसला. तो खुर्चीवर कधी बसत नसे.

''हं काय, धडल् बंडाचार्य, आज काय आहे तक्रार?'' डॉक्टरांनी विचारले; पण त्यांचा प्रश्नच ऐकू न आल्याप्रमाणे बंडाचार्य आढ्याकडे पाहत बसला. नंतर त्याने मान कचकन लांब करून तोंड डॉक्टरांच्या जवळ आणले. तो बोलताना ऐकणाऱ्याच्या आत खोल उतरून बोलतो हे डॉक्टरांना माहीत असूनही ते प्रथम जरा दचकले. ''डॉक्टर, तुमच्याजवळ इतक्या बाटल्या आहेत,'' बंडाचार्य म्हणाला, ''त्यात मरायचं एखादं औषध असेल तर द्या मला बाटलीभर. पुरे झाली ही कटकट. एकदा उलथून जातो जगातून.''

''अहो, पण झालं काय इतकं वैतागायला?'' डॉक्टरांनी विचारले. सांगण्यासाठी बंडाचार्याने तोंड उघडले; पण तो लगेच गप्प बसला. सावित्रीबाईने आपल्या आईचा

भिकारडी डोंबारीण म्हणून उल्लेख केला, त्याचा पुनरुच्चार करणे देखील त्याला असह्य वाटले. ''देऊन टाका कसलं तरी विष, म्हणजे हा जंजाळ तरी संपेल,'' तो उगाचच पुन्हा म्हणाला.

डॉक्टरांनी कपाटातून काळजीपूर्वक पाहिल्यासारखे केले आणि ते म्हणाले,

''अहो, आमच्याकडे विषाला काय तोटा? ती कोपऱ्यात हिरवी बाटली आहे ना, त्या औषधानं चारपाच तासांत मरायला होतं. त्याशिवाय मग अफू आहे, आर्सेनिक आहे. अगदी ताबडतोब उपाय हवा असला तर सायनाईड देखील आणून देईन. अहो बंडाचार्य, आपली एवढी जुनी ओळख, मग एवढं होणार नाही की काय आमच्याकडून?'' डोळे मोठे करून डॉक्टरांनी इकडेतिकडे पाहिले. मास्तर हळूच हसले. आता समोरच्या किराणा दुकानातील बाळकूही दवाखान्यात येऊन अगदी कडेच्या खुर्चीवर बसला होता. तोही रस्त्याकडे तोंड करून रुंद हसला; पण बंडाचार्य स्वतःशी विचार करत होता.

''पण डॉक्टर, विष घेतल्यानं फार त्रास होईल, नाही?'' बंडाचार्य म्हणाला, ''तासन्तास पोटात आग पडते, प्राण काही केल्या जात नाही म्हणे!'' विष घेऊन आपण तडफडत आहो, याचे भीषण चित्र त्याला आत्ताच डोळ्यांपुढे दिसू लागले होते व तो घाबरा झाला होता. ''तर काय! अहो विष म्हणजे काय सोडावॉटर आहे! ते सायनाईड आहे ना, ते जर खुर्चीवर बसून तुम्ही घेतलंत, तर खुर्ची पेटते धाड्कन, आहात कुठं तुम्ही बंडाचारी? एकदाही धडलू म्हणायला मिळणार नाही तुम्हांला!'' डॉक्टर म्हणाले. बंडाचार्याच्या चिरडलेल्या चेहऱ्यावर डोळे कवड्यासारखे झालेले पाहून त्यांना हसूच आवरेना.

''मग त्यापेक्षा मोटर, आगगाडीपुढे उडी घेतो झालं, म्हणजे मिनिटात कारभार तरी आटपेल. आता हे ओझं नको झालं बघा डॉक्टर,'' बंडाचार्य म्हणाला.

''ते तुमचं तुम्ही ठरवा बुवा,'' डॉक्टर मान हलवून म्हणाले, ''हे समोरचे काळे आहेत ना, ते मोठे स्टेशनमास्तर आहेत, त्यांना विचारून पाहा.''

काळेंनी गंभीरपणे चष्मा पुसला व ते सांगू लागले, ''या तुम्ही स्टेशनवर. गाडीला फार गर्दी असते, त्यामुळे तुम्हांला इंजिनची वगैरे निवड करता येणार नाही. शिवाय या वेळी गाडीखाली उडी घेणाऱ्यालाही प्लॅटफॉर्म तिकीट घ्यावं लागतं. कशाला घालवता तुम्ही ते पैसे? त्यापेक्षा असं करा. शंटींगसाठी आमची पुष्कळ इंजिनं आहेत. एक तर अगदी नवंकोरं आहे. अगदी देशी, स्वतंत्र भारताचं. दोन महिने झाले तरी एकदाही रुळावरून पडलं नाही. ते देईन तुम्हांला. पाहा, येता उद्यापरवा?''

प्रसंग अगदी उद्यापरवाच आलेला पाहून बंडाचार्याचे पोटच आत कोसळले. ''छे छे, अशी काही घाई नाही,'' तो लगबगीने म्हणाला, ''सारं आयुष्य सोडून जायचं, म्हणजे महिना पंधरवडा तयारी नको का?''

''ठीक आहे, तुम्ही तुमच्या सवडीनं या,'' काळे म्हणाले, ''पण चुटकीसारखं

खलास, हे मात्र सारं खोटं. उडी घेतलेली माणसं अनेकदा चिरडलेली हाडं घेऊन दोन दिवस तळमळत राहतात.''

मोडलेली हाडे घेऊन अंथरुणात तळमळत पडून राहण्याचा बंडाचार्याला थोडा अनुभव होता. त्या आठवणीने त्याची पावले ओलसर झाली. या संकटातून कुणीतरी आपल्याला सोडवावे म्हणून तो सगळ्यांच्या चेहऱ्याकडे आळीपाळीने पाहू लागला; पण मास्तर, डॉक्टर कुणीच त्याच्याकडे पाहत नव्हते. हसू दाबतादाबता बाळकू रस्त्याकडून चेहरा वळवत नव्हता. अखेर मास्तरांना अगदीच राहवले नाही. ते 'तुम्हांला म्हणून सांगतो' अशा खासगी प्रेमळ आवाजात म्हणाले, ''हे पाहा बंडाचार्य, ते सारं जाऊ द्या. मी सांगतो तसं करा. आमच्या शाळेशेजारी एक प्रचंड जुनाट विहीर आहे. अगदी हिरवंगार पाणी. किती खोल आहे कुणास ठाऊक. साधारणपणे बुडताना नाकातोंडात पाणी गेलं, की फुप्फुसं चिरडून फुटल्यासारखी होतात आणि प्रेत पाण्यावर आलं की पाहवत नाही.''

''श् श् –' करत डॉक्टरांनी मास्तरांना खूण केली; पण ती मास्तरांच्या ध्यानात आली नाही; पण बाळकूच्या चेहऱ्यावरचे हसणे मेले. त्याचा चेहरा ताणल्यासारखा होऊन पांढरा फटफटीत झाला. कोणाच्या ध्यानात न येईल अशारितीने तो उठला व निघून गेला; पण डॉक्टरांनी ते पाहिले व त्यांना एकदम सळकल्यासारखे वाटले. बाळकूच्या बायकोने विहिरीत उडी घेतली होती.

''पण या विहिरीत ठीक आहे,'' मास्तर पुढे म्हणाले, ''तिकडे कुणी कधी जात नाही. आत उतरल्यावर सावकाश आपणाला सोसेल तेवढंतेवढं हप्त्यानं मरता येतं. कुणाची तसदी नाही, कुणाची घाई नाही.''

डॉक्टरांनी चिमूटभर तपकीर घेतली. शर्टावर पडलेली तपकीर झाडत ते म्हणाले, ''पण बंडाचार्य, या साऱ्या भानगडी हव्यात कशाला तुम्हांला? तुमचं हार्ट वीक आहे ना, तेच मग थांबेल की आपोआप कधीतरी!''

''कसलं वीक हार्ट नि काय!'' हात झाडत बंडाचार्य म्हणाला, ''गेली दहा वर्षं हार्ट वीक आहे, हार्ट वीक आहे म्हणून ओरडतो. काही वेळा धाप लागते, घाम येतो, बस्स. त्याला काही धाड देखील होत नाही. करतीसवरती माणसं घास गिळताना, जिना उतरताना मरतात आणि माझं काय नशीब आहे बघा डॉक्टर, असलं खोक्यासारखं हार्ट घेऊन गिळत बसतो दोन्ही वेळा!''

बंडाचार्य गप्प बसला व त्याची मान परत गेली. चिरडलेली हाडे, आतडे जाळणारी आग, फुप्फुसे चिरडणारे हिरवे पाणी या साऱ्यांमुळे त्याच्या वैतागाची बुरशी जळून गेली. पुन्हा साऱ्या शरीरभर धडपड उबेसारखी पसरली. आपणाला काहीतरी चमचमीत खायला पाहिजे हे त्याला जाणवले. ही अकराची वेळ. या वेळी केळकरांच्या हॉटेलात बदामी हलवा येतो. इतर ठिकाणाप्रमाणे तो तांबड्या खळीचा लगदा असत नाही. तर

पारदर्शक, तपकिरी रंगांचे चौकोन तुपाने चमकत असतात. या वेळी कॉटन फ्यूचर आकड्याची माणसे तेथे जमतात. बंडाचार्य तेथून उठला त्या वेळी त्याच्या मनात, कोणाकडून हलव्याची एक प्लेट उकळावी हाच एक कावेबाज शिकारी हेतू होता. आता आगगाडीचा खडखडाट थांबला, विषाची वेदनाही विझली. आता राहिली हावरी जीभ, ईर्ष्येने ते दुबळे शरीर जगवण्याची गवतमुळासारखी हट्टी इच्छा.

ते सारे पाहिले असल्यामुळे बंडाचार्याकडे पाहताच आता आपला थोडा वेळ गमतीत जाणार याची त्यांना खात्री वाटली. बंडाचार्य अंग चोरून वर आला आणि कधी नाही ते शेवटच्या खुर्चीवर बसला.

''हं, काय धडलू बंडाचार्य, काय नवीन?'' डॉक्टरांनी विचारले.

''काही नाही, काम होतं जरासं; पण इतरांचं होऊ द्या,'' बंडाचार्य चाचरत म्हणाला, ''मला घाई नाही.''

डॉक्टरांना आश्चर्य वाटले; पण ते काही बोलले नाहीत. मास्तर, काळे थोडे निराश झाले. खाली मान घालून बोटांची उघडझाप करत असलेल्या बंडाचार्याचा जणू फशी पाडल्याप्रमाणे त्यांना रागही आला. त्यांनी वर्तमानपत्रे चाळली व दोघेही निघून गेले. मध्यंतरी आलेल्या तीनचार पेशंटना डॉक्टरनी औषध दिले व ते गेल्यावर ते बंडाचार्याकडे वळले, ''हं, आता बोला, काय हवं तुम्हांला?'' ते म्हणाले.

''नवीन म्हणजे असं, डॉक्टर...'' तेवढ्या अंतरावरूनच बंडाचार्य म्हणाला. तो डॉक्टरकडे पाहायचं टाळत होता. ''कालपासून फार धाप लागायला लागली आहे. काही वेळा एकदम पाय कापतात. काल रात्री तर छातीत दुखत होतं. तेव्हा त्यावर काहीतरी औषध पाहिजे.''

''हे काय?'' डॉक्टर हसून म्हणाले, ''तेच पाहिजे होतं ना तुम्हांला? हार्टची किल्ली संपत आली आहे. आता विष नको, आगगाडी नको.''

बंडाचार्य खाली पाहू लागला. त्याचा खालचा जाड ओठ थरथरू लागला व त्याने मूठ घट्ट आवळली.

''आता तसलं काही नाही डॉक्टर. आता जगायचं औषध पाहिजे,'' तो म्हणाला.

डॉक्टरांनी कंपाउण्डरला खूण करून तीन नंबरचे मिक्श्चर द्यायला सांगितले. बंडाचार्याकडे बाटली नव्हती. कंपाउण्डरने एक जुनी बाटली काढली व तिच्यात लालसर रंगाचे औषध घालून बंडाचार्याकडे दिले.

''सकाळ, दुपार, संध्याकाळ तीनदा प्या,'' जांभई देत डॉक्टर म्हणाले. आजूबाजूला इतर लोक असल्याखेरीज बंडाचार्याशी बोलायला गंमत नाही हे त्यांना माहीत होते. ते उठले व बंडाचार्यही जायला निघाला.

''दोनचार दिवसांत बरं वाटेल, नाही डॉक्टर?'' बंडाचार्याने भीतभीत विचारले.

ही जगण्याची उत्सुकता असलेला बंडाचार्य डॉक्टरांना नवीन होता. त्याने

औषधाची बाटली जपून अगदी अंगाजवळ धरली होती आणि आपल्या प्रश्नाला काय उत्तर येणार, याची त्याच्या चेहऱ्यावर काळजी दिसत होती.

''काय बंडाचार्य, प्रकृतीची विशेष काळजी घ्यायला लागलात? काय कुठं कामबीम लागलं की काय?'' त्याच्या पोटात बोट खुपसून डॉक्टरांनी विचारले.

''तुम्हीच कुठं लावून दिलंत तरच काम या जन्मात,'' मान हलवत बंडाचार्य म्हणाला, ''ते काही नाही; पण आता जगलं पाहिजे, धडपडलं पाहिजे. काल तिनं मला सांगितलं. बायको आता गरोदर आहे.''

कुणीतरी काडकन प्रहार केल्याप्रमाणे डॉक्टर चमकले. कमरेवर हात ठेवत मागे सरकले. इतक्या वर्षांनंतर? त्या लठ्ठ बाईला? आणि हा बंडाचार्य? याचे हार्ट तर अगदी चिंधी होऊन गेले आहे. ते ऐकून त्यांना थोडा मत्सरही वाटला. त्यांना स्वतःला बरीच वर्षे मूल नव्हते; पण नशीब तरी पाहा, ते सरळ त्यांनी बांधलेल्या नव्या घरावरून पुढे गेले व त्याने धडलू बंडाचार्याच्या घरावर हळदीचा पंजा उठवला! पण मत्सराची भावना आली, तशीच गेली. त्यांना एकदम शरमल्याप्रमाणे, अपराधी वाटले.

''बापट, तीन नंबरचं मिक्श्चर दिलंत बंडाचार्याला?'' त्यांनी कंपाउण्डरला विचारले.

''हो, त्याला आपण तेच मिक्श्चर देतो नेहमी. नाहीतरी फुकट पेशंटच आहे तो,'' आतून बापट म्हणाले.

''उद्या तो आला, की त्याला निराळं प्रिस्क्रिप्शन द्यायला हवं,'' ते म्हणाले; परंतु नंतर बराच वेळ सुतळीने बांधलेल्या वहाणांची पावले काळजीपूर्वक टाकत, औषधाची बाटली जपून नेणारा बंडाचार्य त्यांच्या मनात त्याच त्या पायऱ्या उतरत राहिला. तीन नंबरचे मिक्श्चर म्हणजे कसल्यातरी द्राक्षोमाल्टमध्ये घातलेले फक्त पाणी होते.

बंडाचार्य पायऱ्या उतरून चालू लागला तो नेमका खालच्या पायरीला ठेचाळला आणि एका वहाणेची सुतळी सुटली. त्याने ती जोडण्याचा थोडा प्रयत्न केला; पण ते साधले नाही. मग त्याने विचार करून दोन्ही वहाणा उचलल्या व त्या कोटाच्या ऐसपैस खिशात घालून तो अनवाणी चालू लागला. आता ऊन वाढू लागले व रुमालात उघडा राहिलेला बिस्किटाएवढा डोक्याचा भाग त्यात भाजल्यासारखा होऊ लागला. बंडाचार्याने धडपडत्या बोटांनी तो झाकला; परंतु लगेच दुसऱ्या ठिकाणी नवाच भाग उघडा पडला, तेव्हा त्याने तो प्रयत्न सोडला. खालचा डांबरी रस्ताही आता तापलेल्या लोखंडी पट्टीसारखा वाटू लागला.

बंडाचार्याला आता गळल्यासारखे वाटू लागले. आपण एकच कप चहा घेतला आहे, एव्हाना दोनतीन ठिकाणी शिरा, पुरीभाजी व्हायला पाहिजे होती. म्हणजे आपणाला इतके दमल्यासारखे वाटले नसते असे त्याला एकदा वाटले. पण आता जिभेची रिवरिव कमी झाली होती. उलट आता घरी जाऊन तासभर स्वस्थ आडवे व्हावे

असे त्याला वाटू लागले. डोळे किंचित जळजळू लागले होते आणि त्यामुळे आजूबाजूच्या घरांच्या कडा कुणीतरी लाल खडूने गिरवल्याप्रमाणे दिसत होत्या.

"ओ हो हो, धडल् बंडाचार्य, अगदी तुमचीच वाट पाहत होतो बघा," धुरकटलेल्या निळ्या प्रकाशातून कुणीतरी म्हटले व त्याच्या खांद्यावर हात ठेवला. बंडाचार्याने डोके हलवून डोळे साफ करून घेतले व पाहिले. लालभडक कोटटोपीचा, लाल चेहऱ्याचा कुणीतरी माणूस समोर उभा होता. कोण हा? पण आवाज ओळखीचा वाटतो. हा गणपतराव मदलूर असावा.

"तुमचीच वाट पाहत होतो, आज होऊन जाऊ द्या तुमची धडल् तोफ," मदलूर म्हणाले, "मारुतीच्या देवळात सर्वानंदस्वामींचं प्रवचन आहे अद्वैतावर. तेव्हा चारसहा ठिकाणी या तुमची धडल् तोफ उडवून."

बंडाचार्य अजून मनाच्या कापूसकचऱ्यात चाचपडत होता. मदलूर आपलीच वाट पाहत होते? कुठे? सकाळी आपली कुठेतरी भेट झाली होती असे वाटते. हो, श्रीकृष्णजवळ. उसळ, मसाल्याचा वास. हो, गणपतराव मदलूर. पण खाली रस्त्यावर पाय मात्र चटचट भाजत आहेत.

"सर्वानंदस्वामींचं? अद्वैतावर?" मान हलवत बंडाचार्य म्हणाला; पण त्याला आता घरी जायचे होते. पायांनी त्याला एकदम जोराने फिरवल्याप्रमाणे तो जाण्यासाठी वळला.

"थांबा हो," मदलूरांनी त्याचा हात धरून त्याला थांबवले, "देवळात संध्याकाळी घरातून जाजम आणून टाकायचं बरं."

"जाजम. देवळात," जणू स्वतःशीच पुटपुटल्याप्रमाणे बंडाचार्य म्हणाला. मागून खेचल्याप्रमाणे मदलूर एकदम दूर गेले. दोन्ही बाजूंची घरे दचकल्याप्रमाणे एकदम मागे सरकली. रुंद रुंद, आंधळ्या प्रकाशाने भरलेला रस्ता. त्यात कुठेतरी आपले घर रुतून बसले आहे. पितळी कुलूप लावलेले, स्वयंपाकघरात गळणारे; पण आडवे पसरायला अंथरूण असलेले. पायात घोटाळणारा मध्येच उष्ण चावणारा काळा तापलेला रस्ता थोडाथोडा बाजूला करत बंडाचार्य आपल्या गल्लीत आला.

एकदम चारसहा आवाज धडल् धडल् म्हणू लागले. मध्येच कुत्र्याचे ओरडणेही ऐकू आले. पण हे सारे फार दुरून आल्याप्रमाणे वाटले. भोवतालच्या पुसट प्रकाशावर पडून ते आवाज खाली घरंगळले. आता बंडाचार्याचे पाय मरगळल्यासारखे झाले होते. घर अजून लांब आहे. त्याशिवाय राधाबाईकडून किल्ली आणायची आहे. ती झिजून गेल्यामुळे सातआठ वेळा फिरवल्याशिवाय कुलूप निघत नाही. मग एक मोठा सोपा, मग भिंतीशेजारी अंथरूण; मऊ गरम, सारे शरीर सोशिकपणे सहन करणारे. शिवाय उशालाही रुंद उशी. पण घर लांब आहे. आता तर वेताळाचे देऊळ आले. येथून घर बावीस घरे आहे. बावीस.

बंडाचार्य एकदम मटकन वेताळाच्या कट्ट्यावर बसला. दोनचार पोरे भोवती जमली. धडल् धडल् म्हणून थोडा वेळ ओरडली, कंटाळून निघून गेली. एक कुत्रे मात्र बटबटीत ओलसर डोळे घेऊन तसेच उभे राहिले. ''हाच्छ!'' म्हणत बंडाचार्यांने हात हलवला; पण त्याचे ओठ आवाज न करता फक्त हलले. देवळाच्या कट्ट्यावर दुसऱ्या बाजूला पाचसात जण पत्ते खेळत बसले होते. त्यांपैकी एकाने ओरडून विचारले, ''काय धडल्, आज बायकोनं दरवाजा आपटला की काय नाकावर?''

बंडाचार्य काही बोलला नाही. सारे अंग खालून हळूहळू पातळ होत आहे असे त्याला वाटू लागले. त्याने देवळाच्या ओबडधोबड भिंतीला दुखणाऱ्या पाठीचा कणा टेकवला व पाय लांब पसरले. धडल् धडल्, कोणीतरी जवळच ओरडले. तो आवाज अंगावर पडला, अंग भिजवत छातीत उतरला व तेथे तो थेंबाथेंबाने गळू लागल्याप्रमाणे तेथून तोच बारीक पोकळ आवाज ऐकू येऊ लागला. धडल् धडल्...

''आज बंडाचार्य बायकोला सिनेमाला घेऊन जाणार आहे,'' हा सातप्पाचा आवाज, ''सती सावित्री सिनेमा लागलाय कालपासून.''

सगळेजण खाली पडूनपडून हसले. गोपाळ दुकानदाराने एक पान खाली टाकले व खिदळतच तो पट गोळा करू लागला; पण सातप्पाने त्यावर झडप घातली. ''अहो बाजीराव, राजा माझा आहे. लागलात की पट घ्यायला ऐटीत!'' तो म्हणाला.

''मला वाटलं, राजा शंकऱ्याचा आहे. म्हणून मी एक्का ठेवून घेतला हातात,'' बावरून गोपाळ म्हणाला. तो एक्का घेऊन आता पुढे काय करायचे याबद्दल शंकऱ्या फटकळ बोलला. ''म्हणे मला वाटलं! तुला वाटलं तू दिल्लीचा बादशहा आहेस,'' पच्चकन थुंकत शंकऱ्या म्हणाला.

''हे कुठलं अवदशी धडल् येऊन बसलं कुणास ठाऊक! त्यामुळं डावावरचं लक्ष गेलं आमचं,'' बंडाचार्याकडे पाहत गोपाळ कुरकुरला.

धडल् धडल् धडल्. घरे आता किंचित कलती होतात. दिव्याचा खांब कुणीतरी मुद्दाम वळवून ठेवला आहे. बाजीराव, राजा माझा आहे. सर्वानंदस्वामीचे अद्वैतावर प्रवचन आहे. स्वामी हातात अगदी इस्पिकचा एक्का घेऊन बसला आहे. स्टेशनवर नवेकोरे इंजिन आहे. बंडाचार्यांने औषधाची बाटली हातात घट्ट धरली व तिचे बूच काढायचा प्रयत्न केला; पण मरगळलेली बोटे स्थिर होईनात. त्याने बाटली काळजीपूर्वक दुसऱ्या खिशात ठेवली. खिशातील वहाणा त्याने चाचपून पाहिल्या. घर, अंथरूण अद्याप वीस घरे लांब आहे. हुकूम आहे बदाम.

बुडाले, बुडाले, आमचे चार पट झाले. शंकऱ्या, तू नुसता नंदीबैल आहेस बघ. तुला किलवर खेळायला काय झालं होतं? धडल् धडल्. मध्येच कुत्रे भुंकले. रस्त्यावरून मोटर बिनशेपटीच्या मोठ्या मांजराप्रमाणे अस्पष्ट प्रकाशात तोंड खुपसूनखुपसून नाहीशी होते. उसळीला मसाल्याचा वास होता, देवळात जाजम घालायला हवे, धडल् धडल्,

आज संध्याकाळी मारुतीच्या देवळात सर्वानंदांचे अद्वैतावर प्रवचन आहे, ऐका हो. लडदू, त्या एक्क्याची सुरळी कर...

बंडाचार्याने बाटलीवर बाहेरून हात धरला व हात उशाला घेत तो दुसऱ्या कुशीवर आडवा झाला. त्या खिशातील वहाणा प्रथम अंगाला रुतल्या; पण नंतर ती कळ मेली. बंडाचार्याला एकदम जुन्या, जीर्ण वर्षांपूर्वीची आठवण झाली. इनामदाराकडे जेवायला जाताना वडिलांना जानवेच मिळेना. सदरा काढताना ते कुठे पडले कुणास ठाऊक. सगळ्यांची धावपळ झाली, सामानाचा उपसा पडला. अखेरीस साखरपुडक्याच्या दोऱ्याचे जानवे करून ते जेवायला गेले. घरमालकाने भाड्यासाठी सारे सामान बाहेर काढले, त्या वेळी त्याने पोथ्या, कागद वाऱ्यावर फेकले, ते पतंगाप्रमाणे तरंगूनतरंगून गल्लीभर पसरले. मग कंदील हातात घेऊन आई, दादा रात्रभर ते गोळा करत होते. एकदा आईने चुकून चिंचेऐवजी शिकेकाईची बोंडे घालून आमटी केली, ती सगळ्यांनी अगदी भुरकूनभुरकून खाऊन पातेले रिकामे केले; पण शेवटी शिकेकाई पाहिल्यावर मात्र सगळ्यांना मळमळल्यासारखे वाटू लागले! बंडाचार्य एकदम हसू लागला व हसण्याने त्याच्या डोळ्यांत पाणी आले. नंतर त्याला एकदम धाकटी बहीण पद्मा आठवली. ती पाच वर्षांची असताना वीरभद्राच्या जत्रेत हरवली. कुठे गेली कुणास ठाऊक! हातात काडीला लावलेला साखरेचा कोंबडा, चिकट तोंड, गोऱ्या तोंडावर येणाऱ्या आखूड झिंज्या; त्याचा सदरा सारखा ओढणारी. तिचा कुठे पत्ताच लागला नाही. बंडाचार्याला तिच्या आठवणीने रडू आवरले नाही. त्याने हाताने तोंड घट्ट दाबून धरले व आवाज दाबत तो स्वतःशीच हुंदके देऊ लागला.

पत्त्यांचा खेळ संपला व सगळेजण समोरच्या तालमीकडे निघाले. शंकऱ्याने कांबळे झटकले व खांद्यावर टाकले. जाताना त्याने बंडाचार्याला पायाने डिवचले व म्हटले, ‘‘ए धडलू, जा आता घरी आणि पोटात भर काहीतरी.’’

बंडाचार्य तेथल्या तेथे हलला; पण तो काही बोलला नाही. त्याच्या साऱ्या शरीरभर हलकीशी लाट पसरत आली होती आणि डोळ्यांतील आगही संपली होती. काचेच्या ओलसर गोट्यांप्रमाणे डोळे घेऊन तो आता चक्क सूर्याकडे पाहत पडला होता.

सगळी माणसे गेली; पण ते कुत्रे तेथेच उभे होते. बंडाचार्य आडवा झाला होता, ती त्याची नेहमीची जागा होती. बंडाचार्याला पाहून ते वसावसा दोनदा ओरडले. हिः हिः असा नाकाने आवाज करत ते दोनतीन ठिकाणी आजूबाजूला हुंगले आणि आता हा आडवा झालेला माणूस काय हलणार! अशा आविर्भावाने अंग हलवत ते गटाराकडेने निघून गेले.

दीपावली वार्षिक १९६२

# व स्त्र

एखाद्या कसर लागलेल्या वस्त्रावर वेड्यावाकड्या आकृती दिसाव्यात त्याप्रमाणे त्या माळरानावर हॉस्पिटलच्या इमारती दिसत. छोटे वीतभर स्टेशन, त्याभोवताली असलेली सातआठ ठिगळजोड दुकाने आणि दोन हॉटेले मागे टाकली, की मग वडारांच्या दहापंधरा झोपड्या लागत आणि तो कोपरा ओलांडला, की रस्ता हॉस्पिटलकडे वळे. आता बाजूला मोकळी शेते होती; पण काही वेळा त्यांत जोंधळा दिसे, तंबाखूची फताडी पाने दिसत, भुईमुगाचे वेल असत.

हॉस्पिटलचा मुख्य भाग रविवारी, बुधवारी गजबजलेला असे, कारण त्या दिवशी बाहेरून बाहेरून पुष्कळ लोक येत. देवदारी फळ्यांच्या खोक्यासारख्या दिसणाऱ्या टांग्यांना कमाई होई. त्या ठिकाणी काहीच खायला मिळत नसल्याने बोटभर अशक्त गर्भासारखी दिसणारी केळी देखील खपत. शिकाऊ नर्स व्हरांड्यात बसलेल्या लोकांसमोर उगाच काम नसता पांढरे कपडे घालून मिरवत आणि तासा दोन तासांत आपले युनिफॉर्म कातड्यासारखे मळकट करून टाकणारे वॉर्डबॉय तोंड वेंगाडत सगळ्यांपुढे नियमाविरुद्ध हात पसरत.

पण रविवार काय, बुधवार काय, क्षयी रोग्यांचे जे वॉर्ड दूर अंतरावर होते, तेथपर्यंत ही गडबड येऊन पोहोचत नसे. तेथील रोगी संध्याकाळी व्हरांड्यात येऊन बसत, फार तर तेथील नवस्या मारुतीपर्यंत फिरून येत, कुणाचे पत्र आले का पाहत. पत्र कुणाचेही असो, ते सार्वजनिक होत असे; पण पोस्टाची वेळ संपली, की तेथल्या आयुष्यातील उसणच संपे. अर्ध्या हातांचा लांब झगा घालणारे, सदा चिडल्याप्रमाणे दिसणारे अय्यर डॉक्टर सहा वाजता बाजूलाच असलेल्या क्वॉर्टर्समध्ये जात आणि स्वतःच एक रोगी असल्याप्रमाणे आरामखुर्चीत शून्यपणे पडून राहात. व्हरांड्यात पिवळा दिवा लागला, की एका दिवसाला गाठ बसली. साडेआठला जेवणाची हातगाडी येई. मग आत थोडा वेळ ताटे वाजत, तक्रारींना ऊत येई, कोणीतरी रागाने आमटी बाहेर फेके, कानडी वाढपी

गुरगुरत उर्मटपणे बोले आणि मग पंचवीससव्वीस खाटांवर निरनिराळ्या वयांच्या बायका हताशपणे पडल्या की सारे शांत होत असे. पण थोड्या वेळाने कोल्ह्यांचे ओरडणे सुरू होत असे. इमारतीवर बसून घड्ल ओरडणाऱ्या घुबडांचे घूत्कार तर इतके परिचित झाले होते, की ते कुणाच्या ध्यानातही येत नसत. मग वडारांची कुत्री इकडे येत, येथील आजूबाजूची कुत्री वचावचा ओरडत. दररात्री तीनदा हॉस्पिटलजवळील रुळाने जाणाऱ्या आगगाडीची शीळ लाल तारेप्रमाणे त्या वचवचीतून ओवल्यासारखी लांब सरकून संपे आणि क्षणभर वॉर्डांतील झोप चाळवे.

बस्स हेच. महिनानुमहिने, काहीजणींच्या बाबतीत वर्षानुवर्षे. मिस डिसोझाच्या बाबतीत तर तिने मोजली नाहीत इतकी वर्षे.

आता सूर्य कलला होता. सातव्वाने नुकतीच फरशी पुसली होती व अवघडलेली कंबर दाबत ती निघून गेली होती. व्हरांडा फिकट, पिवळसर क्षयी प्रकाशाने ओलसर दिसत होता. मिस डिसोझा एका खांबाला टेकून विमनस्कपणे उभी होती. मधूनमधून मानेवर बोटे फिरवत ती आपले केस उगाचच पसरवल्यासारखे करत होती. ती तिची एक लकब होती. जणू त्या मानेला स्पर्श केल्याखेरीज आपण जिवंत आहो याची तिला खात्री वाटत नसे. तिला अद्याप पुष्कळच कामे उरकायची होती, मग कुठे दोनचार तास मोकळे मिळाले असते; पण आज सारा दिवसच मिस डिसोझाचे मन कामाला लागले नव्हते. दर थोड्या वेळाने शांता पैचे नाव नायट्याप्रमाणे उमटत होते. ही शांता पै कोण, कशी आहे, याची तिला बिलकूल कल्पना नव्हती; पण वॉर्ड सुपरवायझर या जागेसाठी नव्या सीएमओने अर्ज मागवले होते आणि त्यातून या शांता पैची निवड झाली होती, हे सातव्वापर्यंत सगळ्यांना माहीत होते. मग काहींनी भाबडेपणाने, काहींनी कुत्सितपणे, आता तिचे पुढे काय, असे विचारले होते. दर वेळी मिस डिसोझाने तिकडे दुर्लक्ष केले होते, हसण्यावर नेले होते, एकदादोनदा खोट्या धैर्याने सांगितले होते, ‘‘अजून तरी ती शांता पै की शांता पैसा कुणी आली नाही ना? मग उद्याची चिंता आजच कशाला?’’

पण आज मात्र ती चिंता तिची तिलाच भेडसावू लागली होती व ती खांबाला खिळून टाकल्याप्रमाणे उभी होती. वॉर्डमधील खोलीत बसली असता कंटाळवाणा वेळ घालविण्यासाठी ती लोकरीचे विणकाम करी; पण आज तिने ते देखील झग्याच्या मोठ्या खिशात तसेच ठेवून दिले होते. नाहीतर स्कार्फ, पायमोजे, स्वेटर काही ना काही टाक्याटाक्याने जन्माला येत असे. सुया लयबद्ध रितीने बिनतक्रार, झगझगीत चालू राहिल्या, की तिचा जीव विरंगुळल्यासारखा होई. रात्रपाळीचे उदास लांब तास धागा संपून जात असल्याप्रमाणे वाटत; पण एखादे वस्त्र विणून झाले, की मात्र त्याचा उपयोग काय, ते कुणाला द्यायचे, हा तिच्यापुढे प्रश्न पडे.

तशी ती एकटीच होती. एकदा भावाच्या बायकोने तिचे कपडे गोळा करून रस्त्यावर फेकून दिले, तेव्हा जी ती बाहेर पडली, तेव्हापासून पंधरा वर्षे तिने त्या घराकडे

पाठ वळवली होती. आता हा वॉर्ड, तेथे काम करणारे बॉय, येथे कुढत, झिजत राहिलेल्या दोन पौंड वजन वाढताच हर्षधुंद होणाऱ्या बायका हाच गोतावळा होऊन राहिला होता. तिने पायमोजांच्या दोन जोड्या सातव्वाला दिल्या होत्या. एक स्वेटर तिने अय्यर डॉक्टरला दिला होता; पण लगेच अर्ध्या तासात त्यांची दुर्गाईसारखी दिसणारी बायको वस्कन अंगावर आली होती व चुरगाळलेले स्वेटर तिने सगळ्यांसमोर मिस डिसोझाच्या तोंडावर फेकले होते. दामले डॉक्टरने मात्र – वास्तविक त्याला डॉक्टर म्हणायला तसली पदवी नव्हती, काही नव्हती – तिने दिलेला स्कार्फ घेतला होता, त्याच्या विणीची खूप स्तुती केली होती; पण तो वापरताना मात्र फारसा दिसत नसे. पण आज प्रयत्न करूनही तिचे विणकामात लक्ष लागेना. शांता पैमुळे टाके चुकले, दोनदा लोकर तुटली व आता लोकरीचा गुंडा खिशात ठेवून ती हताशपणे उभी होती.

आज समोर तीन अजस्र, अस्ताव्यस्त इमारती उभ्या होत्या. थोड्या अंतरावर तीनचार बंगले उठले होते, समोर बाग होती, तिच्या विहिरीतील पंप वेदनेने ठसठसत असल्याप्रमाणे आताही चालू होता. आता अडीच तीनशे माणसे या माळरानावर राहत होती; पण मिस डिसोझा येथे प्रथम आली तेव्हा येथील रखरखत्या उन्हात दोन छोट्या इमारतींखेरीज काही नव्हते. रोग्यांच्या जेवणापासून डॉक्टरांच्या खोलीत साबणाची वडी आहे की नाही येथपर्यंत तिला सारे पाहावे लागे. डॉक्टर घरी गेले, की या छोट्या होमची सारी जबाबदारी तिच्यावर पडे. कित्येकदा तर आडरात्री ती दचकून जागी होत असे व कोल्हेकुईच्या जंजाळ अंधारात ती एखाद्या नवख्या बाईकडे जाऊन धीर देत असे, जरूर लागल्यास चहाकॉफी करी. त्या वेळी ज्याच्यात्याच्या तोंडी मिस डिसोझाला विचार, मिस डिसोझाला सांग असे घोळत असे. दमून गेलेल्या अंगाने ती अंथरुणावर पडली की तिला कृतार्थ वाटे, भावाच्या बायकोशी (देखणी; तसे रूप आपणाला हवे होते) केलेल्या ईर्ष्येचे सार्थक वाटे.

पण आता तिला वाटले, आता ते दिवस गेले. हा माळ आता इमारती, पैसा यांनी तालेवार झाला आहे. आता येथे रोगी मोटारीतून येत, त्यांच्यासाठी कुणी फळांच्या करंड्या पाठवत. एक्स्प्रेस, मेल गाड्यांनाही आता येथे थांबावे लागू लागले, सरकारमान्यता मिळाली, दोन पैशाची विडी मिळायची नाही त्या ठिकाणी अकरा दुकाने झाली; पण हळूहळू मिस डिसोझा मात्र मागे सरली. तिला आता मोठ्या हॉस्पिटलमध्ये कुणी विचारत नव्हते. डोक्यावर ताठ पांढऱ्या कापडांच्या फण्या घेणाऱ्या, दंडावर घड्याळ बांधणाऱ्या, शिकल्यासवरलेल्या नर्स आल्या आणि तिला या आडबाजूला यावे लागले. तिला कसलीच डिग्री नव्हती. तिला जे येत होते ते तिने येथेच टक्केटोणपे खाऊन शिकून घेतले होते; पण तिला दामले डॉक्टरपेक्षा जास्त चांगल्या तऱ्हेने इंजेक्शने देता येत, ती एक्स रे फोटो देखील घेऊ शके व रक्तदाबाचा आराखडा तिला तयार करता येत असे.

परंतु अमेरिकन डिग्री घेतलेला नवा सीएमओ आला. गळ्यात स्टेथॉस्कोप, पायात मखमली बूट घालून त्याने तपासणी केली; पण ही अशिक्षित बाई सुपरवायझर आहे असे म्हणताच त्याला धक्काच बसला. त्याने अविश्वासाने ठेंगण्या, गोऱ्या पण ओठावर लव असलेल्या ओबडधोबड मिस डिसोझांकडे पाहिले व तो अय्यर डॉक्टरांना काहीतरी चिडून म्हणाला. दोनचार दिवसांत वर्तमानपत्रात जाहिरात आली, सतराजणी कागदांची भेंडोळी घेऊन मुलाखतीसाठी आल्या. त्यांत शांता पैची निवड झाली व मिस डिसोझाच्या पायांखालची जमीनच हादरली.

तिने एक निःश्वास सोडला. आता इतक्या वर्षांनंतर येथे हाडे हलवून आयुष्याचे वस्त्र विणले, ते टाकून दुसऱ्या विणीचे, नव्या आकृतीचे दुसरे वस्त्र पुन्हा सुरू करायचे? कुठे? कसे? आपले कपडे रस्त्यावर फेकलेले पाहताच तिने ते गोळा केले व वहाणा घेण्यासाठी देखील त्या घरात पाऊल न टाकता, तिने अनवाणीच तापलेल्या रस्त्यावरून स्टेशन गाठले होते; पण त्या वेळी पाठ ताठ होती आणि अंगावरील मांस लोखंडाचे होते. आता ते सारे पिंजून कातून त्याचे वस्त्र केले व निवाऱ्यासाठी अंगावर घेतले आणि आता ते टाकून जायचे ते कुठे?

आता तिचा तिलाच तो विषय नकोसा वाटू लागला. आता फरशी सुकली होती आणि ऊनही सुकले होते. अय्यर डॉक्टर घरी परतत होते. ते जवळून जाताना देखील आपल्याकडे मान वर करून पाहणार नाहीत याची तिला खात्री होती. कारण हा माणूस नेहमी स्वतःशी हरवलेला असे. अय्यर जवळ आले; पण ते कधी नाही ते थबकले. त्यांनी किंचित व्याकूळ डोळ्यांनी तिच्याकडे पाहिले व सांगावे नाही याचा क्षणभर विचार करू लागले.

"ती शांता पै –" ते चाचरत म्हणाले.

जरा वेळ मिस डिसोझाचे हृदय कलकलले, मनात आशा फोफावली. शांता पै येणार नाही? तिला दुसरीकडे नोकरी मिळाली? तसली नेमणूक करण्याचेच रद्द झाले? तिच्या मनात हजारो प्रश्नांचे कोंब उगवले.

"ती येणार होती दोन आठवड्यांनी; पण आता ती उद्याच येणार आहे संध्याकाळी, परवा सकाळी चार्ज द्यावा लागेल तुला," हे सारे सांगायचेही जिवावर आल्याप्रमाणे अय्यरनी मान खाली घातली व ते निघाले.

मिस डिसोझाचे मन एकदम सैलावले व फार वेळ थंडीत उभे राहिल्याप्रमाणे अंग बाहेरून बधिर झाले.

म्हणजे आता एका दृष्टीने बरेच झाले. आता भोळ्या खोट्या आशेचा देखील निवारा उरला नाही. मागे भावाच्या घरातून बाहेर पडल्यावरही स्टेशनवर तिकीट घेताना तिचे मन असेच निर्जीव पोकळ झाले होते. घराकडे जात असलेल्या अय्यर डॉक्टराकडे पाहत ती खुळ्यासारखी उभी राहिली.

तिला वाटले, हा माणूसही असाच आपल्यासारखा टाकून दिलेला आहे. त्याच्या हातोप्यातून दिसणारे अर्धे हात अशक्त, शिरांनी टचटचलेले, हताश वाटत. बंगलूरसारख्या दूर गावाहून तो येथे आला, रात्रंदिवस तो राबला. अनेकदा तर त्याने स्वतः बेडपॅन धरायलाही कमीपणा मानला नाही; पण येथे त्याला मिस डिसोझापेक्षा काही जास्त स्थान नव्हते. त्याच्या ऑफिसला मोठ्या खिडक्या होत्या. नंतर दोन मोठ्या इमारती उठल्या; पण त्या खिडक्यांना काही दारे-तावदाने आली नाहीत, त्यांच्या घरच्या न्हाणीघराला दरवाजा लागला नाही. माळरानावरून वेड्यासारखा येणारा वारा ऑफिसमध्ये शिरला, की कागद वावटळीप्रमाणे उडत. एक्स रे फोटोची पाकिटे दिवसातून चारसहादा तरी खाली कोसळत. शेवटी कंटाळून त्यांनी शेजारच्या गावातून सव्वासहा रुपयांचे दोन पेपरवेट आणले आणि स्वतःच्या खर्चाने दरवाजा लावून घ्यायला सुतार लावला; पण हे सीएमओला समजताच त्याने सुताराला हाकलून लावले व साऱ्या लोकांसमोर तो अय्यरना टाकून बोलला आणि त्यांच्या पगारातून पेपरवेटचे पैसे कापून घेतले. त्यांची म्हातारी आई मोठ्या हॉस्पिटलमध्ये अर्धांगाने अंथरुणाला खिळून होती. ते दररोज सकाळी तिकडे जात, कसलेतरी पुस्तक अर्धा तास वाचून दाखवत, काम झाले की व्हरांड्यात आरामखुर्ची टाकून शून्यपणे बसत. चार वर्षांपूर्वी त्यांनी लग्न केले, ते त्यांना शिक्षणासाठी पैसा देणाऱ्या माणसाच्या मुलीशी. रेशमी वस्त्रे नेसणारी एक कुर्रेबाज बाई त्या घरात आली. येथे सिनेमा असेल, क्लब असेल, बॅडमिंटन खेळायला मिळेल, हाताखाली पाचदहा नोकर असतील अशी तिची समजूत होती; पण हे वैराण जीवन पाहून पाचव्याच दिवशी ती व्हरांड्यात मोठमोठ्याने रडत बसली व संतापाने तिने घरातील एकेक कपबशी अंगणात फेकून फोडून टाकली. ती आता बाहेर क्वचितच दिसे. त्यांच्या झोपायच्याही खोल्या वेगळ्याच होत्या व ती आपल्या खोलीला आतून कडी घालत असे, असे आया सांगत असे.

मिस डिसोझाला वाटले, आपण काय, अय्यर डॉक्टर काय – सारखेच? ती अपंग म्हातारी आई आहे म्हणून त्यांना कुठे जाता येत नाही, आपणाला कुणी नाहीच, म्हणून जाता येत नाही.

मग माणसाला माणसे असावीत की नाही?

तिने आता वॉर्डकडे जाण्याचे ठरवले. निदान एक काम तरी संपेल, शिवाय कुणाशी तरी दहा-पंधरा मिनिटे बोलत बसायला मिळाले तर बरे वाटेल. नाहीतरी आता जर निरोपच घ्यायचा झाला, तर त्या बायकांचाच घ्यायचा. त्यांच्याच आयुष्याशी तिचे धागेदोरे जमून गेले होते.

त्या अठ्ठावीस खाटांवर आलेल्या स्त्रिया अनेक भाषांच्या होत्या. मुंबई, कलकत्ता यांसारख्या इतर ठिकाणांहून आलेल्या होत्या. खर्च सरकारी असल्याने अमुकच हॉस्पिटल हवे असा आग्रह चालायचा नाही. त्या एकाकी बायांना घरची आठवण झाली

की अनेकदा स्टूल पुढे ओढून बोलत बसत, मिस डिसोझाने तासच्या तास काढले होते, त्यांच्या मुलांच्या फोटोंचे कौतुक केले होते. ती पार्वती देशमुख. तिच्या नवऱ्याला तार केल्यानंतर तो केव्हा येणार म्हणून ती रात्रभर तळमळत होती, तेव्हा मिस डिसोझाने सारी रात्र तिच्या शेजारी काढली होती आणि तेही ती सकाळपर्यंत टिकणार नाही असे डॉक्टरांनी सांगितल्यावर! तो आला दुसऱ्या दिवशी दुपारी, तोपर्यंत पार्वती दूर शेतामधील त्या खोपटातील टेबलावर गेली होती व तिच्यावर पांढरी चादर पूर्णपणे झाकली होती. ती राधाबाई अष्टपुत्रे. तिचे ऑपरेशन आहे म्हणून घरी कळवले तेव्हा नवऱ्याकडून बोटभर चिठ्ठी आली नाही. ऑपरेशनच्या दिवशी आले ते अगदी थकून विरून गेलेले तिचे आईबाप. एका खोलीत ते दोन प्राचीन गिधाडांप्रमाणे राहिले. त्यांचे सोवळे फार कडक असल्याने त्यांनी केळ्याखेरीज काही खायला घेतले नाही. प्यायचे पाणी स्वतः आणायचे म्हणजे लटलट कापणाऱ्या म्हातारीला तासभर लागे. मिस डिसोझाला राधाबाईपेक्षा तिचीच काळजी घ्यावी लागली होती. शेवटी स्वतः जाऊन तिने त्यांना स्टेशनवर गाडीत बसवले तेव्हा कुठे ती निर्धास्त झाली होती. एकदा अमीनबी तापाच्या भरात बेभानपणे विहिरीकडे जाऊ लागली, तेव्हा ती हातातील भांड्याने सारखे मारत असताही मिस डिसोझाने तिला घट्ट धरून ठेवले होते. आणखी एक वर्ष राहायला पाहिजे असे डॉक्टरांनी सांगताच शिवाणी चिकमठने तोंडात धरलेले थर्मामीटर वैतागाने चावून ओठ कापून घेतले, तेव्हा तासभर तिला मंगळून मिस डिसोझानेच काचेचे सगळे तुकडे बाहेर काढले होते.

गेल्या पंधरा वर्षांत अनेक स्त्रिया आल्या. त्या सगळ्यांना निरोप देताना मिस डिसोझा हजर होती. काहीजणींच्या अंगावर तिने पराभूत होऊन हताश मनाने पांढरी चादर घातली. अनेकींना, ''आता येथे पुन्हा येऊ नका; पण कधीतरी पत्र पाठवा'' म्हणत टांग्यात बसून स्टेशनकडे धाडले होते. त्यांच्याकडून तिला नंतर कधी पत्रे आली नाहीत. पत्रे येत कधीतरी; पण ती सीएमओला, अय्यर डॉक्टरांना; पण मिस डिसोझाला वाटे, पत्रेच आली पाहिजेत असे कुठे आहे? ही माणसे विखरून सगळीकडे गेली, त्यात्या ठिकाणी आपली आठवण असणार, हॉस्पिटलमधील दिवस आठवताना आपला खास उल्लेख होणारच.

वॉर्डकडे जाताना मिस डिसोझाला थोडा उत्साह वाटला. व्हरांड्यातून ती हळूहळू वॉर्डकडे येताना तिने मधल्या चौकातील बागेतून जाणारा जवळचा रस्ता घेतला. मागच्या व्हरांड्यात औषधाची रिकामी खोकी साठविली होती. भिंत व खोकी यांच्यामधील सांदरीतून येत असता तिच्या कानावर हसण्याचा मोठा आवाज पडला. ती थबकली व उत्सुकतेने तेथील खिडकीतून आत पाहू लागली.

आतील अठ्ठावीस खाटांपैकी आता दोनतीन मोकळ्या होत्या. त्या शेवटच्या खाटेवर गेले दीड वर्ष धोपेश्वरबाई होती. तरुणच; पण दोन मुलांची आई. ती आली त्या

दिवशी नवऱ्याने तिला हाताला धरून खाटेपर्यंत पोहोचवले; पण ती एकदा जी आडवी झाली, ती स्वतः उठून चाललीच नाही. तिच्या डोक्यात पाणी झाले होते की काय कुणास ठाऊक; पण ती सारखे आढ्याकडे पाहत पडून असे. तिला कधी भुकेचे देखील भान नसे. मिस डिसोझाने समोर उभे राहून खाण्याचा आग्रह धरला तर ती काहीतरी खात असे. अशा वेळी तिला चमचाभर दही आवडे. तिने एखाद्या आयाला केविलवाण्या आवाजात दही आणायला सांगितले, तर त्या हिडीसफिडीस करत, जेवणाची गाडी निघून गेली असे खोटेच सांगत. सकाळी आठ वाजता सगळ्यांना ग्लासभर दूध मिळे; पण तिला नवऱ्याने मुद्दाम आणून दिलेला काचेचा सुबक ग्लास कधी टेबलावर दिसलाच नाही. आया आपले मोठे, अर्ध्या शेराचे ॲल्युमिनियमचे पेले तेथे ठेवत. वाढपी आपल्या अजस्र किटलीतून धांदरटपणे दूध ओतून निघून जात असे व मग धोपेश्वरबाईशेजारचे दूध परस्पर कुणीतरी घरी घेऊन जात असे; पण नवरा मात्र तिकडे ऑफिसमध्ये दहीदुधाकरिता जादा पैसे भरे. दर रविवारी तो तिला फार आवडत म्हणून लाल सालीची केळी घेऊन येत असे, तिच्या शेजारी बसून तासभर गप्पा मारत बसे. धोपेश्वरबाई मात्र त्याच्याकडे फक्त हताशपणे पाहत बसे. मध्येच भानावर आल्याप्रमाणे, शामने हात भाजून घेतला होता तो बरा झाला का? किंवा, आपली बहीण लीलू बाळंत झाली का, असे ती विचारी. शामचा हात बरा होऊन वर्ष झाले होते, लीलूचा मुलगा आता आठ महिन्यांचा होता, हे त्याने तिला अनेकदा सांगितले होते. तो निघून गेला, की थोडा वेळ ती भिंतीकडे वळून डोळे मिटून पडून राहत असे. मग आया, मोलकरणी येत. कचरा काढताना केळी उचलून घेऊन जात. तिला अंगावर पातळ नेसता येत नव्हते आणि हाड कातडे राहिलेल्या अंगावर तिला ओझेही सहन होत नसे. तेव्हा मुद्दाम एक दिवस राहून नवऱ्याने शेजारच्या गावातून सहा परकर शिवून आणले, तिला उत्साहाने दाखवले व स्वतःच्या हाताने घड्या करून बाजूच्या कपाटात ठेवून दिले व "आता लवकर बरी होऊन घरी ये, पोरं सारखं विचारून सतावून सोडतात बघ," असे सांगून तो निघून गेला.

कधी नाही ते त्या संध्याकाळी धोपेश्वरबाई हसरी दिसली. मिस डिसोझाशी सावकाश पण बराच वेळ बोलली. पुढच्या जन्मी आपण यापेक्षा धडधाकट अंग मागून घेणार आहे, आपला मुलगा शाम मोठा झाला, की डॉक्टर होणार आहे असे तिने सांगितले, आंबट अशी करवंदे आता कुठे मिळतील का म्हणून चौकशी केली.

त्या रात्री तिचा ताप फणफणला. त्याच दिवशी नेमके मिस डिसोझाचे डोके दुखत होते व नेहमी ड्यूटी नसताही एकदा तरी या रात्री फेरी मारणारी ती, त्या रात्री वॉर्डकडे आली नाही. धोपेश्वरबाई तापात बडबडू लागली. तिचा आवाज घोगरा झाला, रात्रपाळीची आया चरफडली; पण पडल्या जागेवरून हलली नाही. पण पहाटेच्या सुमाराला ती गप्पगार झाली तेव्हा मात्र ती चमकली व खाटेजवळ जाऊन तिने पाहिले. डोळे तसेच हताश निर्जीव ठेवून धोपेश्वरबाई संपली होती. मग वॉर्डबॉय व आयाने

बॅटरीच्या प्रकाशात नवीनपैकी चार परकर, तिची पातळे, कालच नवऱ्याने आणलेली द्राक्षे व तिची साबणाची वडी पळवली. मग वॉर्डबॉयने धावत जाऊन डॉक्टरांना बोलावून आणले, मिस डिसोझाला सांगितले. नवऱ्याला तार गेली व तो आल्यावर धोपेश्वरबाई आडवीच बाहेर गेली. मिस डिसोझाने तिच्या सामानाचे एक गाठोडे केले; पण चिरडून गेल्याप्रमाणे झालेल्या नवऱ्याने ते तेथेच कुणालातरी देऊन टाकले आणि व्हरांड्यात बसून हुंदके देत अर्ध्या तासाने धोपेश्वरबाईचा नवरा, त्या कोणत्या शामचा बाप निघून गेला. मिस डिसोझाला तिची आठवण झाली की तिच्या डोळ्यांवरची झोप उडे, त्याच रात्री आपण तिकडे गेलो नाही याबद्दल अपराधी वाटे; पण तिला दचकल्यासारखे होत असे ते निराळ्याच विचाराने. तिला वाटे, आपल्यालाही रात्रीबेरात्री असेच काही झाले, तर आपल्या खोलीतसुद्धा अशीच चोरटी पावले हिंडतील. आपण गोळा केलेल्या वस्तूंवर हावरे हात फिरतील. त्या हातोहात नाहीशा होतील आणि जे आपले आहे, त्याचे आपलेपण पार विटाळून जाईल...

त्या शेजारच्या खाटेवर कलकत्त्याची मोहिनी दास होती. तिला येऊन चार वर्षे झाली होती. पहिल्या वर्षी दर तपासणीच्या वेळी ती अधीरपणे विचारत असे, ''डॉक्टर, मी परत केव्हा जाणार?'' मग वरमलेल्या आवाजात ते सांगत, ''जाशील की सातआठ महिन्यांत!'' पण हल्ली मात्र तिने विचारणे देखील सोडून दिले होते. दर महिन्याला तिच्या घरून पत्र येत असे. उत्तरासाठी पत्ता लिहिलेले पाकीट असे. एकदादोनदा मिस डिसोझानेच तिला पत्रे लिहून दिली होती; पण नंतर तिच्या ट्रंकेत तसल्या पाकिटांचा ढिगारा जमला. इकडून लिहायचे तरी काय? तपासणी झाली, ठीक आहे, इतक्यात ऑपरेशन होणार नाही, हेच फक्त! जिवंत आहे एवढेच लिहायचे? गेल्या वर्षी तिच्या मुलाला घेऊन भाऊ भेटायला आला. त्याआधी त्याचे पत्र मिळताच तिने मुद्दाम शेजारच्या गावातून दोनतीन खेळणी आणून ठेवली. मिस डिसोझाला सांगून एक छोटे स्वेटर विणून घेतले. पण तो मुलगा आला, त्या वेळी तो तिच्याजवळ यायला देखील तयार झाला नाही. चार वर्षांत त्याच्या डोळ्यांतील ओळखच पुसली होती. तो आता वाढला होता व स्वेटर त्याच्या डोक्यावरून उतरलाही नसता. शरमून मोहिनीने ती खेळणी बाहेर देखील काढली नाहीत. नवऱ्याकडून गेल्या वर्षात दोन ओळींचे पत्र नव्हते. मुलगा आता स्वतंत्र वाटेने मार्गाला लागला होता. त्यांना आपण मुद्दाम लिहायचे, आपण हयात आहो म्हणून, ते कशासाठी? भाऊ मात्र उगाच धडपडत असे. थंडीवाऱ्यात हिंडू नको असे इतक्या अंतरावरून सारखा बजावत असे.

कित्येक वेळी मध्येच रात्री मोहिनी कसल्यातरी परक्या मंजूळ भाषेत गाणे म्हणू लागे. इतर बायकांची झोप चाळवे. त्या चिडत, ओरडून तिला गप्प पडायला सांगत. अनेकदा मिस डिसोझाला त्या गाण्याविषयी फार उत्सुकता वाटे. मोहिनीने तिला एकदोन गाण्यांचा अर्थ सांगितला होता. नदीवर पांढरे बगळे आहेत, झाडे आरशाप्रमाणे पाण्यात

दिसत आहेत. बगळ्यांनो, माझ्या घरी निरोप घेऊन जाल का? मी माझ्या नाकातील चमकीचे मोती तुमच्या लाल पायांत बांधीन... मी वसंतपूजनाला निघाले; लाल नागाप्रमाणे भांगात कुंकू आहे, हातात काकणे झंकारत आहेत, हातापायांवर मेहेंदी लालसाजिरी उमटली आहे; पण भांग विसकटायला हवा, काकणे पिचावीत व मेहेंदी देखील फिक्कट होऊन जावी... पण तिने एकदा जे गाणे म्हटले होते, ते कमालीचे उत्तान होते, शारीरिक भुकेने वखवखलेले होते. मिस डिसोझा दचकताच मोहिनी हसली होती; पण मिस डिसोझाचे अंग तापून ती बावरल्यासारखी झाली आणि रात्रभर तिचा डोळ्याला डोळा लागला नाही. तिला स्वतःला तसला काही अनुभव नव्हता. तिच्याकडे कधी कुणी ढुंकून पाहिले नव्हते. तिच्या चेहऱ्यावरील लव दोन हातावरून दिसे, अंग निबर होत चालले होते, त्याला आता फारसा आकार उरला नव्हता व त्यामुळे ती झग्याचा कमरेचा पट्टाच घालत नसे. फक्त मानेवरील केस किंचित उंच केले तर मान मात्र गोरीपान स्वच्छ दिसे, दुकानात हस्तिदंती साटीन कापडाची गुंडाळी असावी तशी आणि ती मान गोल आकर्षक आहे हे तिला सांगितले होते, तेही गिरीजा तेंडुलकर या शिकाऊ नर्सने. तरी देखील तिचे अंग पेटल्यासारखे झाले होते. नंतर चार दिवस ती मोहिनीला भेटली नाही. त्या गाण्याने मोहिनीपेक्षा तीच जास्त शरमून गेली होती.

त्यानंतर दीडदोन वर्षे तेथे असलेली हुबळीची चंद्रमा हळभावी होती. काळ्या चकचकीत चेहऱ्यावर ती शुभ्र मोत्यांचा मुगवट घालत असे व तिचे साधे कुजबुजणे देखील डॉक्टरांच्या घरापर्यंत ऐकू जात असे. तिला आपल्या भाषेखेरीज दुसरी कोणतीच भाषा येत नसे आणि तिचे बोलणे समजावून घेताना मिस डिसोझाची अगदी तिरपीट उडे. तिला दर पाच मिनिटांनी सातव्वाला हाक मारावी लागे. मग ती चिडखोर, चोरटी म्हातारी सगळ्यांच्या शेणी ओढ्यावर पाठवत येत असे; पण ती कोपऱ्यावर जाईपर्यंत पुन्हा एक हाक तिच्या कानावर पडे. या चंद्रमाला दररोज भस्म लागे आणि मिस डिसोझाने एकाला मुद्दाम शेजारच्या गावी पाठवून ते आणवले होते. तिचा नवरा लुगड्यांचा फिरता व्यापारी होता व घरी आठ मुले होती. मळकट कोटटोपी घालून तेलकट चेहऱ्याने तो येत असे व दर खेपेला हातमागाचे एक जाडेभरडे लुगडे आणी. पण त्याचा एक पाय वाळल्या पडवळासारखा होता. तो स्टेशनरस्त्यावरील कोपऱ्यावरून वळला, की त्याचे अंग मुडपत येणे वॉर्डाच्या खिडकीतून ओळखता येत असे. मग "आले लुगडीमहाराज!" म्हणून शब्द पसरे व खसखस पिकू लागे. एकदा तर मुंबईच्या सावित्री सूर्यवंशीने सगळ्यांसमोर त्याची नक्कल करून दाखवली. चंद्रमा रात्रभर मच्छरदाणीत रडत पडली होती व एखाद्या लहान पोरीचे पुसावेत त्याप्रमाणे मिस डिसोझानेच तिचे डोळे पुसले होते. पण चंद्रमाने तुसडेपणाने, 'यापुढे मुद्दाम पत्र पाठवल्याखेरीज येऊ नको' असे नवऱ्याला बजावले; पण तो नेहमीप्रमाणे पंधरा दिवसांनी येतच असे. पण तो यायचा तो शेतातल्या पाऊलवाटेने व येऊन मिस डिसोझाच्या घराजवळ थांबे. मग प्रथमच तेथे येत

असल्याप्रमाणे तो अधीरपणे चंद्रमाविषयी चौकशी करी व मी आलो होतो म्हणून सांगू नका म्हणून विनवणी करून चोरासारखा जात असे.

ही सावित्री सूर्यवंशी मात्र अतिशय वात्रट, मिजासखोर बाई होती. खरे म्हणजे येथे येऊन राहायला तिला काही धाडसुद्धा झाली नव्हती. फुप्फुसावर कधी मागे एकदा छाया दिसली म्हणून तिला येथे राहायला सांगितले होते. खरे म्हणजे चारपाच महिन्यांपूर्वीच तिने जायला हरकत नव्हती; पण घरच्या पैशाने ती सोकावून बसली होती व आणखी चार महिने तरी आरामात काढण्याचा तिचा विचार होता. तिला आपल्या स्वतंत्र खोलीत आठवड्यातून तीनदा मटण लागे व दररोज अंडी लागत. घरचा रेडिओ आणण्याबाबत तिने एकदा सीएमओची परवानगी विचारली होती. संध्याकाळ झाली, की ही बया आपल्याभोवती घोळका जमवी. मग ती बाई चालते कशी, या बाईचाच भाऊ कसा लठ्ठ आहे यांच्या ती नकला करी. मोहिनीच्या भावाने दाढी ठेवली होती, तेव्हा तिने डोक्यावरील केस हनुवटीखाली बांधून घेऊन सगळ्यांना हसवले होते. धोपेश्वरबाईच्या नवऱ्याच्या टाचा फुटल्या होत्या. तो निघाला, की ती मोठ्याने ओरडून विचारी, ''आया, सगळ्या ताटंवाट्या आहेत ना सुरक्षित? नाहीतर पायात अडकून नाहीशा व्हायच्या हो!'' राधाबाईचे म्हातारे आईबाप आल्यावर तिने त्यांना बघून ''शेणींची अर्जंट ऑर्डर देऊन ठेवा हं,'' असे मिस डिसोझाला सांगून ठेवले होते. शिवाणीचा कुणी नातलग तिला एकदा भेटायला आला होता. तो बराच स्थूल असून त्याचे पोट सुटले होते. तेव्हा तिने चारचौघींपुढे सांगून टाकले, ''त्यालाही रहा म्हणावे येथेच. म्हणजे ही या वॉर्डात व तो मॅटर्निटी हाऊसमध्ये!'' मिस डिसोझाला अनेकदा वाटे, आजूबाजूच्या शेतांच्या बांधांवर वाढलेल्या एखाद्या बाभळीची दणकट काटेरी फांदी घ्यावी आणि या कंजारणीचे तांबूस पुष्ट अंग चांगले फोडून टाकावे. विशेषतः ही चोरून औषधे विकते असे तिने सीएमओला सांगितले व औषधाचे कपाट तिच्या ताब्यातून गेले, तेव्हा तर खरोखरच हातात एक फळकूट घेऊन मिस डिसोझा कितीतरी वेळ त्याच विचारात उभीही होती.

मिस डिसोझाने आत पाहिले व नव्याजुन्या आठवणी एकदम गोंधळाने तिच्या मनावर आदळल्या. एवढा गोतावळा आपण निर्माण केला. आता त्याचा निरोप तरी घ्यायलाच हवा असे तिला फार वाटले. आपण जाणार म्हणताच ती मोहिनी दास तर रडूच लागणार, अमीनबी घुंगट घालून बसणार याची तिला खात्री होती; पण त्यांचे सांत्वन तर करावे लागणार. जेथे आपण मानाने जगलो, तेथे ओझे म्हणून राहणार नाही, हे त्यांना समजावून सांगावे लागणार.

पण तिने काळजीपूर्वक आत पाहिले, तेव्हा तिला घोळक्याच्या मध्यभागी सावित्री सूर्यवंशी दिसली आणि आता तिचे सोंग पाहताच मिस डिसोझाचे पाय विरघळल्यासारखे झाले व ती शरमून गेली.

सावित्रीने आपला झोपायचा झगा घालून आत उशी ठेवत स्वतःला एखाद्या पिंपासारखे गोल केले होते व ओठावरून कोळशाच्या भुकटीचा पट्टा ओढला होता. तिने एका हातात लोकरीचा गुंडा व सुया घेतल्या होत्या व दुसऱ्या हाताने मानेवरील केस फिसकारत ती फेंगड्या पायांनी दर खाटेजवळ जात होती व काहीतरी बडबडत होती. तिच्या प्रत्येक वाक्याने सगळ्याजणी खिदळत होत्या. मोहिनी तर हसत आपल्या खाटेवर लोळत होती आणि चंद्रमाचा हसताना होणारा घरघरीत आवाज काचेवर ओरखड्याप्रमाणे उमटत होता. एकदम चपराक मिळाल्याप्रमाणे मिस डिसोझा चमकली होती. ते सोंग तिचेच होते.

सावित्रीने मग उशी बाहेर काढली व एक लाथ मारून दूर उडवली. ''जाँव यहां से, मिस डिसोझा, अब इधर मत आना –'' हिंदी चित्रपटातील हिजड्या खलनायिकेप्रमाणे ती ओरडली व लाऽऽऽललला करत ती बाजूच्या खाटेवर बसली.

आपल्याभोवती हसणारे वेडेवाकडे चेहरे, अनेक तऱ्हेचे दात, यांचे एक चक्रच फिरू लागले आहे असे मिस डिसोझाला वाटू लागले. मोहिनीने, शिवाणीने, अमीनबीने देखील आपल्याला हसावे? दररोज पातळ नेसवावे लागे त्या गंगा पाटीलने? घरून कोणी काही पाठवत नाही म्हणून वरचेवर आपणाकडून ऑम्लेट, टोस्ट करून घेणाऱ्या नीला देशपांडेने देखील? या साऱ्यांनी आपले वेडेवाकडे दात दाखवावेत?

आणि कुणास ठाऊक, धोपेश्वरबाई आज असती, तर भर तापातही हसण्याचे आपले कर्तव्य तिनेही चोख पार पाडले असते!

मिस डिसोझा तशीच बधिर होऊन किती वेळ उभी राहिली असती कुणास ठाऊक! आता अंधार पडला होता; पण समोरून कुणीतरी बॅटरी घेऊन चालले होते. अंधारातून आवाज आला,

''कोण मिस डिसोझा का?'' आवाज दामले डॉक्टरांचा होता. मिस डिसोझाने वारूळ झाडल्याप्रमाणे केले व ती भानावर आली. अंधारात तिचा चेहरा दिसत नव्हता; पण सवयीने तिने चेहऱ्यावर हसू आणले होते.

''होय, आता अशीच मी वॉर्डातून परत येत होते.''

''चला, मी तुम्हांला घरापर्यंत बॅटरी दाखवतो,'' तो म्हणाला.

ती व्यथित मनाने पायऱ्या उतरून आली. वॉर्डाच्या दुसऱ्या बाजूला जेवणाची ढकलगाडी आल्याची घंटा झाली. वॉर्डमधील गदारोळ थांबला व भांडीताटांचा खणखणाट सुरू झाला. सवयीने मिस डिसोझाचे पाय रेंगाळले. ती दररोज या वेळी येथे थांबत असे व वाढप्याचा कल पाहून मधल्यामध्ये दोनचार चपात्या कागदात गुंडाळून घेत असे. मग रात्री चूल पेटवण्याची गरज नसे. जेवणे झाल्यावर आया एका बादलीत ताटे रिकामी करत. त्यातील थोडे अन्न ती टॉमीकरता घेऊन जात असे. हे नियमाविरुद्ध होते; पण वीतभर उंचीचा टॉमी त्याच अन्नावर हातभर उंच, तपकिरी केसांचा झाला होता.

तिचे पाय रेंगाळले खरे; पण आत मात्र तिची जीभ त्या मिंध्या अन्नाने कडवटली. तिला एकदम शरम वाटली. नाही, आता नाही त्या अन्नाला हात लावणार! आज बसेल टॉमी उपाशी, नाहीतर घरी निघेल एखादा शिळा तुकडा! तिने आता निश्चयाने पावले उचलायला सुरुवात केली. आता रस्ता पायाखालचा होता व दामलेने बॅटरी बंद केली होती; पण आज त्याने कधी नाही ते, तिने दिलेला स्कार्फ वापरला होता हे तिच्या ध्यानात आले होते.

''ती शांता पै की कुणीतरी उद्या येणार आहे म्हणे,'' तो म्हणाला, ''मग पुढं तुमचं काय?''

त्याने इतक्या सरळपणे विचारले, हे तिला आवडले. येथे निदान ढोंगी आडपडदा नाही.

''व्हायचं काय? मला काही त्यांनी जा म्हणून सांगितलं नाही,'' ती थोड्या आवेशाने म्हणाली, ''पण आता एखाद्या आयाप्रमाणे राबणे मात्र जिवावर येते हे खरं.''

दामले काही बोलला नाही. त्याने स्कार्फ उगाचच सावरला.

''ते खरं आहे. प्रथम बोचतं; पण नंतर त्याची सवय होते. जगात सगळ्याच गोष्टींची सवय होऊन जाते. पण पाहू काही मार्ग निघतो का?''

त्याच्या शब्दांनी तिला उगाचच बरे वाटले. वॉर्डमधील त्या बायांसाठी हाडांच्या काड्या केल्या; पण तेथे त्यांनी उशीला लाथ मारून हाकलले. पण या थंडसर अंधारात हे आपुलकीचे शब्द तिला फार धीराचे वाटले.

पण दुसऱ्याच क्षणी त्या शब्दांतील उपरोधाची तिला कडवट गंमत वाटली. स्वतः चिंध्या झालेला दामले डॉक्टर आपल्याला काय मदत करणार? स्वतःच्या बायकोला वॉर्डमध्ये ठेवायला म्हणून तो प्रथम येथे आला; पण ती वारली त्या वेळी तो येथे नव्हता. त्या शेतातील खोपटात प्रेत एक दिवस ठेवावे लागले होते. तो चार वेळा डॉक्टरीच्या परीक्षेला बसला; पण त्याच्या त्या लांबट, गाठीगाठीच्या बोटांना यशच नव्हते. महिन्यातून दोनचारदा तरी त्याच्या हातून थर्मामीटर खाली पडे, धक्क्याने काहीतरी सांडे. जे इंजेक्शन ती स्वतः अर्ध्या मिनिटात देऊ शके, ते द्यायला त्याला पंधरा मिनिटे लागत आणि काही वेळा तर त्याला शीरही सापडत नसे. या माणसाने आयुष्यात कधी एखादा पोपट विकत घेतला, तर तो हटकून तोतराच निघणार! आता हा आपणाला कसली मदत करणार बरे? पण शब्द फुकाचे असेनात का, त्यामुळे तिला उल्हसित वाटले हे मात्र खरे!

''तसं काही मनाला लावून घेऊ नका,'' दामले म्हणाला, ''असं हे चालायचंच. मी कॉलेजमध्ये गेलो, तेव्हा मला काय वाटायचं माहीत आहे? दहा वर्षांत मी असल्या एखाद्या हॉस्पिटलचा मुख्य होईन.'' तो हसला की काय कुणास ठाऊक; पण तसा आवाज झाला खरा.

चालताना तो मध्येच कशाला तरी ठेचाळला व तोल सावरण्यासाठी त्याने हात

पसरला. तो मिस डिसोझाच्या खांद्यावर पडला व तिच्या मानेवर क्षणभर स्थिरावला. मिस डिसोझा एकदम डाग बसल्याप्रमाणे चमकली. मोहिनीचे गाणे एकदम हाताची बोटे होऊन मानेवर बसल्याप्रमाणे ती बावरली. दामलेने चटकन हात मागे घेतला व बॅटरी पेटवली. "माफ करा हं. बॅटरी जवळ असून पायाखालच्या रस्त्यावर ठेचाळणारा मीच असेन पहिला माणूस!" तो म्हणाला.

तेथून त्याने घरापर्यंत बॅटरी चालू ठेवली. मिस डिसोझाला आता काही बोलावेसे वाटत नव्हते. ती घराजवळ आली व तिने कुलूप काढले. "नंतर बोलू केव्हातरी," जाताजाता दामले म्हणाला.

ती आत आली. नेहमीच्या सवयीप्रमाणे टॉमी बाहेरच्या मोकळ्या ओसरीत वाट पाहत बसला होता. या वेळी ती दररोज त्याचे खाणे घेऊन येत असे. तो वखवखून उंबऱ्यापर्यंत आला व शेवटी वळवळू लागला; पण तिने दिवा लावून दार जोराने ढकलून दिले. घरात पाऊल टाकताच सारी विषण्णता तिच्यावर कोसळली. ती अंथरुणावर पडली व एकदम हुंदके देऊ लागली. टॉमीने नाक खुपसून दार उघडले व तो आत आला; पण हे आजचे निराळे दृश्य पाहून तो खाली बसला व खुळ्यासारखा पाहू लागला.

हातातील सारे ओघळून गेल्याने येणारी रितेपणाची भावना तिच्यात राहिली. गेली बारापंधरा वर्षे अशी वांझोटी निघून गेली. इतक्या दिवसांत एका माणसाची पारख झाली नाही. शंभर फुटांवर एखाद्या परक्या माणसाचे पाऊल वाजले, की टॉम ओरडू लागतो आणि इतके दिवस सतत परिचय होऊन आपणाला एक माणूस ओळखता आले नाही! मोहिनीचे दुःख उसने घेऊन रात्रीच्या रात्री आपण तिच्यासाठी तळमळलो. अय्यर डॉक्टरांच्या नव्या संसाराला लागणाऱ्या वस्तू गोळा करण्यासाठी आपण पाठ मोडली. आता मात्र कुणालाच त्याचे काही नाही. आधाराला घेतलेली काठी टाकून द्यावी तसे आपण फेकले गेलो. उशीला लाथ मारून! काम काय, कुठेही मिळते. फारशी काही अपेक्षा केली नाही की झाले. हा टॉमी त्या रात्री पावसात भिजून पायरीवर आला, त्या वेळी त्याची काही अपेक्षा नव्हती; पण वाढलाच की तो सुखाने!

आता ती एकदम उठून बसली. या ठिकाणी आणखी एक दिवस काढायचा ही कल्पनाच तिला भीषण वाटू लागली. उद्या संध्याकाळी ती शांता पै येणार. तेव्हा तिला चार्ज द्यावा लागणार. खरे म्हणजे चार्ज द्यायला आता काही राहिलेच नव्हते. पूर्वी दैनंदिन लागणाऱ्या औषधांचे कपाट तिच्या ताब्यात होते; पण सावित्री सूर्यवंशीने सीएमओचे कान फुंकताच ते तिच्या हातून गेले. परिटाचा हिशेबही ऑफिसने घेतला होता. आता राहिले काय? तर घरातील खाट, कपाट! तेव्हा ती येण्याच्या आतच आपण निघून जावे हे बरे, असे तिला वाटू लागले. एका दृष्टीने वॉर्डशी असलेले धागेदोरे असे एका हिसक्यासरशी तुटून गेले हे बरेच झाले म्हणायचे. नाहीतर कोणी डोळ्यांत पाणी आणले असते, आपुलकीचा एक शब्द उच्चारला असता तर कदाचित आपले मन विरघळून गेले

असते व आपण असेच भाबडेपणाने दिवसाला दिवसाचा टाका घालत राहिलो असतो.

ती आवेगाने उठली. आता नऊ वाजायला आले होते. ती उठताच टॉमीने मोठ्या आशेने शेपटी हलवायला सुरुवात केली; पण तिचे त्याकडे लक्ष गेले नाही. तिने खोलीत सगळीकडे पाहिले, तेव्हा तर ती व्याकूळच झाली. जाताना काय घेऊन जायचे याचा विचार करत तिने दृष्टी टाकली होती. तर तिचे स्वतःचे असे अगदी थोडे होते. आपली पंधरा वर्षे इतकी बरड गेली याची तिला पूर्वी कधी कल्पना आली नव्हती. माणसे तर कुणी जवळ झाली नव्हतीच; पण भोवती वस्तूही फारशा जमल्या नव्हत्या. ही नवार लावलेली खाट, छोटे जुने लाकडी कपाट, खुर्ची, सारे हॉस्पिटलचे. कपबशाही जाताना कुणीतरी दिलेल्या. दहाबारा भांडी होती, ती मात्र तिने विकत घेतली होती. घड्याळ तिचे होते. हे सोडले तर विशेष काही राहिलेच नाही. त्या घरातून बाहेर पडल्यावर तिने भावाकडून आईचा एक फोटो व तिचा आरसा मागवून घेतला होता. आरशावर तर तिचा हक्क होता, कारण आईनेच तो तिला दिला होता; पण तो दोनतीन वर्षांपूर्वी फुटला. मग काही उरलेच नाही.

तिने सूटकेस पुढे ओढली व फू फू करत धूळ झाडत उघडली. आत आईचा फोटो होता. दोन रेशमी झगे होते. पत्र्याच्या एका लहान डबीत रुपये होते. ते तिने काळजीपूर्वक मोजून पाहिले. तीनशे अकरा रुपयांवर निदान दोनतीन महिने तरी टिच्चून काढता येतील असा तिला विश्वास वाटला. तिने खुंटी-दोरीवरील आपले कपडे भराभर आत भरले, भांडी कपाटात ठेवली, खाटेवरील गादी गुंडाळून कोपऱ्यात उभी केली; पण जमिनीवर कचरा पडला होता, तशा स्थितीत घर टाकून जायला तिचे मन तयार होईना. तिने झाडणी घेऊन ती खोली तेवढी झाडून घेतली. आता काही करायचे उरले नाही. आता दहा वाजून गेले असावेत. घड्याळ आता सूटकेसमध्ये टिकटिकत होते. तिने सूटकेस उघडली, तेव्हा तिच्या पायाला मऊ ओलसर स्पर्श झाला. तिने एकदम घाबरून खाली पाहिले. टॉमी तिच्या पायाला नाक लावत होता.

मग मात्र तिला चमकल्यासारखे झाले. या साऱ्यात टॉमीची मात्र काहीच व्यवस्था झाली नव्हती. तिने त्याला एकदम उचलले व त्याच्या मऊ तपकिरी केसांवर गाल घासला. तिने त्याला टेबलावर ठेवले. तो तेथे अंग पसरून बसला व काळ्या स्वच्छ डोळ्यांनी तिच्याकडे पाहू लागला.

तिला वाटले, आता याचे काय करायचे बरे? आपण जेथे जाणार, तेथे त्याला काही नेता यायचे नाही. आपलेच पाय रस्त्याला नाहीत तर त्याला कुठे नेणार? पण त्याला मागे टाकून जावे लागणार या कल्पनेनेच ती हादरली व त्याच्या डोळ्यांत पाहताना तिला आपलेच चित्र दिसू लागले. हे कुत्रे कुणाचे कुणास ठाऊक; पण एका रात्री चिंधीसारखे भिजून पायरीवर ओरडू लागले. ते नेमके याच पायरीवर का बरे आले? नंतर कधीतरी मनाची अशी कालवाकालव करण्यासाठी? पण तसे पाहिले, तर आपण तरी नेमक्या याच

ठिकाणी का आलो? दोघेही तसेच चोरूनमारून आणलेल्या अन्नावर वाढले आणि कुठे जायचे म्हणजे दोघांनाही जागा नाही. पण मिस डिसोझाला एका गोष्टीचा मात्र विश्वास वाटला – निदान टॉमी तरी अन्न देणाऱ्या हाताला जागणारा आहे. तो उशीला लाथ मारणार नाही! तिला अद्याप त्याच्या केसांचा मऊ स्पर्श जाणवत होता, त्याचा वास ताजा होता. तिला वाटले, आता आपले आयुष्यच या केसांच्या वासाच्या, मऊपणाच्या वस्त्राने झाकले आहे; पण आता मात्र ते टाकून द्यायला हवे आणि पुन्हा एकदा वस्त्रहीन जन्म घेऊन नवी वाट शोधली पाहिजे. धोपेश्वरबाई नेहमी पुढल्या जन्मी आपण असे करणार, तसे करणार असे म्हणे, याची तिला आठवण झाली; पण तिला वाटले, नव्या जन्मासाठी प्रत्यक्ष मरायला हवे असे कुठे आहे? हयात असतानाच आपण अनेकदा मरतो, जन्म घेत असतो! घरातून बाहेर पडताना तिला फार वाटले होते, निदान आपला भाऊ तरी जाऊ नको म्हणेल, कुठे जाणार, काय करणार, म्हणून विचारील; पण तो शरमून खाली मान घालून बसला. त्या वेळी काहीतरी मेले, नवे जन्मले. आईचा आरसा फुटला, महिने राबून केलेली बाग उन्हात जळून गेली, औषधे चोरून विकली म्हणून आळ आला, शांता पै आली, उशीला लाथ बसली, सारेच लहानमोठे मृत्यू, लहानमोठे जन्म! आणि खरे मरण म्हणजेच या चक्रातून मुक्ती असते. आता टॉमीला टाकलेच पाहिजे, हेच खरे. पण तिला त्याचा एकदम रागही आला. याच ठिकाणी त्याने येण्याची काही गरज नव्हती. तो आला नसता तर ही यातनाही निर्माण झाली नसती.

क्षणभर विचार करत तिने त्याच्याकडे पाहिले. आपल्यामागे काय होणार याचे? लहानपणी तिने पुष्कळशी मेलेली कुत्री पाहिली होती. रस्त्यावरील केर काढणाऱ्या महाराने एकदा एका मेलेल्या कुत्र्याच्या तंगडीला सुतळी बांधून रस्त्यावरून ओढत नेले होते व ते मागून फरपटत जात असता धुळीत ओलसर पट्टा उमटत होता. एकदा घरासमोर कचऱ्याच्या कुंडात एक कुत्रे पडले होते. त्याचे पोट टमाम फुगले होते व त्याचे पाय दिवसभर झटक्याझटक्याने हलत होते. एवढेसे कुत्रे; पण त्याला मरायला इतका वेळ लागेल, इतक्या वेदना सहन कराव्या लागतील, याची तिला कल्पना नव्हती. त्या दिवशी रात्री अंथरुणात ती तासभर त्या आठवणीने रडत होती. आणि ते सारे आतडे बाहेर टाकून लाल फुटलेले ट्रकखालचे कुत्रे! तिला निरनिराळी दृश्ये आठवू लागली, तसे टॉमीला टाकून जाण्याचे जास्तच जिवावर येऊ लागले; पण तिने उद्धटपणे स्वतःला बजावले, 'बस्स झालं तुझं! एवढं काही हळवं व्हायला नको! माणसं काय, कुत्री काय, कुणावाचून मरत नाहीत. भावाचा आधार तुटला म्हणून तू मेली नाहीस. तू गेलीस म्हणून ते उपाशी मरणार नाही.'

तिने मनावरची कोळीष्टके झाडून टाकली. तिने कपडे वाळत घालायची दोरी सोडली व ती टॉमीच्या गळ्यास बांधून तिचे दुसरे टोक खिडकीला बांधून टाकले. कधी नाही ते हे बंधन गळ्यात पाहून टॉमी धडपडला व हिसफिस करू लागला; पण मधूनमधून

तो भूक लागताच करी तसा आवाज करू लागला, तेव्हा मात्र तिला एकदम उद्वेग वाटला, "माझं मढं गेलं तरी याला मात्र आपल्या भुकेचा विसर पडायचा नाही!" ती पुटपुटली व कपाटाकडे गेली; पण कालच्या ब्रेडच्या तुकड्याखेरीज घरी काहीच नव्हते. येथे ब्रेडवाला एक दिवसाआड येत असे. आज तिला भूक असती, जर वाढप्याकडून चपात्या मिळाल्या नसत्या, तर त्या ब्रेडवर तिने भागवले असते. तिने इनॅमलची ताटली घेतली व ब्रेड तिच्यावर ठेवून ती त्याच्यापुढे आदळली. त्याने हुंगल्यासारखे केले; पण तो पाय पसरून हुसमुसत राहिला.

तिने दिवा घालवला, सूटकेस उचलली व दार उघडून रस्त्यावर कुणी आहे का पाहिले. हॉस्पिटलच्या रस्त्यावर मधूनमधून दिवे होते व आपल्या कक्षेत आल्यावर तिच्याभोवती प्रकाश टाकून तिला पकडण्यासाठी टपून सावध उभे होते. त्यामागे दूर स्टेशनवरील दिवे दिसत होते. तिने मन घट्ट केले. दार हळूच ओढून घेतले व ती मागच्या पाऊलवाटेने स्टेशनकडे निघाली. जाताना अय्यर डॉक्टरांच्या घराजवळून मागच्या बाजूने जावे लागे. तेथे येताच तिची पावले एकदम हलकी झाली, कारण अय्यरांच्या खोलीत दिवा होता व ते खुर्चीत बसलेले दिसत होते. त्यांच्या हातात टेबलावर असते, तसली लांब लखलखीत सुरी होती व ते तिच्याकडे पाहत ती फिरवत असता तिची धार चमकत होती. जणू ती तिच्याच गळ्यावरून फिरल्याप्रमाणे मिस डिसोझा चरकली. तिला एकदम वाटले, 'डॉक्टर, असलं भलतं काही करू नका वेड्यासारखं!' पण अय्यरांनी ती सुरी विमनस्कपणे टेबलावर टाकली व पेन उचलून ते शून्यपणे बोटांवर आपटू लागले. मिस डिसोझाला हायसे वाटले. सूटकेस धरलेली बोटे तिने तेथल्या तेथेच हलवून त्यांचा निरोप घेतला व पावलांचा आवाज होणार नाही याची काळजी घेत ती पुढे गेली. कोपरा ओलांडल्यावर वडारांची दोनचार कुत्री वचवचत अंगावर आली. तिने दोनचार दगड गोळा केले व मधूनमधून एखादा फेकत ती स्टेशनकडे निघाली.

स्टेशन आता निर्जन होते. भोवतालची दुकाने आता मिटली होती व त्यांसमोर फळ्यांवर दोनचार माणसे अस्ताव्यस्त झोपली होती. रेल्वे ऑफिसमध्ये कंदील होता; पण तेथील कारकूनही आडवा झाला होता. ती प्लॅटफॉर्मवर आली. तेव्हा वाऱ्याच्या धारदार स्पर्शाने तिचे अंग शहारले. आपण आपले स्वेटर बाहेर ठेवले असते तर बरे झाले असते असे तिला वाटले. तिने प्रकाशापासून दूर असलेले एक बाक निवडले. आता फार तर अकरा वाजले असतील. म्हणजे गाडी यायला अद्याप दोन तास तरी असतील. दोन तास तर दोन तास! अशा आशयाने तिने निःश्वास सोडला व ती अंग आखडून बसली. सूटकेसवर हात ठेवला, की आतील घड्याळाची टिकटिक जाणवे; पण किती वेळ गेला याची तिला कल्पना नव्हती, कारण तिला आता मधूनमधून डुलक्या येऊ लागल्या होत्या. पण ती खाडकन जागी झाली, ते तोंडावर बॅटरीचा उजेड पडला म्हणून. प्रथम तिला वाटले, आपण वॉर्डजवळ आहो व दामले डॉक्टरच प्रकाश टाकत आहे! तिने

स्वतःला सावरले व उजेडातून मान वळवत बाजूला पाहिले.

''कोण मेरी की काय? तू काय करतेस इथं?''

हा आवाज निराळा होता. तो ओळखीचा होता; पण तो कुणाचा होता हे प्रथम तिच्या ध्यानात येईना. शिवाय मेरी या नावाने हाक मारणारे येथे कुणीच नव्हते. हिशेबखात्यातील पगार देणाऱ्या कारकुनाखेरीज ते नाव कुणाला माहीत होते की नाही कुणास ठाऊक!

''ओळखलं नाहीस? मी पिन्टो.'' तो आवाज म्हणाला.

काळ्या लोकरीच्या सूटमधल्या माणसाकडे तिने निरखून पाहिले व मग तिला आठवले. पिन्टोला भेटताच तोंडावर हलकाच थंड पाण्याचा शिडकावा व्हावा, त्याप्रमाणे तिला ताजेतवाने वाटले व ती उत्साहाने उभी राहिली.

''काय योगायोग बघ,'' पिन्टो म्हणाला, ''आजच सकाळी तुमचे अय्यर डॉक्टर इकडे आले होते. त्यांच्याजवळ मी तुझी चौकशी करत होतो.''

''पण तू इथं केव्हा आलास?'' मिस डिसोझाने उत्सुकतेने विचारले.

''मी येऊन झाले चारपाच दिवस. तो रामब्रह्म दोन महिन्यांच्या रजेवर गेला अचानक, तेव्हा मला इकडं घातलं; पण इथं काय करणार तू? गाडीला तर अद्याप अवकाश आहे, त्यात आजच ती तासभर लेट आहे. तू सेकंडक्लास वेटिंगरूममध्ये बस की!''

उघड्या प्लॅटफॉर्मवरील वाऱ्याने मिस डिसोझाला गारठल्यासारखे झाले होते. तिने सूटकेस उचलली व ती पिन्टोबरोबर निघाली. याच वेळी त्याची बदली नेमकी इथे व्हावी ही गोष्ट तिला फार शकुनाची वाटली. हा पिन्टो तिच्याच गावचा होता. चार घरे टाकली की त्याचे घर होते. शिवाय मागे एकदा तो या स्टेशनवर थोडे दिवस होताही. मिस डिसोझाला साऱ्या परिस्थितीतील थोडा उपरोध जाणवला. ती येथे आल्यावर तो दोन महिन्यांतच बदलून गेला. आता तिचे वास्तव्य संपले, तर आता दोन महिने तो येथे राहणार आहे!

सेकंड क्लास वेटिंगरूम दुसऱ्या टोकाला होती. पिन्टोने कुलूप काढले व बॅटरीच्या प्रकाशात दिवा लावला. दरवाजा उघडाच ठेवला. आता वाऱ्याचा जोर तितकासा भासत नव्हता; पण अद्याप थंडीही कमी झाली नव्हती. साऱ्या जगात फक्त वेटिंगरूममध्येच आढळते, तसलेच विलक्षण आकाराचे, बोजड फर्निचर त्या खोलीत होते. एक सुरक्षित कोपरा पाहून मिस डिसोझाने सूटकेस टेबलावर ठेवली व सँडल्स काढत ती लांब हाताच्या, एका प्रचंड खळग्यासारख्या खोल खुर्चीत विसावली. पिन्टोने खिशातून उग्र वासाची एक सिगार काढली व किंचित थरथरणाऱ्या हाताने ती पेटवली.

''कितीतरी दिवसांनी आपण भेटतो आहो,'' पिन्टो म्हणाला, ''तुझ्यात काही फरक पडला नाही; पण आता सांग, या असल्या आगगाडीनं कुठं जाणार तू?'' ''मला

दोन महिन्यांची रजा मिळाली आहे,'' त्याच्याकडे न पाहता मिस डिसोझा म्हणाली, ''अगदी भरपगारी बरं का! मीही कितीतरी दिवसांत कुठं गेले नाही. म्हटलं, एकदा भावाकडं जाऊन यावं. सारं तोडून बाहेर पडले खरे; पण त्याच्याखेरीज, कुणी उरलंच नाही. काही वेळा जुन्या गावाविषयी बोलावंसं वाटतं; पण ते सारं पाहिलं आहे कुणी आता त्याच्याखेरीज?''

पिन्टो क्षणभर गप्प राहिला. खरे तर तो तिच्या भावाहून चारपाच वर्षांनीच मोठा असेल; पण तो किंचित स्थूल झाला होता व त्याचा चेहरा फळावरील पातळ सालीप्रमाणे तुकतुकीत, थोडा सुरकुतलेला होता आणि आता त्यावर एकप्रकारचा कढ आल्याप्रमाणे लालसर रंग होता. सिगार समोर दातात धरून ते विचकत असल्याप्रमाणे बोलण्याची त्याची पद्धत होती.

''आज सकाळीच अय्यर डॉक्टर इकडे आले होते. त्याचं कसलंसं पार्सल पाठवायचं होतं म्हणे. तू अद्याप इथंच आहेस की काय याबद्दल मला शंका होती. म्हणून मी त्याच्याजवळ तुझी चौकशी केली. तेव्हा त्यांनी तुझी थोडी हकिकत सांगितली.''

त्याला आधीच सगळे माहीत आहे हे पाहून ती थोडी वरमली. तिला अय्यर डॉक्टरांचा थोडा रागही आला. होणार ते तर खरेच; पण म्हणून काही ते सगळीकडे सांगत सुटण्याची गरज नव्हती.

''हां, तशी थोडी गुंतागुंत आहे खरी. त्यांनी काही मला अद्याप जा म्हणून सांगितलं नाही; पण आता येथील मनच उडाले. आता पुन्हा आणखी कुठं तर सुरुवात करायची; पण म्हटलं, त्याआधी थोडी सुट्टी घ्यावी. गेल्या कितीतरी वर्षांत महिना पंधरा दिवस मी सुखानं पडून आहे, असं कधी घडलं नाही म्हणून मी भावाकडे चालले आहे. तो काही मला दारातून हाकलून देणार नाही. शिवाय आता माझं काही कुणाला ओझं होणार नाही,'' ती म्हणाली व गळ्यातील पांढऱ्या मण्यांच्या माळेशी चाळा करत ती खुळ्यासारखी हसली. ''निदान दीड दोन महिने तरी. मग पुढचं बघू. बरं, तू कधी हल्ली गेला होतास का पणजीला?''

''हल्ली म्हणजे काय? मी परवाच एक महिन्याची रजा घेतली होती. आता आमचंही तिथं कुणी राहिलं नाही, घराची विल्हेवाट लावायची होती. तेव्हा होतो मी तिथे आठपंधरा दिवस,'' सिगारेटची राख झाडत पिन्टो म्हणाला. त्याचा हात आता स्पष्ट थरथरत होता.

''होय, खरं का? मग कसा आहे माझा भाऊ? त्याला आणखी काही मुलंबाळं झाली?'' एखाद्या लहान मुलीप्रमाणे उत्साहाने मिस डिसोझाने विचारले.

पिन्टो प्रथम काही बोलला नाही. तो उठला व दिव्याजवळ आला. वाऱ्याचा झोत त्यावर सारखा आदळत असल्याने ज्योत मधूनमधून भडकत होती. त्याने ती बारीक केली. तो पुन्हा वळला व खुर्ची बरीच पुढे ओढून बसला.

"तू भावाकडं निघाली होतीस!" तो म्हणाला, "म्हणजे तुला तिकडची काहीच माहिती नाही तर!" आता वारा थोडा वाढला. वेटिंगरूमचे दार खडखडून भिंतीवर आदळू लागले. पिन्टो पुन्हा उठला व त्याने पायानेच ढकलून दार लावले; पण तो परत फिरतो तोच पुन्हा अदृश्य हाताने ढकलल्याप्रमाणे ते उघडले. पिन्टोने एक शिवी हासडली. त्याने पुन्हा दार लावले व करकचत आतून कडी लावली.

"आता ठीक झालं," तो परत येऊन बसत म्हणाला, "हे बघ मेरी, तू धीट आहेस म्हणून मी तुला सारं सांगतो. मी परवा गेलो होतो ना, त्या वेळी सारं पाहिलं. त्या आधीच दीडदोन महिने तो वारला. गेली दोन वर्षं तो अर्धांगानं आजारी होता. तुमचं घरचं दुकान तर केव्हाच बंद झालं होतं. त्याची बायको कुठंतरी काम करत होती म्हणून कसंबसं चाललं होतं. याला दोन मुलं आहेत. पण खरं सांगू मेरी, मी जे ऐकलं, त्यावरून तो मेला ते सुटला असं मला वाटलं. कुणीही भेटायला गेलं तर तो अक्षरशः रडत असे म्हणे. हा एकदाचा मरत का नाही असे शब्द त्याला दिवसातून चारपाचदा ऐकावे लागत. मग भेटायला आलेला माणूस जायला निघाला, की तो त्यास चार आण्याचं विष आणून द्या म्हणून हळूच सांगू लागे."

"तो वारला आणि मला कुणीच कळवलं नाही?" मिस डिसोझाने चिंबलेल्या आवाजात विचारले.

"कोण कळवणार तुला? त्याची बायको?" उपरोधाने पिन्टो म्हणाला, "तुला घरातून काढलं, त्याच्या दुसऱ्या दिवशी तिनं मेजवानी दिली होती, माहीत आहे तुला? आणि ती तुझे पत्ते शोधत अगत्यानं तुला कळवणार? वेडीच आहेस तू!"

पण मिस डिसोझाचे त्याच्याकडे लक्ष नव्हते. तिच्या बधिर मनात मुंग्या हळूहळू लागल्याप्रमाणे वारूळ फुटले होते. एकदम अंगावर ओतल्याप्रमाणे सारेच झपाट्याने आठवले. भावाचे फूटबॉल खेळण्याचे वेड, शिकण्याविषयी अगदी लहानपणापासून असणारा द्वेष, अंथरुणावर अस्ताव्यस्त झोपणे, कधीतरी जाऊन मुद्दाम तिच्यासाठी मासे धरून आणणे, तो मरत का नाही असे कोणी म्हणण्याजोगे आयुष्याचे ओझे होणे... एकदम चिडून तिला वाटले, मग उठून तो सरळ इकडे का आला नाही? आपणाला काही त्याचे ओझे झाले नसते. आणखी थोड्या आपल्याच रक्ताचे कधी कुणाला ओझे झाले आहे? सहासात महिन्यांपूर्वी तो मेला; पण त्या दिवशी आपण काय करत होतो बरे? त्याच नेमक्या वेळी हसतखिदळत होतो? चहाचा गरम कप घेत होतो? वाढप्याने जरा जादा मटण दिले म्हणून जिभल्या चाटत होतो, की जवळच्या गावात आलेल्या सर्कशीत जाऊन, अंगावर काळ्या तलवारी असलेला तो पिवळाधमक वाघ, त्याचे वीतभर वाकड्या सुरीसारखे दात पाहत गमतीचे वाटणारे शहारे अंगावर आणत होतो? त्या दिवशी अंगावर रेशमी झगाही असेल. कदाचित हातरुमालावर आपण थोडे अत्तरही टाकले असेल, मनात कुठेही त्या दिवशी घरदार, भाऊ, आई यांची पुसटही आठवण नसेल.

आणि त्या दिवशी हा भाऊ विष मागत मरून गेला.

तिला आता आवेग थोपवता आला नाही. तिचे खांदे हलू लागले व ती एकदम हुंदके देऊ लागली. तिचे केस थरथरले व तिने डोके खाली केले, त्या वेळी तिची गोरी स्वच्छ मान मंद प्रकाशात एकदम मोकळी, फार लालस वाटली.

पिन्टोने सिगार तशीच कोपऱ्यात टाकून दिली. ती जळत्या रेषेत कोपऱ्यात जाऊन पडली व तेथे धगधगीत डोळ्याप्रमाणे दिसू लागली. हळूहळू तिच्यावर राख जमली व डोळा मिटल्याप्रमाणे झाला. पिन्टो जवळ आला व त्याने तिच्या मानेवर हात ठेवला व किंचित वाकून तो घोगऱ्या आवाजात म्हणाला, ''मेरी, तू काही काळजी करू नकोस. तू जर मनात आणशील तर सारं ठीक होईल.''

तिने चमकून वर पाहिले व ती भेदरून उभी राहिली. पिन्टोने तिला एकदम गच्च धरले. त्याचा चेहरा एकदम जवळ आला आणि त्याच्या उघड्या पिवळ्या दातांतून सिगार, व्हिस्कीचा उग्र, डोके भणभणणारा वास तिच्या चेहऱ्यावर आदळला. त्याचा स्पर्श होताच, आपण अगदी वितळून जाऊन ओघळत आहो असे तिला वाटले व तिच्यातील शक्तीच गेली. मनात घृणा असताही अंग मात्र तापल्यासारखे झाले व मोहिनीच्या गाण्यातील शब्द जळते मासे होऊन अंगभर खेळत आहेत असे तिला वाटू लागले. पिन्टोने तिला भिंतीकडच्या बाकाकडे ढकलले व त्याने दात जास्तच जवळ आणले.

भिंतीबाहेर जवळच एकदम अंधाराच्या चिंध्या झाल्यासारख्या झाल्या. पाचदहा कुत्री वचावचा ओरडून भांडू लागली. झोपेतून जागी झाल्याप्रमाणे मिस डिसोझा भानावर आली. तिने स्वतःला सावरले व बोटे वाकडी करून तिने त्या तुकतुकीत लालसर चेहऱ्यावर नांगरल्याप्रमाणे कचकन नखे ओढली... एक शिवी देऊन पिन्टो थोडा मागे सरकला; पण मग जास्तच चिडून त्याने सारे अंगच तिच्यावर झोकले. तिने टेबलाचा आधार घेण्याचा प्रयत्न केला, त्या वेळी तिचा हात सूटकेसवर पडला व घड्याळाची टिकटिक तिला जाणवली. जणू त्या आधाराची वाट पाहत असल्याप्रमाणे तिने सूटकेस उचलली व रागाने पिन्टोच्या चेहऱ्यावर आदळली. त्याच्या नाकातून रक्त आले व त्याच्या मळकट खाकी शर्टावर पडू लागले.

सूटकेस घेऊन ती तशीच दाराकडे धावली. तिने करकचत कडी काढली व अनवाणी पायानेच बाहेर आली. झग्याची वरची दोन बटणे तुटली होती आणि गळ्यातील पांढऱ्या मण्यांची माळही नाहीशी झाली होती. तिने केसांवरून हात फिरवला व थरथरत्या अंगाने ती हॉस्पिटलकडे वेगाने निघाली.

वडारांची कुत्री पुन्हा ओरडू लागली, मध्येच अंगावर धावू लागली. त्यांचे ओठ मागे ओढल्याप्रमाणे होत व अणकुचीदार, हावरे दात दिसत. एक काळे कुत्रे तर फर्लांगभर तिच्या बाजूने ओरडत आले; पण आता तिने तिकडे लक्ष न देता शेतातील

पाऊलवाट गाठली. शेत मोकळे होते; पण जोंधळ्याची ताटे काढल्यावर राहिलेले खुंट सर्वत्र होते आणि कुठेही अनवाणी पाऊल टाकताच टोकदार वेदना होत. आतापर्यंत आपण पाहिलेले सारे दात आपणाला छळण्यासाठी येथे उगवून बसले आहेत, असे तिला क्षणभर वाटून गेले. ती घराजवळ आली. तिने दरवाजा ढकलला व आतून कडी लावून त्यास पाठ लावून उभी राहत, ती धापा टाकू लागली.

तिने चाचपडत काड्याची पेटी शोधून दिवा लावला. टॉमी तिला पाहताच तिच्या पायांत लडबडू लागला. त्याने ब्रेडचा एखादा लचका तोडला असेलनसेल. बाकीचा तसाच होता. तिने सूटकेस कोपऱ्यात ठेवली व खाटेवर अंग टाकले.

थोड्या वेळाने उठून बसत तिने जळत्या डोळ्यांनी घराकडे पाहिले. कपाट, खाट, कोपऱ्यात गुंडाळून ठेवलेली गादी. कपबशा ठेवलेले शेल्फ... पण आता त्यातील काहीच तिचे राहिले नव्हते. मघा तिने उंबरा ओलांडला तेव्हाच तिने सारे बंध तोडून टाकले होते. आता खुद्द तीच परकी झाली होती. बाजारात विकायला नेलेले जनावर गिऱ्हाईकच नसल्याने पुन्हा त्याच गोठ्यात परत यावे तसे तिला वाटले व ती गोठून निर्बुद्ध बसली.

नंतर तिला जाणवले, आपणाला भूक लागली आहे, फार भूक लागली आहे. कुरतडणारी, अनावर, कुंपणाच्या तारेप्रमाणे काट्याकाट्याची. मनात भावाचे प्रेत असले तरी भूक काही मरत नाही. आता तिला टॉमीविषयी एकदम आपुलकी वाटू लागली. तिला आता त्याची भूक समजली. तिच्या मनात एक विचार आला; पण शरमेने तिने तो बाजूला टाकला. तिने कपाट उघडले. दोनतीन भांड्यांत पाहिले; पण घरी काही नव्हते. हे तिला आधीच माहीत होते.

ती खालच्या मानेने आली. तिने टॉमीच्या गळ्यातील दोरी सोडली व त्याला मोकळे केले. त्याने दात लावलेल्या बाजूकडचा तुकडा तिने हातानेच फाडला व त्याच्यापुढे तो टाकून बाकीचा कपाटावर ठेवला. त्याने तो तुकडा उचलला व बाहेरच्या ओसरीत कोपऱ्यात अंग पसरले. तिने पुन्हा दार लावले. कपाटावरील ब्रेडचा तुकडा तिने आधाशासारखा खाल्ला व कपभर पाणी ढोसून ती तशीच कपडे न बदलता, गादी न उकलता खाटेवर आडवी झाली.

दारावर आवाज झाला म्हणून ती दचकून जागी झाली, तेव्हा उजाडले होते. या वेळी कोण आले असावे याचा विचार करत ती उठली; पण सारे अंग अवघडले होते व डोळ्यांत कालची वेदना ठसठसत होती. तिने केस उगाचच सावरल्यासारखे केले, अवघडल्या मानेवर हात फिरवला व डोळे बारीक करीत तिने दार उघडले. दारात दामले डॉक्टर उभा होता.

"माफ करा हं, मी फार लवकर आलो," तो म्हणाला, "सकाळी फिरायला म्हणून मी बाहेर पडलो. तेव्हा म्हटलं, उठलात का पाहावं." मिस डिसोझा मागे सरकताच तो

आत आला व त्याने उगाचच इकडेतिकडे पाहिले. ''म्हणजे हे काय? तुम्ही कुठं जायला निघालात की काय?'' त्याने आश्चर्याने विचारले.

मिस डिसोझा काही बोलली नाही. तिला आता त्याचे बोलणे नको होते, त्याने निघून जावे असे ती सारखे मनात घोकत होती. तिने खुर्ची पुढे ओढली व त्यावर बसून कपाळ दाबून धरले.

''हे पाहा मिस डिसोझा, मी जरा मोकळेपणाने बोलतो म्हणून रागावू नका,'' तो म्हणाला, ''मी काल रात्री येतानाच तुम्हांला सांगणार होतो. आता सकाळी अगदी राहवलंच नाही म्हणून मी मुद्दाम आलो.'' तो पुढे आला व त्याने वाकून तिच्या खुर्चीच्या दोन्ही हातांवर हात ठेवले.

''एवढ्यानं दबायची जरुरी नाही,'' तो म्हणाला, ''अशा वेळी मदत करायला माणसं असतात. निव्वळ ती शांता पै येणार म्हणून गाव सोडून जायची गरज नाही. मी तुम्हांला हवी ती मदत करीन,'' त्याने एक दीर्घ श्वास घेतला व ओठावरून जीभ फिरवली. ''तुझ्यासारखीला मदत करायची नाही तर करायची कुणाला?''

तो आणखी थोडा पुढे वाकताच मिस डिसोझा एकदम आकसली व निर्जीव डोळ्यांनी पाहतच राहिली. दामलेचे ओठ किंचित मागे ओढल्यासारखे झाले होते. त्याचेही दात पिवळसर वेडेवाकडे होते व ओठावर तोच तो हावरा, परिचित ओलसरपणा होता.

सुगंध दिवाळी १९६५

# मा घा रा

दुपारची ऐसपैस झोप आटोपून सदूभाऊ उठला आणि हॉटेलच्या दारात येऊन उभा राहिला. हॉटेलमध्ये अद्याप कुणी नव्हते. भीमू देखील संधी साधून आडवा झाला होता; पण सदूभाऊ येताना मधला दरवाजा वाजताच तो खडबडून उठला होता आणि सदूभाऊ नेमका बाहेर पडण्याच्या वेळी लगबगीने टेबल पुसू लागला होता. एकावर एक अशा सात कपबश्यांची उतरंड रचण्याप्रमाणेच हीही गोष्ट त्याला सवयीने साधून गेली होती. चार वाजायला अद्याप थोडा अवकाश होता आणि चार वाजता चुलवण पेटवून हातात झारा घेऊन सदूभाऊ चुलीपुढे बसला नाही असा दिवस गेल्या तीस वर्षांत एकदाही आला नव्हता. चुलवणाचा जाळ गल्लीच्या एका कोपऱ्यापर्यंत दिसे. संध्याकाळी त्या जाळाभोवती माणसे जमत, जाळाभोवतीच पाट पडत आणि मग सदूभाऊला डोके खाजवायला वेळ नसे.

सदूभाऊ अस्वस्थपणे कोपऱ्यावरील बांधकामाकडे पाहत उभा होता. थोड्या दिवसांपूर्वी त्या ठिकाणी अनेक वर्षे बंद असलेले एक जुनाट अडत दुकान होते; पण आता तेथे पुढील भिंत पाडून सिमेंटचा नवा नक्षीदार दरवाजा झाला होता. चार नव्या खिडक्या आल्या होत्या व ह्या सगळ्यांना झगझगीत निळा रंग होता. काल तेथे दोन मालमोटारींतून पॉलिश केलेल्या टेबलखुर्च्या, कुंड्या, आरसे असले सामान आले आणि आज दुकानावर 'लक्ष्मीविलास' अशी अक्षरे असलेला लहानशा पलंगाएवढा बोर्ड लागला होता. महिन्यापूर्वी साळवेकर मास्तरांनी बातमी आणली, की बेळगावचा कुणी शानभाग तेथे नवे हॉटेल उघडणार आहे. तेव्हापासूनच सदूभाऊला रुखरुख लागून राहिली होती; पण आज ते हॉटेल जवळजवळ पूर्ण होत आलेले पाहताच तो अगदी चिडून गेला. ''शिंचं सगळं बायकी काम! येऊ देत असले शंभर शानभाग! भाऊचे रोट उसळ आणि मसाला भजी आहेत तोपर्यंत त्यांच्या बाला मी भीत नाही!'' त्याला वाटले; पण त्याची अस्वस्थता कमी झाली नाही. तो आत वळला आणि उगाचच खेकसून

म्हणाला, ''भीम्या, भजीचं पीठ कर की. चार वाजलेच की!''

गल्ली जेथे वाऱ्यावर उन्हाला पडलेल्या जनावरासारखी वळते, तेथे सदूभाऊंचे हॉटेल होते. त्याला नावबीव काही नाही; पण तेथे संध्याकाळी चुलवण पेटले की भज्यांच्या खमंग वासाने जाणाऱ्यायेणाऱ्याच्या तोंडाला पाणी सुटे. पुढचा दरवाजा सताड उघडा असे. कारण लावायचा म्हणजे तो उचलून उंबऱ्यापर्यंत आणून ठेवावा लागे. पण त्याशिवाय दरवाजाजवळच्या खणातील भिंतही पार पडून गेली होती. परंतु सदूभाऊची शिस्त अशी, की गिऱ्हाइकाने तेथून आत न येता दरवाजातूनच आत आले पाहिजे. एखादा गावडा जर मागच्या गाडीतळावर गाडी सोडून चायसाठी त्या भिंतीजवळून आला, की सदूभाऊ ओरडे, ''ए लंगोटीराव, दादर इकडे आहे – इकडे.'' मग तो खुळ्यासारखा हसून बाहेर येऊन पुन्हा रीतसर दरवाजातून आत येत असे. सगळ्या हॉटेलात वेड्यावाकड्या कडांची तीन टेबले होती व त्यांच्याभोवती जमिनीत वीतभर रुतलेली बाके होती. मधल्या खांबाला धुरकटून गेलेला लक्ष्मीचा फोटो होता व एका भिंतीवर भगदाड पडले होते. त्यावर डोळ्यांभोवती काळी पट्टी बांधून हातात तलवार घेतलेल्या मास्टर विठ्ठलाचे एक जुने पोतेऱ्यासारखे झालेले पोस्टर होते. तेथल्या ताटल्या सरळ पत्र्याच्या होत्या आणि कपांना कान असण्याचा फाजील नखरा नव्हता; पण खरे तर तेथे ताटल्यांची गरजच भासत नसे. कोकणातून गाड्या घेऊन आलेले गावडे बाकड्यावर गुडघे दुमडून वर बसत. शेवचिवडा टेबलावर पसरत आणि फक्के मारत, त्यावर चहा गिळत. कोट-टोपीवाल्या गिऱ्हाइकांसाठी कोपऱ्यात पेट्यांना चारचार पारा लावल्याप्रमाणे दिसणाऱ्या तीन खुर्च्या होत्या. साळवेकर मास्तर पहिल्या दिवशी एका खुर्चीवर बसले; पण फळ्या भलत्याच ठिकाणी धारदार चिमटत असल्यामुळे ते चटकन ओरडत उठले व नंतर त्यांनी एक महिना साऱ्या गावभर खुर्च्यांविषयी असा गावगन्ना केला, की कुणीसुद्धा नंतर त्या खुर्च्यांकडे वळले नाही. हळूहळू त्यांवर वीतभर धूळ चढली व नंतर चुलवणात कोंबण्यासाठी जवळ असावीत म्हणून सदूभाऊ त्यांवर लाकडे ठेवू लागला. त्याची दोन तऱ्हेची गिऱ्हाइके होती. एक मांजरपाटी व दुसरे टोपीवाले. गाडीवाले गावडे पुष्कळदा भाकऱ्या मांडीवर घेऊन तेथेच जेवत आणि उघड्या तंगड्या पसरून तेथेच खाली जमिनीवर आडवे होत. काकणांच्या दोऱ्यांचे गाठोडे पाठीवर घेऊन हिंडणारा सिद्राम कासार दुपारी एक कप चहा घेऊन पायपिटीने दुखणाऱ्या पिंढऱ्या चोळत तेथे तासन्‌तास बसे. म्युनिसिपालिटीच्या दिव्यांत अर्धीअर्धी बाटली रॉकेल घालत हिंडणारा धोंडू तेथे चहा घेऊन तेल हॉटेलच्या दिव्यात ओतून जात असे. ही गिऱ्हाइके आली की सदूभाऊ आपुलकीने टमाम फुगत असे आणि मोठ्या फटकळपणे तो ती बोलून दाखवत असे. ते येताच तो गल्ला सोडून त्यांच्याकडे येत असे व पसापसाभर शेवचिवडा टेबलावर फेकत असे. काळ्यामिट्ट किटलीतून कपामधून सांडेपर्यंत जाड, कापडाच्या पट्टीसारखा चहा ओतत असे. तो वर म्हणे, ''खावा रे बाजीरावांनो, खाऊन

काही माझं नशीब लुटत नाही. खावा आणि मरा.'' एखाद्या वेळी गावड्याजवळ पैसे नसत. तो आण्याचे बिल पैशावर भागवा म्हणून गयावया करत असे. ''अरे रांडीच्या, खाऊन वर असले धंदे सुरू केलेस!'' कमरेवर हात ठेवून सदूभाऊ साऱ्या हॉटेलभर ओरडे, ''लेको, कानातील वळं काढून ठेवून जा. अरे मी कोकणा भाऊ आहे. हजामाला केस देणार नाही फुकट, हा!'' त्यात जर तो गावडा नवीन बावळट असला, की सदूभाऊला जास्तच चेव येत असे; पण जाताना मात्र तो एवढ्यावरच भागवे, ''ए लाल लंगोट्या, कधीतरी आणून टाक एखादा बरका, नाहीतर शिंचा देठभर आळू तरी.'' मग कधीतरी कुणी लठ्ठ वेडीवाकडी रताळी, शिकेकाईची बोंडे किंवा बाटलीभर मध आणून देत; पण त्यावरही सदूभाऊची ओरड असेच. ''अरे शिंच्या, हे रे काय? खाणार दिडकीचं आणि देणार ढब्बूचं! डोकं आहे की पालथं परटं रे तुजं! अरे, अशानं अंगावरची लंगोटी विकून मरशील रे!'' मग पुन्हा त्याच्यासमोर शेवचिवड्याचा ढिगारा, प्याल्यानंतर पंधरा मिनिटे जिभेला चिकटणारा जाड चहा आलाच. टोपीवाली गिऱ्हाइके बहुधा संध्याकाळी चुलवणाभोवती पाटावर बसत. गुडघ्यावर टोप्या टाकून ती बसली की अगदी आठनऊची राखण. सदूभाऊ झारा भरभरून परातीत भजी टाके, मंडळी बचकबचक उचलून पानांवर ठेवत, बाजूच्या पातेल्यातून चिंचपाणी त्यावर ओतत सू सू करत ती आत भरत.

पण साळवेकर मास्तर आल्याखेरीज तेथे रंग चढत नसे. ते आले, की गावातल्या साऱ्या उठाठेवींची चर्चा तेथे होत असे. त्यांनी फक्त नाकाखालीच मिशा ठेवल्या होत्या व त्या गिधाडाच्या नखांप्रमाणे ओठावरून पुढे आल्या होत्या. ते बोलू लागले, की मिशा फुरफुरत आणि मग गावातील साऱ्या भानगडी त्यातून अगदी गाळून लोकांना ऐकायला मिळत. 'अंदूरकर इनामदारांनी आपली साखळकरीणबाई बदलली. तो मामलेदार ना? पैला शेण खाईल. डाव्या हातानं हळूच एक पै घेतल्याखेरीज बापाला बाप न म्हणणारा बेरड तो! गणपतरावांनी तिसरं लग्न केलं? छान, म्हणावं बेट्याला, लग्नात पोरीच्या गळ्यात माळ घालू नको, तुझ्या पेन्शनचा हुकूम अडकव! विहिरीत कसली पडते हो ती, त्या सास्वेनंच ढकलून दिलं असेल तिला.' विशेषतः साळवेकरांना दीडगावची अंडीपिल्ली माहीत होती. पेन्शन घेतल्यापासून रिकामे दिवस त्यांच्यावर ओल्या कांबळ्याप्रमाणे पडले होते. एकुलता एक मुलगा कुठेतरी नोकरीला होता व ते एकटेच होते. सकाळी चेहरे दिसू लागले की बारमाही लागणारी छत्री काखेत मारून ते भटकू लागत. अगदी सत्यनारायणापासून मध्यरात्री कुणालाही उचलण्यापर्यंत कुणीही त्यांना उरावरच्या हाताप्रमाणे अगदी विश्वासाने बोलवावे. त्यांना खासगीपणा तर माहीतच नव्हता. एखाद्या जुन्या विद्यार्थ्याला पाहून ते, ''ए देशपांड्या, तुझी बायको बाळंत होती की नाही एकदा?'', ''ए टकल्या साठ्या, तुझी मुळव्याध कशी आहे रे आता?'' असे खुशाल एक फर्लांगावरून ओरडून विचारत. मग रस्त्यावरील मधले लोक हसून देशपांडे-

साठेकडे पाहत. देशपांडे-साठे बावळटपणे वरपांगी हसत व स्वतःशी इरसाल शिव्या पुटपुटत तो रस्ता आठवडाभर बंद करत. मास्तर रस्त्यावरून चालले, की समोरून येणाऱ्यांपैकी पुष्कळजण एकदम घाबरून डावीउजवीकडे नाहीसे होत. गेली दहा वर्षे मास्तर सदूभाऊकडे नियमित येत, शिप्तरभर भजी खात. मग कधीतरी पाच रुपयांची नोट त्याच्या अंगावर भिरकावत आणि हॉटेलपासून एक मैल गेल्यावर छत्री हलवत ओरडत, ''घे घे, घालून तुझे पैसे तुझ्या मढ्यावर.'' या मंडळींचा रात्री आठ-नऊ वाजेपर्यंत कलकलाट चाले, सदूभाऊचे मलमलीचे मुंडे अंगाला चिकटे, टांगलेल्या रॉकेल दिव्याभोवती पाखरे जमत, मास्टर विठ्ठलवर पाली झरझर सरकत. या साऱ्यांत मधल्या दरवाजामागून कधी दाणे पाखडल्याचा, खोबरे किसल्याचा आवाज येत असे. काही वेळा काकणे वाजत; पण उत्सुकतेने कुणी तो दरवाजा बाहेरून उघडला नाही. कारण त्यामागे सदूभाऊचा दोन सोप्याचा संसार सांभाळत सीताबाई काम करे.

फटफटीत उजाडल्यावर सीताबाईला कधी कुणी क्वचितच पाहिले असेल. अगदी भल्या पहाटेला कुडबुड करत पिंगळा रस्त्यावरून जात असे, त्या वेळी तिची आंघोळ झालेली असे. बाहेर येऊन ती हॉटेलच्या उंबऱ्यावर एक गोपद्म काढून त्यावर हळदकुंकू टाके. नंतर लहानशी कळशी घेऊन ती दत्तमंदिरात जात असे. तेथल्या छोट्या मूर्तीवर पाणी ओतून गाभाऱ्याच्या मागे नळीतून पाणी वाहून निर्माल्य गेले की काशाची वाटी भरून तीर्थ घेऊन ती घरी येई व त्या दिवसापुरता तिचा बाहेरच्या जगाशी संबंध संपे. मग सारा दिवस ती सावलीप्रमाणे दरवाजामागे हिंडत असे. तिचा आवाज देखील कुणी कधी ऐकला नव्हता. पहिल्यांदा एकदा मास्तरांनी विचारले देखील, ''अरे भाऊ, तुझं कुटुंब मुकं आहे की काय? की मांजरानं जीभ पळवून नेली रे?'' ते ऐकून सदूभाऊ अगदी पुढे पडूनपडून हसला. तो म्हणाला, ''मास्तरा, अरे तुला माहीत नाही रे सायबा, बाई बोलू लागली की झाडाचा असोल नारळ कडाकडा तडकतोय बरं! एकदा आमच्या काकाला तिनं असं फैलावर घेतलं, की त्याचे केस पांढरे झाले आणि डोकं कोहाळ्यासारखं दिसायला लागलं हो!''

सदूभाऊ अस्वस्थपणे आत आला, त्या वेळी एकदा त्याला वाटले, आत जावे, तिच्याशी घटकाभर बोलून हे मनातले जळमट तिला सांगावे; पण त्याने तो विचार बाजूला टाकला. तिला स्वतःचाच व्याप काही कमी नाही. शिवाय ती तरी बिचारी काय करणार? त्याला अनंतची देखील आठवण झाली; पण अनंतशी जरी आपण बोललो तरी तो काय म्हणेल हे त्याला पूर्ण माहीत होते. अनंत शिकायला बेळगावला होता व तो कधीतरी सुट्टीत चारसहा दिवस येत असे. तो आता अगदी बदलून गेला होता. प्रथम शेंडी गेली, नंतर टोपी. आता तर नाटक्याप्रमाणे तो केस वळवत असे. हॉटेलात हिंडताना तो सारख्या ह्यः ह्यः करत असे व त्यामुळे सदूभाऊला फार राग येत असे.

''दादा, या खुर्च्या नव्या आणायला हव्यात. या खुर्च्या आहेत की खोकी?'' तो

एकदा हात पसरत म्हणाला, ‘‘दुकानात आरसा हवा आणि कपबशा अशा हव्यात की आतला चहा दिसला पाहिजे. तर हॉटेलं टिकतील. त्या ‘कॅफे डिलाइट’मध्ये –’’ मग तो कुठल्यातरी कॅफेचे वर्णन करे. तेथे टेबलावर काळ्या काचा घातल्या आहेत, खुर्च्यांवर गाद्या आहेत, पुरुषभर उंचीचे आरसे आहेत.

‘‘अरे शिंच्यानो,’’ सगळ्या गिऱ्हाइकांना आपल्या आवाजात गुंडाळून घेऊन सदूभाऊ म्हणाला, ‘‘हॉटेलात तुम्ही खायला येता की खुर्चीवर बूड उबवायला रे, आँ? आणि तो आरसा कशाला हो हॉटेलात? खायला तोंड सापडत नाही म्हणून?’’

‘‘अरे सदूभाऊ, आरसा आणल्यावर त्या भीम्याला लुगडं नेसव आणि नाचव त्याला आरशासमोर. म्हणावं, तुमचा तो बालगंधर्व, तर हा आमचा लडदू गंधर्व!’’ साळवेकर मास्तर म्हणाले व मिशा फुरफुरत अर्धा तास हसत बसले.

‘‘लेका, खायला चमचमीत करा, अडलेली बाळंतीण येऊन खाऊन जाईल बाळंत व्हायच्या आधी!’’ आता अधिकच जोर येऊन सदूभाऊ म्हणाला, ‘‘म्हणे पडदे पाहिजेत, आरसा पाहिजे. मग गाणंबजावणं नको?’’

हे सारे ऐकून अनंत चिडला होता व त्या सुट्टीत तो पुन्हा बाहेर आला नाही; पण पुढच्याच खेपेला त्याने खरोखरच एक जुना फोनो आणला. तो होता तोपर्यंत कावळ्याच्या फुलासारख्या कर्ण्यातून फोनोने सात गाणी दिवसभर सारखी फिरविली. आवाज ऐकत बसलेले कुत्रे फिरले फिरले; पण अनंत परत गेल्यावर सदूभाऊने फोनो टेबलाखाली ठेवून दिला आणि त्यावर रोट ठेवण्याचे ताट आदळले. त्या दिवशी दुपारी जमिनीवर आडवे होताना गावडे म्हणाले, ‘‘हे बेस झालं. आता दोन तास पडायला बरं सुसूत्र.’’ अनंतशी बोलून सदूभाऊची अस्वस्थता खात्रीने वाढलीच असती; पण आता एकटेच पडल्यामुळे त्याला फार खिन्न वाटले. त्याने मसण्या शानभागाला एक शिवी दिली व तो चुलवणाकडे आला.

त्या रात्री मंडळींच्या गप्पांत त्याचे मन रमले नाही. मास्तर जायला उठले त्या वेळी तो त्यांना म्हणाला, ‘‘मास्तर, आज सगळं सामान आलं शानभागाचं.’’ मास्तरांनी मान हलवली; पण ते काही बोलले नाहीत. ‘‘त्या खुर्च्या कसल्या बायकी आहेत बघितल्यात? आणि हत्तीच्या मढ्याएवढा ढम्‌ बोर्ड लावला म्हणजे गिऱ्हाईक होतंय होय? त्याला मसाला भजी, चरचरीत उसळ द्यावं लागतं.’’

सदूभाऊला फार आशा होती, मास्तर काहीतरी म्हणतील, आपल्याला धीर देतील; पण आज कधी नाही ते मास्तर घुम्म होते. त्यामुळे तर सदूभाऊ फार घुमसू लागला. मास्तर जाताजाता म्हणाले, ‘‘मला त्या पोराची काळजी वाटतेय बघ. तो थोडा आजारी आहे.’’ मास्तरांना वाटले, सदूभाऊ काहीतरी विचारेल, चौकशी करील. ते थोडा वेळ थांबले; पण तो काही बोलत नाहीसा पाहून ते निघाले व चालू लागले.

परंतु दसरा आला व थेट बेळगावहून बँड आणून शानभागने दुकान उघडले. फुकट

केशरी दूध मिळविण्यासाठी लोकांची झिम्मड उडाली. रात्री बोर्डावरच्या हिरव्या गॅसबत्तीकडे लोक तोंड उघडे टाकून पाहत राहिले आणि ती गर्दी एखाद्या लाटेप्रमाणे सदूभाऊच्या अंगणापर्यंत आली. तेलाचा दिवा लावलेल्या सोप्यावर चुलवणाचा जाळ जखमेसारखा दिसत होता व त्यासमोर सदूभाऊ आणि मास्तर गप्प बसून होते. दरवाजाआडून भांड्यांचा आवाज येत होता; पण बँड ऐकूनही तो दरवाजा उघडला नाही. मास्तर उठले व ''बराय सदूभाऊ,'' असे खोट्याच मोकळेपणाने म्हणत बाहेर आले. ते प्रथम रस्त्याच्या दुसऱ्या टोकाला वळले; पण नंतर त्यांनी आठवल्यासारखे केले व ते लोकांच्या गर्दीबरोबर शानभागच्या हिरव्या दिव्याकडे चालू लागले.

दोन महिन्यांतच सदूभाऊचा चेहरा चार वर्षांनी म्हातारा झाला. गिऱ्हाईक साफ उतरले. दोनचार लोक येत, उधारी ठेवून जात. मालक गल्ल्यावर असतानासुद्धा आता भीमू बसल्याबसल्या डुलक्या घेऊ लागला. गुडघे वर घेऊन उसळ भुरकणारा गाडीवाला इडलीदोसा मागू लागला आणि नंतर यायचा थांबला. मास्तर देखील आता मधूनमधूनच येत. एकदा ते उत्साहाने सांगू लागले, ''अरे, सगळं झक्क केलंय रे त्या बेट्या शानभागानं. स्पेशल खोली आहे, हात धुवायला भांडं आहे,'' पण त्यांची नजर सदूभाऊच्या चेहऱ्याकडे जाताच ते खाडकन गप्प झाले होते. सदूभाऊ पेटीवर बसे. उंबऱ्यावरच्या गोपद्माकडे पाहे आणि मध्येच गल्ला मोजे. एके दिवशी सगळा गल्ला बारा आणे जमताच मात्र त्याला आपण अगदी कोपऱ्यात गेलो असे वाटले व त्या रात्री जेवण न करताच तो अंथरुणावर पडला.

अनंत एक दिवस ट्रंक वळकटी घेऊन घरी आला. तो परीक्षा नापास झाला होता. तेथे आल्यावर एकदोनच दिवसांत आता आपले शिक्षण संपले हे त्याने ओळखले. त्याने फोनो पुन्हा वर काढला व जुनी गाणी मेंगटपणे सारा दिवसभर फिरू लागली. मास्तर मधूनमधून येत, संध्याकाळी सदूभाऊशी बोलत असत. एकदा ते निघाले असता अनंतने त्यांना थांबवले.

''मास्तर, रागावू नका. एखाददुसरा दिवस ठीक आहे,'' तो म्हणाला, ''पण ते नेहमी बरं नाही. हा धंदा आहे. उद्यापासून पैसे देत चला.''

मास्तर थांबले व त्यांनी अनंतकडे रोखून पाहिले. नंतर ते शांतपणे म्हणाले, ''बरोबर आहे, धंदा आहे.'' त्यांनी खिशातून चार आणे काढले आणि समोर ठेवले. नंतर छत्री खांद्यावर टाकून ते मागे न पाहता निघून गेले. सदूभाऊ शरमेने खिळल्यासारखा झाला. तो तसाच माघारी वळला आणि यापुढे घरात येण्यासाठी मागचे दार वापरू लागला.

एक आठवड्याने अनंत म्हणाला, ''दादा, असं चालायचं नाही. अशारितीनं उपाशी मरण्याची पाळी येईल.''

''मग मी करू तरी काय, मरू?'' सदूभाऊने विचारले, ''तीस वर्षं घातली त्यात.

हातात काही न घेता आलो आणि इथं जन्म काढला आणि आता नवे चाळ बांधून नाचू होय?''

''आपण आता सगळंच नवं केलं पाहिजे. ही टेबलं, खुर्च्या, हे सारं तुम्हांला ठीक होतं. आता हे सगळं घाला कचऱ्यात. मी जीव तोडून सांगत होतो, की आता हळूहळू सारं बदललं पाहिजे. आता गळ्याशी आलं तेव्हा समजलं. दाढीला आग लागली की पाणी शोधत बसायचं.''

सदूभाऊच्या कपाळावरची शीर ताठली. ते उठले व त्यांनी ट्रंकेतून एक पितळी डबा काढला. सीताबाई चुलीपुढे गुडघ्याभोवती हात गुंडाळून बसली होती. सदूभाऊने तिच्या हातातील पाटल्या फाकवून काढल्या व सारे अनंतपुढे टाकले.

''माझ्याजवळ एवढं आहे ते घे. नाहीतरी तुलाच द्यायचं होतं ते कधीतरी. घे आणि त्याची वाटेल तशी विल्हेवाट लाव. मी आता संपून गेलो.'' सदूभाऊ पुन्हा चटईवर पडला आणि त्याने भिंतीकडे मान वळवली.

अनंतने डबा उचलला व थोडा वेळ तो स्तब्ध राहिला. ''हे सारं करणं जरूर आहे. जग किती बदलत चाललं आहे हे पाहायला नको का? आता कोण विचारतं तुमच्या भज्यांना, चिंचेच्या राडीला? हे काही सारं पाण्यात जाणार नाही. सहा महिन्यांत हे सगळं पुन्हा डब्यात परत येईल की नाही बघ. का ग आई?'' तो म्हणाला.

सीताबाई काही न बोलता जाळाकडे पाहत राहिली व सदूभाऊने मान वळवली नाही. अनंतने डबा आपल्या ट्रंकेत ठेवला व तो बाहेर आला. आता कुठे आठ वाजले होते; पण त्याने भीमूला दरवाजा लावायला सांगितले. त्याने मध्ये टांगलेला दिवा बारीक केला. तीस वर्षांत प्रथमच भाऊचे हॉटेल दहाच्या आत बंद झाले. इतक्यात कुणीतरी उशिरा आलेला गाडीवान दार खडखडू लागला. चिडून अनंतने दरवाजा थोडा मागे ओढला व खेकसून विचारले, ''काय हवं आहे?''

''पाणी पाहिजे बादलीभर. बैल तान्हलेत न्हवं –''

''जा त्या शानभागकडे. ही काही आता धर्मशाळा नाही,'' फटकन दरवाजा ढकलत अनंत म्हणाला. आता येताना त्याने मास्टर विठ्ठलाच्या पोस्टरचा एक तुकडा दोन बोटांत धरून एक पट्टी टर्रकन फाडली आणि ती तशीच जमिनीवर टाकून तो आतल्या घरात गेला.

नंतर तेथे महिनाभर चुलवण पेटले नाही. खरे म्हणजे तेथून चुलवणच गेले. प्रथम अनंतने तेथून जवळच एक लहानसे स्वतंत्र घर घेतले. आपले डबे, भांडीकुंडी, अंथरुणे घेऊन सीताबाई तेथे गेली आणि तिने स्वयंपाकघराचा दरवाजा लावून घेतला. अनंतने पहिल्या दोन सोप्यांना फरशी करून घेतली आणि केंबळा दाखवणारे वाशांचे छप्पर झाकून घेतले. नंतर संगमरवरी टेबले आली आणि शेवटी 'सरस्वतिविलास' अशा अक्षरांचा लक्ष्मीविलासइतकाच मोठा बोर्ड बाहेर दिसू लागला. सुरुवातीच्या दिवशी

पुन्हा तोच गलका झाला, त्याच फुकट्यांची गर्दी झाली आणि त्या गर्दीत झिंगल्याप्रमाणे हिंडणाऱ्या भीमूने एकाच दिवशी चौदा कपबशा फोडल्या. परंतु सारा दिवस सदूभाऊ घरात बसून होता. तो नव्या हॉटेलकडे वळला नाही की सीताबाईने खिडकीतून तिकडे पाहिले नाही.

पंधरा दिवसांनी सदूभाऊने अनंतला विचारले, ''काय रे, या दिवसांत किती फायदा झाला?''

अनंत त्याच्याकडे तोंड वासून पाहू लागला. ''काल घातलं आणि आज उगवलं असा का हा धंदा आहे? तुमच्या वेळी ते ठीक होतं. आता पैसा ओतावा लागतो. आठसहा महिने वाट पाहावी लागते. आत्ताच पाहा, शानभागनं तीन पैसे चहा ठेवला आहे. खरं म्हणजे त्याचं बरोबर आहे. त्यापेक्षा कमी घेऊन परवडत नाही. पण मी मात्र दोन पैसे ठेवला आहे. जाऊनजाऊन दोन महिने पैसे जातील. मग एकदा गिऱ्हाईक घट्ट झालं की मग काय? एक आणा दर लावला, झक् मारत इथं येईल.''

''होय बुवा, असेल तसं, मला काय कळतं त्यात?'' सदूभाऊ बाजूला पाहत कडवटपणे म्हणाला.

आता हॉटेल भरल्यासारखे दिसू लागले. भीमूच्या अंगावरचे कपडे उजळले व त्याच्या जोडीला आणखी दोन पोरे आली. ते काळवंडलेले चुलवण जाऊन विटांची भट्टी आली होती आणि कपाटात पुष्कळशा काचेच्या बरण्या दिसत होत्या. परंतु अनंत पुष्कळदा काळजीत दिसे. रात्री बराच वेळ तो आकडेमोड करत बसे. एकदा तो मध्येच घरी आला आणि स्टूल ओढून सदूभाऊसमोर बसला. त्याने खिशातून एक कागद काढला व सहीसाठी सदूभाऊसमोर टाकला. साऱ्या आयुष्यात सही करण्याचा सदूभाऊवर तिसराचौथा प्रसंग असेल. सदूभाऊ गोंधळला. कागद उलथापालथा करत त्याने विचारले,

''हा कसला शिंचा कागद आहे? आणि माझी सही कशाला त्याच्यावर?''

अनंतने हसण्याचा प्रयत्न केला व चुटकी वाजवली, ''काही विशेष नाही. मी त्या हॉटेलच्या इमारतीवर पंधराशे रुपये कर्ज काढलंय. त्याकरिता सही पाहिजे. हे सारं तात्पुरतं आहे. इकडचा पैसा तिकडे घ्यायचा. तेथली गरज भागली, की पुन्हा होतं तसं करून ठेवायचं. बस्स.''

''म्हणजे तू त्या घरावर कर्ज काढलंस?'' त्याच्या शब्दांवर विश्वास न बसून सदूभाऊने चमकून विचारले. सीताबाईने देखील एकदम त्याच्याकडे मान वळवली व रोखून पाहिले. अनंत हिरमुसून एकदम चिडला.

''कर्ज काढलं म्हणजे मी काही एखादी गाय कापली नाही. धंद्यात हे सारं करावं लागतं,'' तो म्हणाला, ''भिंतीशी टक्कर द्यायची म्हणजे डोकं आपटून चालत नाही. कुदळ घ्यायला पैसे खर्च करावे लागतात. मला यासाठी आता पैसा पाहिजे. मोटर

स्टँडजवळ नव्या सरकारी कचेऱ्या येणार आहेत. तेथे नवीन कँटीन होणार आहे. त्यासाठी शानभाग्यानं देखील अर्ज केला आहे. ते जर आपणाला मिळालं तर इथं सोन्याची फरशी घालता येईल मला; पण त्यासाठी इथं जरा विशेष करणार आहे. त्या साहेबाला इथं बोलावणार आहे. थोडी चिरीमिरी केली की आपण जिंकली.''

''पण असली कर्जबाजारी कामं करण्यापेक्षा इथंच का लक्ष घालत नाहीस?'' सदूभाऊने विचारले.

''हे, हेच अडतं जिथंतिथं,'' स्टुलावरून हात नाचवत अनंत म्हणाला, ''असलं बेडकासारखं राहणंच मला आवडत नाही. तुम्ही हे हॉटेल तीस वर्षं चालवलंत. काय मिळवलंत तुम्ही? पैसा की गिऱ्हाईक? हा कालचा शानभाग आला व त्यानं पंधरा दिवसांत हे हॉटेल चिरडून टाकलं. असलं आयुष्य तुम्हांला चाललं; पण मला चालणार नाही. तुम्ही काही केलं नाही; पण माझ्या तरी आड येऊ नका. त्यातलं तुम्हांला फारसं कळणार नाही...''

सदूभाऊने कागद घेतला, त्यावर सही गिचमडली आणि तो त्याने अनंतकडे भिरकावला. त्याच्याकडे पाठ वळवीत तो म्हणाला, ''यापुढं तू तुझं बघ आता. मला त्यात घेऊ नको. आता माझ्याजवळ काहीसुद्धा नाही. मी मेलो आता. कधीतरी श्राद्ध मात्र करत जा म्हणजे झालं –''

आणि एकदाचा तो दिवस आला. साहेबाने चार वाजता यायचे कबूल केले होते; पण अनंतची सकाळपासून धडपड सुरू होती. त्याने सगळ्या नोकरांना भट्टीचे कपडे दिले. कपबशा पाण्यात घालून उकळविल्या आणि स्पेशल रूमचा पडदा बदलला. आजच्या प्रसंगाकरिता म्हणून मुद्दाम, घरी ठेवलेल्या, हिरवी बेलपाने असलेल्या कपबशा काढल्या आणि अडीच वाजल्यापासून उतावीळपणे तो साहेबाची वाट पाहू लागला.

साहेब व त्याची बायको खरोखरच चारला आले. अनंतने मोठ्या लगबगीने त्यांना नमस्कार केला व स्पेशल रूममध्ये नेले. आत त्याने बशीत थोडी फुले ठेवली होती, ती बाईंनी मोठ्या कौतुकाने विसकटली. साहेब बसताच अनंतने विचारले, ''प्रथम काय देऊ साहेब? आमची बासुंदी फार प्रसिद्ध आहे आणि आज मुद्दाम केली आहे.'' वास्तविक अनंतची बासुंदी प्रसिद्ध असणे शक्य नव्हते. कारण हॉटेलात ती आज प्रथमच तयार झाली होती.

''छे छे, मला काही नको. फक्त कपभर चहा पुरे. मी काही गोड माणूस नाही,'' अनेक वेळा पूर्वी वापरलेले वाक्य साहेबाने पुन्हा वापरले व तो स्वतः खूप हसला. ''खरं म्हणजे मला इथलं सारं पाहायचं होतं म्हणून आलो. हिला मात्र काय पाहिजे विचारा बुवा.'' पण बाई बोलायच्या आतच अनंत म्हणाला, ''असं कसं होईल? काहीतरी घेतलंच पाहिजे तुम्ही.'' तो आत गेला व मुद्दाम तयार ठेवलेला ट्रे त्याने आणला आणि त्यातील तीनचार प्लेट्स टेबलावर मांडल्या. नंतर साहेबांनी फारच आग्रह केला म्हणून

दरवाजाजवळच्या एका खुर्चीवर अगदी कडेला बसला.

घरात सदूभाऊला फार अस्वस्थ वाटू लागले. सारे अंग टोकदार बोटांनी कुणीतरी सारखे डिवचत असल्याप्रमाणे तो सारख्या येरझारा घालत होता. घरावर दीडदोन हजार कर्ज बसले ही गोष्ट त्याला सारखी जाळत होती. आता राहिले काय आपले? तर शाकारणी करून महादूभट राहत असलेले आंबेगावचे छोटे घर आणि इथे जर असेच चालू राहिले तर त्यावरही पाणी सोडावे लागणार. दुकानात गर्दी होत नाही हे त्याने हेरले होते. या ओढाताणीत अनंत काय टिकणार कपाळ! त्याला शानभागचा एकदम संताप आला. तो आपल्याच कुठल्या मसण्याजागी का बसला नाही कुणास ठाऊक असे त्याला वाटले. अनंत हल्ली रोडल्यासारखा दिसतो. तो घरी जेवायला बसला की गळ्याजवळची हाडे टचटच दिसतात आणि त्याला चिरडण्यासाठी मोठ्या गावी चार हॉटेले चालवणारा, सूज आल्याप्रमाणे पैसा घेऊन हा शानभाग येथे मुक्काम ठोकून आहे, ही कल्पना येताच त्याचे हात थरथरू लागले आणि त्याच्यातील जुनी ईर्ष्या डिवचलेल्या जनावरासारखी जागी झाली. आज ते शिंचे कान्टीन का फिन्टीन अनंताला मिळाले नाही तर घरावर टाच आलीच! घर गेले खड्ड्यात. पाठीचा कणा मोडून घेऊन अनंत घरात येईल आणि आयुष्याच्या कोपऱ्यात लोळागोळा होऊन पडेल. आपल्या हाडामांसाचा हा मुलगा, असा लोकांनी लाथाडल्यामुळे उंबऱ्यावर येऊन पडणार! सदूभाऊ जिवंत असता? छट्, आपण असले छप्पन्न शानभाग पाहिले आहेत, छप्पन्न!

सदूभाऊचे मन एकदा स्थिर झाले. त्याने अंगात सदरा अडकवला व गळ्यापर्यंत बटणे घातली आणि त्याला दुरून कुणीतरी आर्तपणे हाक मारत असल्याप्रमाणे जोरदार ओढीने मागच्या दाराने तो हॉटेलमध्ये आला.

तेथे भट्टीवाला भट तोंडात विडी धरून झाऱ्याने भजी काढत होता व त्याच्या शेजारी परातीत गोल हजामत झालेल्या डोक्यासारख्या गुळगुळीत, काविळी भज्यांचा ढीग पडला होता. त्यांचा रोगट, पिवळाजर्द रंग पाहून सदूभाऊला उमळून आले. तो काही म्हणणार तोच त्याचे लक्ष भटाच्या हातातील झाऱ्याकडे गेले. त्यांनी किंचित वाकून पुन्हा काळजीपूर्वक पाहिले. तो झारा त्यांचा स्वतःचा होता.

“हा कुणी दिला तुला?” एकदम खेकसून सदूभाऊने विचारले.

“मालकानं,” तोंडातील विडी न काढता भटाने बेफिकीरपणे सांगितले. सदूभाऊने त्याच्या हातातील झारा काढून घेतला आणि खिळ्याला अडकवलेला दुसरा नवा झारा त्याला दिला.

“हा घे आतापुरता आणि उद्यापासून स्वतःचा झारा घेऊन ये. तुझा झारा नाही? धंदा करतोस की गाढव राखतोस?”

हातातला झारा जाताच भट उभा राहिला. “मालक सांगू देत तसं. मी तुझा नोकर नाही,” तो उर्मटपणे म्हणाला.

तो एकेरीवर येताच सदूभाऊच्या आत चुलवण धडकल्याप्रमाणे जाळ पेटला. त्याने आपली बोटे रुंद पसरली आणि काडकन भटाच्या मुस्कटात दिली. भट जवळजवळ कोलमडलाच. तो आरडाओरडा करू लागलाच सदूभाऊने त्याला आणखी एक धक्का मारून बाहेर घालवला. त्याच्या तोंडावर झारा हलवत सदूभाऊ म्हणाला, ''इथंच थांब. पंधरा मिनिटांत तुझा पगार घे आणि कुत्र्यासारखा चालता हो. पण याद राख, तोपर्यंत जर तोंडातून शब्द फुटला तर केळीच्या काल्यासारखं चिरून टाकीन.''

सदूभाऊने दरवाजा लावला व तो शांतपणे आत आला. त्याने उसळीवरचे झाकण काढून पाहिले. गोरागोमटा सुंदर रंग; पण वाटाणा शिजला नाही. शिंचा, कोकणचं अन्न खातोय हा पोरगा आणि कुठं खोबऱ्याचा तुकडा नाही! तो पुटपुटला. त्याने भजी उचलून तोंडात घातली व लगेच फूः फूः करत ते कच्चे निर्जीव पीठ थुंकून टाकले. त्याने घाईघाईने तिखटमीठ घालून थोडेसे निराळे पीठ तयार केले आणि दुसऱ्या एका लहान पातेल्यात चिंचगूळ, तिखट पूड घालून चिंचपाणी ढवळले. त्यातील एक थेंब डाव्या हातावर ठेवून त्याने जिभेच्या टोकाने चव घेतली व जुनी परिचित हाक ऐकू आल्याप्रमाणे त्याचा चेहरा उजळला. गोड, तिखट, आंबट या स्वतंत्र चवी असूनही त्या साऱ्या पुन्हा एकमेकींत मिसळून गेल्या होत्या. त्याने भजीचा एक घाणा काढला व भजी तांबूस कुरकुरीत होईपर्यंत तो तळला. नंतर जुन्या सराईतपणाने त्याने तो झाऱ्यावर घेऊन एका वेळणीत काढला. मग ती वेळणी व चिंचपाण्याचे पातेले घेऊन तो स्पेशलरूममध्ये आला.

''साहेब, गावात भजी खाल्ली असतील तुम्ही. आता ही खाऊन बघा,'' सदूभाऊ मोठ्या उत्साहाने म्हणाला. त्याने चिंचेच्या हातानेच टेबलावरचे ग्लास बाजूला सरकवले व त्या ठिकाणी वेळणी पातेले ठेवले. त्या धक्क्याने पाणी डचमळले व त्याचा एक ओघळ टेबलाच्या कडेवरून ठिपकू लागला.

''शीः! पातळावर पडतंय पाणी,'' म्हणत बाईंनी खर्रकन खुर्ची मागे ओढली आणि चिडून सदूभाऊकडे पाहिले; पण तो उत्साहाने फुलला होता व त्याचे तिकडे लक्ष गेले नाही.

''म्हणजे खरी भजी कशी असतात हे समजेल तुम्हांला. दहादहा मैलांवरून तंगड्या तोडत येत असे गिऱ्हाईक या चवीसाठी.''

सदूभाऊला पाहताच अनंतचा चेहरा पडला. तो उठला व शरमेने मान खाली घालून बावळटपणे उभा राहिला. सदूभाऊ आत वळला. त्याला जुन्या आत्मविश्वासाने हलकेहलके वाटत होते. साहेब शहाण्या चेहऱ्याचा दिसत होता. त्याला अस्सल आणि गावरान यांतला फरक खात्रीने समजणार! त्याने लगबगीने आणखी एक घाणा घातला व तो तयार होईपर्यंत दोन ग्लास वचकन हौदात बुडवून ते निथळत हातात धरून पुन्हा स्पेशलरूमकडे आला; पण आत साहेब काय बोलतो हे ऐकण्यासाठी तो तेथेच रेंगाळला.

''हे पाहा, रागावू नका,'' साहेब अनंतला सांगत होता, ''नव्या कँटीनमध्ये असला

ऐदी नोकर चालायचा नाही. भजी आणलेलं हे भांडं पाहिलंत? त्याला अजून भिजवलेलं मळकं पीठ चिकटलंय ठिकठिकाणी.''

''शीः आणि हात तर राडेनं बरबटले होते. मला तर पाहूनच मळमळू लागलं,'' बाई म्हणाल्या. अनंतला काय बोलावे हे समजेना, इतका तो शरमेने आंबून गेला होता. प्रयत्न करत तो म्हणाला, ''माफ करा साहेब, नव्या हॉटेलात हा यायचा नाही. तिथली व्यवस्था सगळी स्वतंत्र राहील. हा फार जुना नोकर आहे. थोडा अर्धवटही आहे. म्हणून पुष्कळदा सांभाळून घ्यावं लागतं.''

सदूभाऊचे हात एकदम सैल झाले आणि हातातील ग्लास गळून खाली पडतात की काय, असे त्याला वाटले. अंगातील सारे रक्त वेगाने डोक्यातच भरू लागल्याप्रमाणे त्याला भास झाला आणि अंग एकदम झाडाचा खरखरीत बुंधा झाल्याप्रमाणे बधिर होत आले. पाण्याचे ग्लास सैल बोटांत अडकवून तो किती वेळ उभा राहिला कुणास ठाऊक; पण हळूहळू बधिरपणाची लाट ओसरली. तो तसाच माघारी आला आणि त्याने ग्लास टेबलावर ठेवले. नवी घातलेली भजी तळून आता अगदी करपून गेली होती. ती त्याने निथळून झाऱ्यावर ठेवली व तशीच जाळात फेकून दिली. मग झारा उचलून तो मागच्या दाराने बाहेर आला.

तेथे ओल्या फरशीवर भिंतीला टेकून भट अद्यापही वचवचा बडबडत उभा होता. सदूभाऊ बाहेर येताच तो गप्प झाला; पण त्याच्याकडे उर्मटपणे पाहू लागला. त्याला पाहताच सदूभाऊने झारा काळजीपूर्वक भिंतीला टेकून ठेवला आणि खालच्या ओलीतच सदरा मळवत त्याने भटापुढे नमस्कार घातला.

''चुकलं माझं. मीच शेण खाल्लं. माझा दाम खोटा आहे,'' तो म्हणाला.

तो उठला आणि झारा घेऊन खालच्या मानेने, मोडलेल्या मनाने घरात आला; परंतु घरी आल्यावर त्याने कोनाड्यातील लोणच्याच्या, मेतकुटाच्या बाटल्या उचलल्या व त्या एकामागोमाग एक दणादण जमिनीवर आदळून फोडून टाकल्या आणि काचेच्या तुकड्यांच्या पसाऱ्यात तो डोके घट्ट दाबून खाली बसला. हातातील काम टाकून सीताबाई बाहेर आली — काही न बोलता तिने त्याला हाताला धरून उठवले. सदूभाऊ लहान मुलासारखा तिच्या मागोमाग गेला व चटईवर पडून राहिला. एकदम रक्ताची गुळणी यावी, त्याप्रमाणे सारे सीताबाईला सांगून टाकावे असा एक आवेग क्षणभर त्याच्या मनात येऊन गेला; पण त्याचा काय उपयोग होईल? आणखी एक मन टाचेखाली चिरडल्यासारखे होईल झाले. धंद्यासाठी गुंजतोळा गेले, धंद्यासाठी घर गेले आणि आता धंद्यासाठी आपले बापपणही काढून घेतले गेले! सदूभाऊने ओठ आवळून तो आवेग दडपून टाकला आणि धुमसत असलेल्या ओंडक्याप्रमाणे तो पडून राहिला. ''उद्या सकाळी पहिल्या मोटरनं आंबेगावला जायचं,'' डोके घट्ट धरत तो म्हणाला व एकदम गप्प झाला. सीताबाई त्याच्याकडे पाहत क्षणभर स्तब्ध राहिली. नंतर तिने तासभर पाठ

मोडून काचेचे तुकडे सारे गोळा करून टाकले आणि साऱ्या सोप्यावर ओला कपडा फिरवला.

त्या रात्री कुणीच जेवले नाही. बऱ्याच रात्रीपर्यंत अनंत आला नाही. तो नंतर आला; पण खाली बसला देखील नाही. तो तडक स्वयंपाकघरात गेला आणि सीताबाईसमोर उभा राहिला.

"आई, मला वाटतं तुम्ही आता गावाकडे जावं. नाहीतरी तेथल्या घराकडे कुणीतरी पाहिलंच पाहिजे," तो ओढलेल्या कोरड्या आवाजात म्हणाला, "मला इथं धंदा करायचा आहे. माझं आयुष्य नासाडू नका. आत्ताच बघ, दादांनी त्या भटाला मारलं. असा भट कुठं मिळायचा नाही. तो शानभाग आज त्याला पाच रुपये जास्त देऊन घ्यायला तयार आहे. असं जर होऊ लागलं तर माणसं टिकतील तरी कशी? आणि तो घाणेरडा अवतार घेऊन साहेबापुढे आले. वयाला इतकी वर्षं झाली. एवढं समजायला नको का त्यांना? तू त्यांना सगळं समजावून सांग उद्या."

सीताबाईच्या तोंडून शब्द फुटला नाही. मात्र ती ताडकन उभी राहिली व तिने मुठी घट्ट आवळून धरल्या. तिच्याकडे न पाहता अनंत निघून गेला व त्याने दरवाजा लावून घेतला.

सीताबाईने माजघरात पाहिले. सदूभाऊ अंगावर काही न घेता पडला होता. त्याचा डोळा लागला होता; पण त्यांच्या कडा ओलसर झाल्या होत्या. तिने एक चादर हलकेच त्याच्या अंगावर टाकली आणि ती भिंतीला टेकून तळव्यावर डोके ठेवून बसून राहिली.

रात्रीच्या अंधाराची सुरगाठ सोडत आल्याप्रमाणे कुडबुड करत पिंगळा आला त्या वेळी ती उठली व तिने आंघोळ करून घेतली. तिने उंबऱ्यावर नेहमीप्रमाणे गोपद्म काढले. कळशी घेऊन ती दत्तमंदिराकडे गेली, मूर्तीवर पाणी घातले आणि आज समोर दंडवत घालून तिने तिचा निरोप घेतला. तीर्थ घेऊन ती घरी आली, त्या वेळी सदूभाऊ तोंड धुऊन सदरा घालून अंथरुणावर बसला होता. सीताबाईने एक जुनेरे जमिनीवर अंथरले व ती पुष्कळशा पुड्या, लहानलहान गाठोडी त्यावर ठेवू लागली.

"इथलं काही नको घ्यायला," सदूभाऊ कोरडेपणे म्हणाला. "आपण आलो, त्या वेळी काय होतं आपल्याजवळ?"

तिने निमूटपणे पुष्कळशी गाठोडी काढून बाजूला ठेवली; पण अमृतांजनाची बाटली, सूतशेखरेची मात्रा, मोरावळ्याची बाटली मात्र तिने राहू दिली. तिने रामाचा लहान फोटो ओल्या कापडात गुंडाळला आणि हळदीकुंकवाच्या दोन पुड्या तिने आठवणीने जुनेऱ्यावर टाकल्या. शेवटी एक अरुंद लांबट कापडी पिशवी तिने कमरेला खोचली आणि बोचके बांधून टाकले. ती पिशवी पाहताच सदूभाऊ व्याकूळ झाला. तिच्यात तिने पैपैसा जमा केला होता. दहा वर्षांपूर्वी ती एकदा फार आजारी पडली होती. सदूभाऊला देखील तिची फारशी आशा उरली नव्हती. तिने त्याला जवळ बोलावले व

म्हटले होते, ''मी यातून उठून बसेन असं वाटत नाही. तेव्हा एक करा. मी जाताना माझ्या अंगावर पुरेपूर वस्त्र आहे की नाही बघा आणि लाकडासाठी माझे पिशवीतील पैसे घ्या.'' त्या आजारातून ती वाचली. त्यानंतर सदूभाऊ ही पिशवी प्रथमच पाहत होता.

खिडकीतून अस्पष्ट दिसू लागताच सदूभाऊ उठला व त्याने बोचके उचलले; पण सीताबाईने ते त्याच्याकडून घेतले व ती तयार झाली. सदूभाऊने आपला झारा घेतला व त्याच्याकडे विमनस्कपणे पाहिले. ''आयुष्यात भजी तळण्याखेरीज मी काही शिकलो नाही. त्याच्या पलीकडे मला काही समजलंही नाही. ही तुझ्या नवऱ्याची अक्कल!'' तो कडवटपणे हसून म्हणाला; पण तिच्याकडे पाहताच त्याचा कडवटपणा पार धुऊन गेला. तीस वर्षांपूर्वी ती अशीच बोचके घेऊन शेजारी तयार झाली होती. त्या वेळी सदूभाऊ काकाच्या घरी राहत होता. एकदा घरी लाकडे फोडायचे राहून गेले, म्हणून काकाने रागाच्या भरात सदूभाऊला लाथ मारली. त्या वेळी ती संतापाने एकदम फुटल्यासारखी झाली. ''पुन्हा पाय उचलला तर जळत्या लाकडानं पाय भाजून काढीन,'' थरथर कापत ती म्हणाली होती. तिने तडक बोचके बांधले आणि भररात्री ती सदूभाऊबरोबर बाहेर पडली. त्यांनी उरलेली रात्र मारुतीच्या कट्ट्यावर काढली व नंतर तीन मैल काट्याकुट्यातून अनवाणी चालत त्यांनी बैलगाड्या जात असलेला रस्ता गाठला होता. त्या वेळी तिचे गोल गोरे हळदी हात हिरव्या काकणांत नाचत होते. आता ते सुरकतून गेले होते. हातांतील कांकणेही अगदी विटून गेली होती आणि कणकणीत आवाज करण्याचा त्राणही त्यांच्यात उरला नव्हता. तिच्याप्रमाणेच. आता पुन्हा सारे पहिल्यापासून सुरू करावयाचे. पुन्हा तीन दगडांवर मडकी चढवायची. याची जाणीव होताच सदूभाऊचा गळा चोंदल्यासारखा झाला व तो पुन्हा खाली बसला.

''हे बघ, तू राहा त्याच्याजवळ, मला मात्र आता इथं राहवणार नाही,'' तो म्हणाला, ''या घरापुरता मी केव्हाच संपलो. तू सारं एकदा भोगलं आहेस. आता पुन्हा एकदा कशाला तीच शिक्षा घेतेस?''

''पुरे ते आता तसलं. माझंही आता इथं काही उरलं नाही,'' सीताबाई म्हणाली, ''माणसानं एकदा जा म्हटलं, नको म्हटलं की सारंच कायमचं संपून जातं. चला आता.''

सदूभाऊ उठला व त्याने झारा हातात घेतला. सीताबाईने बोचके कमरेवर घेतले व त्यावर पदर टाकला. ती बाहेर आली आणि तिने हळूच दरवाजा लावून घेतला; पण अंगणात येताच तिची पावले रेंगाळली आणि डोळे पाण्याने भरले. ती तेथेच खिळल्यासारखी उभी राहिली. काय झाले हे पाहण्यासाठी सदूभाऊने मागे वळून पाहिले.

''त्याला भेटायचं नाही – एकदा?'' तिने हलकेच विचारले.

''नाही. भेटण्याजोगं कुणी आता उरलं नाही. आपला मुलगा मेला,'' सदूभाऊ कर्कशपणे म्हणाला.

''तसं म्हणू नका. आपणच संपून गेलो असं म्हणू. तो राहू देत आपापल्यापरी,''

जणू ते शब्द सदूभाऊसाठी नसल्याप्रमाणे ती तोंड बाजूला करून म्हणाली. तिने बोचके सावरले आणि ती त्याच्याबरोबर चालू लागली.

ते रस्त्यावर हॉटेलसमोर आले, त्या वेळी पुढचा दरवाजा उघडला आणि डोक्याभोवती स्कार्फ गुंडाळलेला भीमू बाहेर आला. त्याला पाहताच सदूभाऊला बरे वाटले. आपण जात आहो त्या वेळी कुणीतरी निरोप द्यायला आले आहे, याचा ओलावा त्यांना सांत्वनाचा वाटला. मळकी चड्डी घातलेले एक हडकुळे पोर म्हणून प्रथम भीमू कामाला लागला आणि सदूभाऊने मरायला टेकलेल्या मांजराच्या पिलाला सांभाळावे त्याप्रमाणे त्याला पोसले होते. म्हणून भीमूला पाहताच तो मुद्दाम थांबला.

''चाललात होय? पहिलीच मोटार वाटतं?'' छातीजवळ धरलेले हात न उलगडता भीमू म्हणाला.

''तुम्ही चाललात. एका महिन्याला पगारातले दोन रुपये उरले होते नव्हे? आता मालक मागची बाकी काय देणार हो, तेव्हा ते देऊन टाकता? म्हणजे पैसे जादा असतील तर हं!'' तो घाईघाईने म्हणाला, ''नाहीतर बघीन मागून मालकांकडे.''

सदूभाऊने खिशात हात घालून एक रुपया व एक नाणे त्याला दिले. नाणे उलथेपालथे करत जणू स्वतःशीच भीमू म्हणाला, ''चालेल नव्हं हे? बरं येता मग आता?'' पण काही उत्तर न देता सदूभाऊ केव्हाच चालू लागला होता.

ते मोटार स्टँडजवळ आले त्या वेळी मळक्या पांढऱ्या कापडासारखे उजाडले होते. पहिली मोटार तयार होत होती व तिचे दिवे झगझगीत पेटले; पण अद्याप तिकीटवाल्याचा पत्ता नव्हता. सीताबाईने बोचके खाली ठेवले व थंड वाऱ्यात अंग आकसून ती सदूभाऊशेजारी उभी राहिली.

सदूभाऊ शून्यपणे इकडेतिकडे पाहत होता. आता परत आंबेगाव. दोन पडव्या महादूभट रिकाम्या करून देईल. उरत आलेल्या छपराचे घर. अबोलीची फुले असलेले परसू. बाजूला चुलत आजोबांचे घर. त्यांचा निर्वंश झाला व घराच्या भिंती कोसळल्या; पण अद्याप पौर्णिमेला त्या घरातून सामवेदाचे हुंकार ऐकू येतात. गावात तो पुर्ष्या भागवत असेल अजून? तासन्‌तास खचून तो नदीत मासे धरायचा, मग ते देत कुळवाड्याच्या घरी हिंडायचा आणि सगळ्या रोगांवर रामबाण औषध म्हणून एरंडेल देणारे गोडसे वैद्य? आणि ती गाईच्या शेपटीचा झुबका तोंडावरून फिरवताफिरवता डाव्या हाताने सगळी शेपटी चोरण्याचा प्रयत्न करणारी सप्रेकाकू? जमिनीत अनेक दिवस टाकून दिलेला कंद कोंब फोडू लागावा, त्याप्रमाणे सदूभाऊच्या मनात आठवणी फुटल्या. त्याच्या आयुष्यावरून वर्षे गळाली व ते आकसत पुन्हा लहान झाले. जेथे सारे सुरू झाले तेथेच सारे संपणार. सुरुवात शेवट मिळून एक टिकली होईल आणि ती देखील एक दिवस कुणीतरी पुसून टाकेल...

पण रस्त्यावर कुणीतरी चाललेले पाहून सदूभाऊ चमकला. अर्धे शर्ट, टोपी, ती

वाकून चालण्याची पद्धती ओळखीची वाटली. काखेत छत्री नव्हती तरी त्याने साळवेकर मास्तरांना ओळखले. त्याच वेळी मास्तरांनी सदूभाऊला पाहिले व ते सावकाश त्याच्याकडे आले.

''मास्तर, एवढ्या सकाळी बरं?'' सदूभाऊने विचारले.

''याच रस्त्यानं दोन महिने जातयेत होतो. अजून सवय गेली नाही,'' मास्तर दूर पाहत म्हणाले, ''हा रस्ता हॉस्पिटलकडे जातो. मुलगा होता ना तिथं.''

''मग कसा आहे तो आता?''

''तो गेला पंधरा दिवसांपूर्वी,'' मास्तरांचा चेहरा एकदम कुसकरल्यासारखा झाला व त्यांनी सदूभाऊचा हात घट्ट धरला. ''सदूभाऊ, तो कसा आहे असं तूच विचारलंस बघ पहिल्यांदा. तो हॉस्पिटलमध्ये आहे हे शंभर माणसांना तरी माहीत होतं. अरे एकानं तरी विचारावं, चौकशी करावी? तो गेला त्या वेळी चार लोक मिळेनात मला वेळेवर आणि त्यांच्यासाठी गवती चहा मिळावा म्हणून भिकाऱ्यासारखं दारोदार हिंडलो बघ मी.''

काय बोलावे हे सदूभाऊला समजेना. त्याला टोपीची सवय नव्हती. त्याने टोपी काढली व उगाचच डोक्यावरून हात फिरवला. एकदम रिकामे होऊन गेल्याप्रमाणे मास्तर त्याचा हात तसाच धरून गप्प उभे होते.

''नशीब म्हणायचं झालं,'' सदूभाऊ म्हणाला, ''आम्ही गावाकडं जातोय, असू द्या आमची आठवण.'' मास्तरांनी आपल्याच तंद्रीत मान हलवली.

''मीसुद्धा येते हं,'' सीताबाई म्हणाली. तिला आवाज आहे, बोलता येते, याचे जणू आश्चर्य वाटल्याप्रमाणे मास्तर चमकले; पण त्यांनी पुन्हा तशीच मान हलवली व वळून पाठ वाकवून ते चालू लागले.

सदूभाऊच्या उघड्या डोक्याला थंड वारे चावू लागले. त्याने हात फिरवून टोपी घातली व ती थोडी खाली दाबली.

''देवानं आयुष्याचं सारं गुंडगोळं करून टाकलं बघ अगदी,'' सदूभाऊ म्हणाला,

''शिंच्यानं, डोक्यावरचे सगळे केस देखील अगदी लुबाडून घेतले त्यानं.''

परंतु थंडीत काकडत असलेली सीताबाई काही बोलली नाही. तिच्याजवळचे सगळे शब्दच संपून गेल्यासारखे झाले होते.

गावकरी दिवाळी १९६२

# जी. ए. कुलकर्णी यांच्या इतर प्रकाशित कथासंग्रहांविषयी

**निळासावळा**

जी. ए. कुलकर्णी यांचा पहिला कथासंग्रह. हा संग्रह प्रसिद्ध होण्याआधीच जी. एं.च्या कथेने रसिकांचे लक्ष वेधून घेतले होते...... या संग्रहाच्या रूपाने मराठी वाचकाला जी. ए. सापडले..... मानवी दुःखाची अटळता, त्यांच्या संभवाची अतर्क्यता आणि प्रतिमांनी लवथवलेली अभिव्यक्ती हे जी. ए. यांचे खास विशेष या कथांमध्येही आढळतात....

*चंद्रावळ* आणि *गुंतवळ* या आदीअंतीच्या दोनही कथांचे - आणि जी. ए. यांच्या सर्वच यशस्वी कथांचे - एक समान वैशिष्ट्य असे की, या एककेंद्रीही नाहीत की अनेककेंद्रीही नाहीत. त्या फिरत्या केंद्रांच्या कथा आहेत. कादंबरीचे बळ घेऊनही कथा राहणारीच ही लघुकथा आहे. फिरत्या केंद्राचे हे आपले यश जीए यांनी *रक्तचंदन*पर्यंत वाढवतच नेले.

**- द. भि. कुळकर्णी**

**काजळमाया**

कालाधिष्ठित कथावस्तू, कथानक-विकासाचे निश्चित टप्पे, घटनाबहुलता आणि रहस्यप्रधानता ही वैशिष्ट्ये असूनही जीएंची कथा कथानकनिष्ठ कथा होत नाही याचेही अंतिम कारण त्यांच्या कथेचा प्रतीकात्मक धर्मच. दृष्टिमापाने किंवा श्रवणमापाने दीर्घ आणि सैल वाटणाऱ्या जी. एं.च्या कथा प्रतीतीच्या दृष्टीने अतिशय बांधेसूद, अतिशय गोळीबंद, अतिशय दाट, सूक्ष्म आणि घट्ट विणीच्या असतात, फार घाटदार असतात. काजळमाया संग्रहातल्या कथा वाचताना या गुणांचा प्रत्यय येतो.

**- द. भि. कुळकर्णी**

**रमलखुणा**

जीएंच्या नावाचा फक्त दबदबा ऐकू यायचा.

त्या वेळी मी माझ्या चित्रांच्या प्रपंचात गुंतलो होतो.

त्यांच्या कथा माझ्याकडे चित्रांसाठी यायच्या. मला त्या आवडायच्या. त्यांच्या कथेमध्ये मला वेगवेगळी चित्रे, वेगवेगळे विषय दिसायचे. कधी त्यांचे कथेतले वर्णन वाचता वाचता मी खोल पोहोचायचो.

त्या वेळी वाटायचे : अरे, हे तर पेंटिंगच आहे!

त्यांच्या कथांमध्ये अनेक वेगळ्याच ठेवणीतल्या चेहऱ्यांची माणसे यायची.
वाचत असताना परत वाटायचे : जीए'पोर्ट्रेट'किती छान रंगवतात!
कथा वाचताना कुठेतरी ते अशा जागी मला नेऊन सोडत की, मी माझ्याच चित्रांच्या विश्वात असे.
त्यांची कथाचित्रे करताना कथा माझ्या डोक्यावर कधीच नसे; ती झाडांच्या फांद्या-फांद्यांतून, पानांशी खेळत राहणाऱ्या झुळुकीसारखी आसपास असे. ती आसपास खेळत असतानाच माझी चित्रे पूर्ण होत : ती संपादकांसाठी.
ही चित्रे झाली तरी माझी दुसरी चित्रे त्यांतूनच वेगाने सुरू होत.
कारण मला वाटे, जीएंची गोष्ट काही चारसहा छापील कागदांत पकडण्याइतकी छोटी नाही. तिचा कॅन्व्हास खूप मोठा आहे...

– **सुभाष अवचट**

(**'जीए एक पोर्ट्रेट'**मधून)

**डोहकाळिमा**

जी.ए. कुलकर्णी यांच्या निवडक कथा

संपादक: म.द. हातकणंगलेकर

जी. एं.नी काय केले आणि काय दिले? प्रथम म्हणजे त्यांनी साहित्याशी असणाऱ्या अविभाज्य निष्ठेचा आदर्श स्वतःसाठी आणि वाचकासाठी घालून दिला. ज्या काळात वाङ्मयीन अभिरुची गढूळ आणि सवंग होत चालली होती त्या काळात या आदर्शाने आश्चर्ययुक्त भीती निर्माण केली. ज्यांना ती पेलवली नाही त्यांनी तिच्याकडे सवंग तुच्छतेने अगर छटेल उपहासाने पाहिले. अन्य रंजक माध्यमांपेक्षा वाङ्मय ही वेगळी गोष्ट आहे, ती एकप्रकारची ध्यानधारणा आहे. काही प्रतिभावान प्राण्यांच्या बाबतीत तोच अलौकिक आनंदाचा आणि मोक्षाचा मार्ग आहे असा त्यांचा अनुभव होता. काही वाचकांपर्यंत तो त्यांनी आपल्या कथासाहित्यातून पोहोचविला.

जी. एं.नी कथेचा एक समावेशक आणि मूलगामी बंध निर्माण करण्याचा प्रयत्न केला. लोककथा, बोधकथा, दृष्टांतकथा, रूपककथा, संसारकथा, मनोविश्लेषण करणारी नवकथा हे सर्व आकार आत्मसात करून आपले समृद्ध रूप सिद्ध करणारी मराठी कथा त्यांनी निर्माण केली. नवकथा त्यांनी पुढे नेली का? असा प्रश्न कधी कधी विचारला जातो. या तऱ्हेचा घाटसापेक्ष आणि काळसापेक्ष विचार अप्रस्तुत ठरावा अशी संपन्न सार्थकता कथारूपाला देण्याचा जी. एं.चा प्रयत्न होता. कथारूपाचे त्यांचे चिंतन वेगळ्या पातळीवर चाललेले होते. कथेचा आकार म्हणजे कथेच्या

आशयगर्भाचे यथार्थ आकलन आणि आविष्कार अशी त्यांची धारणा होती. त्यांच्या दृष्टीने आकार हे केवळ वाङ्मयीन मूल्य नव्हते; तर ते एक आध्यात्मिक मूल्य म्हणून त्यांना जाणवत असावे. जी. एं.ची कथासाधना ही जीवनार्थाची साधना होती.

**सांजशकुन**

... जी. एं. च्या कथाविश्वातील प्रत्येक व्यक्ती कुणाशी तरी नाते जुळविण्याची धडपड करीत असते. परस्परांना जोडणारा कोणता तरी आतड्यांचा धागा ती शोधीत असते. निराकार, अस्ताव्यस्त पसाऱ्यातून येणारी एक हतबलतेची जाणीव त्यांना पछाडून टाकते. त्यांच्या कथांमधल्या व्यक्ती शरीराने किंवा मनाने अधू आहेत, काही अशा झपाटलेल्या आहेत की त्याचे रूपांतर वेडात कधी होईल हे सांगता येऊ नये.

योजनारहित जीवनातली सर्वंकष सूत्रहीनता आणि विलगता हे एक टोक, तर या तुटलेपणाच्या सीमेवरच उफराट्या स्वरूपात जाणवणारी अंतर्व्यवस्था आणि सूत्रबद्धता हे दुसरे टोक या दोन टोकांमध्ये विलगतेच्या ज्या अनेक पातळ्या आहेत त्यांचे रूप जी.ए. बारकाईने न्याहाळून पाहत आहेत. एका टोकाला अधू, विस्कळीत, विकृत माणसांचे जग आणि दुसऱ्या टोकाला तो कालपुरुष! या दोन विरोधी टोकांना जोडणाऱ्या आणि ताणलेल्या रेषेवरच तोल सावरीत माणसाची जगण्याची कसरत सुरू राहते. अनुभवाच्या बहुविध थरांचे दर्शन इथे घडते. हे जग कमालीचे संपन्न, जिवंत आणि उत्कट आहे. असे विलक्षण जग मराठी वाङ्मयामध्ये क्वचित दृष्टीला पडले आहे.

**– म. द. हातकणंगलेकर**

**हिरवे रावे**

जी. एं.च्या कथांत साकार झालेला ध्यास हा एका संमिश्र, यातनागाढ व्यक्तिमत्त्वाने घेतलेला ध्यास आहे. या ध्यासात रूढ सामाजिक जाणिवेला अवसर नाही. सामाजिक मूल्ये व संदर्भ म्हणजे एक भयावह, हास्यास्पद गुंतागुंत आहे असाच जी. एं.चा प्रकट अभिप्राय दिसतो. सामाजिकता हा नियतीच्या क्रूर खेळाचा केवळ दृश्य भाग आहे. जी. एं.चे भावसाफल्य या भयावह गुंतवळीतच गुरफटलेले आहे, ही गुंतवळ जीवघेणी ठरते ती तिच्या निरर्थकतेमुळे. या निरर्थकतेची शापित, जहरी छाया अवघ्या मानवजातीला व्यापून दशांगुळे उरते.

.... या कथेचे दुसरे ध्यानात येणारे वैशिष्ट्य म्हणजे कथा हलकी, विरविरीत पोताची वाटत नाही. केवळ विषय गंभीर, नाट्यमय, थरारक असल्याने ती गंभीर वाटते असे नव्हे. नाट्यात्म विषय गंभीर निवेदनशैलीत मांडणाऱ्या सर्व कथा सघनतेचा

अनुभव देतातच असे नाही. जी.एं. च्या कथांची वीण साध्या सणंगासारखी नसते. रात्रंदिवस खपून एकाच ठिकाणी घातलेल्या अनेक टाक्यांनी जाड थराचा आणि वरच्या बाजूला खानदानी, टिकणारे, ऐश्वर्यसंपन्न रंग आणि आकृती जमवीत, जोडीत जसा एखादा गालिचा विणणारा मनुष्य परंपरेने हातांत आणि नजरेत उतरलेले कसब टाक्या टाक्यागणिक उमटवीत जातो तशीच त्यांच्या कथेची वीण बसत जाते. या गालिच्याची किंमत एखादा जाणकार रसिकच अंतःकरणाच्या खानदानाने करू शकतो.

**– म. द. हातकणंगलेकर**

**पिंगळावेळ**

अनाकलनीयाचा वेध घेताना, अज्ञाताचा शोध घेताना एक वेगळं जग आकाराला येतं. हे जग कदाचित तिथेच असतं पण साध्या डोळ्यांना ते दिसत नाही. जी. ए. कुलकर्णी यांच्या डोळ्यांना मात्र हे जग दिसलं. ते जसं दिसलं तसं त्यांनी वाचकांसमोर उभं केलं आहे. गूढगंभीर वातावरणात घडणाऱ्या या कथांतील पात्रे, प्रसंग एका वेगळ्या जगाचा विचार करायला लावतात. या संग्रहातल्या *ऑर्फियस, स्वामी, कैरी, वीज, फुंका, तळपट, मुक्ती, कवठे, घर, यात्रिक, लक्ष्मी* या अकरा कथा म्हणजे शाश्वत आणि नश्वर, प्रारंभ आणि अंतिम यांचा शोध आहेत. हे शोधताना लागतात ते दिव्य चक्षू किंवा तिसरा डोळा. हे वेगळं जग वाचक जीएंच्या दृष्टीतून अनुभवतो.

**पारवा**

निळासावळा, पारवा व हिरवे रावे हे जी. ए. यांचे पहिले तीन कथासंग्रह... या साऱ्या कथांतून जी. ए. जीवनाची अस्तित्वमात्रता, त्याची अटळता, त्याची अर्थरहितता, असंबद्धता आणि त्यातील कार्यकारणहीनता हे सारे तर उभे करतातच, पण त्याबरोबरच आपण जिला सहजप्रवृत्ती म्हणतो, वासना किंवा प्रेरणा म्हणतो त्या शक्तीने मानव हे जीवन कसे जगू व बदलवू पाहतो याचेही अनन्य दर्शन घडवितात.

एका बाजूला अनेक रंग, आकार, ध्वनी आदींनी पसरलेले हेतुहीन, आंधळे, सामर्थ्ययुक्त विश्व व दुसऱ्या बाजूला मानवी मूलप्रेरणा.... यांच्यातील अत्यंत गुंतागुंतीची नाती व भाऊबंदकी तर जी. ए. दाखवीत नाहीत ना?... काम, क्रोध, द्वेष, क्षुधा, खून, आत्मनाश यांनी अकस्मात पेटून निघणारी व तितक्याच आकस्मिकपणे विझून जाणारी माणसे जी. ए. यांच्या कथेत पुन:पुन्हा दिसतात.

**– डॉ. द. भि. कुळकर्णी**

(पार्थिवतेचे उदयास्तमधून)